கறையான்

அனைத்திந்திய நூல் வரிசை

# கறையான்

வங்கமூலம்

சீர்ஷேந்து முகோபாத்யாய

தமிழாக்கம்

சு. கிருஷ்ணமூர்த்தி

nbt.india

एकः सूते सकलम्

நேஷனல் புக் டிரஸ்ட், இந்தியா

ISBN 978-81-237-8694-0

முதற்பதிப்பு 1978
மூன்றாம் பதிப்பு 2022 (சக 1944)

© சீர்ஷேந்து முகோபாத்யாய, 1973
தமிழாக்கம் © நேஷனல் புக் டிரஸ்ட், இந்தியா, 1975

Ghunpoka (*Tamil*)
Karaiyaan (*Tamil*)

**₹ 170.00**

வெளியீடு: இயக்குநர், நேஷனல் புக் டிரஸ்ட், இந்தியா
5 நேரு பவன், இன்ஸ்டிடியூஷனல் ஏரியா, பேஸ் II
வஸந்த் குஞ்ச், புதுதில்லி - 110 070
வலைதளம் : www.nbtindia.gov.in

## முன்னுரை

பியாரீசாந்த் மித்ராவின் நாவல், 'ஆலாலேர் கரேர் துலால்' (1858) தான் வங்க இலக்கியத்தில் முதல் நாவல். இருந்தாலும் முக்கியத்துவம் வாய்ந்த முதல் நாவலாசிரியர் பங்கிம் சந்திரர் தான். அவர் நாவல்கள் எழுதத் தொடங்கியது சிப்பாய்க் கலகத்துக்குச் சில வருஷங்களுக்குப் பிறகு. இதற்குள் இந்தியாவில் பிரிட்டிஷ் மகாராணியின் ஆட்சி வேரூன்றி விட்டது. நடுத்தர வர்க்கத்துக்கு அது விரும்பிய மரியாதையும் கிடைத்துவிட்டது. விக்டோரியா காலத்து வங்காளிகளுள் ஓர் அசாதாரண ஆளுமை பெற்றவராக விளங்கினார் பங்கிம் சந்திரர். உணர்ச்சி நிறைந்த இந்தப் புதுமை மனிதர் அக்காலத்திய மற்ற வங்காளிகளைப் போலவே தாமும், தம் வர்க்கத்தினர் சம்பாதித்துள்ள கௌரவத்தை நிலையாக்கிக் கொள்ள விரும்பினார். எதை விட்டுக் கொடுப்பது (compromise), எதற்காக விட்டுக் கொடுப்பது, விட்டுக்கொடுக்கப்படும் விஷயத்தின் மதிப்பு, எதற்காக விட்டுக் கொடுக்கப்படுகிறதோ அதன் மதிப்பு—ஆகிய விஷயங்களில் அவருடைய கருத்துக்கள் எல்லாம் சரியானவை அல்ல. ஆயினும், 'விதி தவிர்க்க முடியாதது என்ற காரணத்தால் தனி மனிதனின் சுதந்திரம் பாதிக்கப்படவில்லை' என்று உணர்ந்த முதல் இந்திய நாவலாசிரியர் அவரே.

உதாரணம், 'சந்திரசேகர்' (1875) நாவலின் பிரதாப், 'ராஜ சிம்மன்' (1882) நாவலின் மோபாரக். விதிக்கும் தனி மனிதனுக்கும் இடையே உள்ள இந்த முரணைத் தெளிவாக்கு வதற்கு அவர் சரித்திரத்தின் உதவியை நாட வேண்டியிருந்தது. ஆயினும் அவருடைய சரித்திர 'ரொமான்ஸ்'களில் மட்டு மின்றிச் சமூக நாவல்களிலும்கூட இந்த முரண்பாடு தெளிவாகச் சித்திரிக்கப்பட்டிருக்கிறது. கபால குண்டலா, பண்டைக் காலத்தையும், குந்தநந்தினி சமகாலத்தையும் சார்ந்த பாத்திரங்கள். தங்களுக்கு எதிர்காலத்தில் நேரப்போவது

அவர்களுக்கு முன்பே ஓரளவு தெரிந்துவிட்டது. ஆயினும் இதனால் அவர்களுடைய தனித்தன்மையின் ஒரு பொறிகூட மங்கிவிடவில்லை. அது மட்டுமல்ல, ஓரிரண்டு இடங்களில் பங்கிம் சந்திரர் தனிமனிதனின் குணச்சித்திரச் சிக்கலை ஆதாரமாகக் கொண்டு அதன்மூலம் விதியைச் சித்திரிக்கிறார். 'விஷவிருட்சத்தி'ன் தேவேந்திரநாத் ஓரளவிலும், 'ரஜனி' (1877) நாவலின் அமர்நாத் குறிப்பாகவும் தங்கள் குணங்களின் சிக்கல் காரணாக இடையூறுக்குள்ளானார்கள். ஆங்கிலேயரின் காலனி ஆட்சித் தேவை காரணமாகப் பிறந்த நடுத்தர வர்க்கத்தின் நாடி நரம்புகளில் பாயும் வெறுமையும் தோல்வியுமே இந்த இடையூறு என்று சொல்லலாம். நெடுங்காலத்துக்கு முன்னால் அமர்நாத் தனக்குத்தானே சொல்லிக் கொண்டான், 'என் விருப்பத்துக்குரிய பொருள் எதுவும் இல்லாமைதான் என் துக்கத்துக்குக் காரணம்' என்று. இந்தப் பேச்சு இப்போதும் பொருந்தும்.

## 2

தனிமனிதனின் இளமை வேதனையை முதல் முதலில் உணர்ந்தவர் ரவீந்திரர்தாம். விக்டோரியா காலத்து வங்காளி களின் 'நிலைத்து நிற்கும் ஆசை'யின் பலவீனம் எங்கே இருக்கிறது என்பதையும் அவரே முதலில் உணர்ந்தார். ஆங்கிலேயரின் சட்டத்தின் பலத்தைக் கொண்டு நம் சமூகத்தை ஓர் இறுகிய அமைப்பில் அடைத்து வைக்க விரும்புவதில் உள்ள பொருத்தமின்மையை அவர் தம்முடைய 'ஆத்ம சக்தி' (1905) கட்டுரைத் தொடரில் விளக்கினார். இதன்மூலம் இந்திய சமூகத்தின் பலவீனம் வெளிப்படுகிறது. அது மட்டும் அல்ல, நடுத்தர வர்க்கம், சமூகத்தின் பெரும் பகுதியிடமிருந்து துண்டுபட்டிருப்பதும் தெளிவாகிறது.

தனிமனிதனுக்கு நேரும் இடையூறு, அதை வெற்றி கொள்ள அவன் செய்யும் முயற்சி ஆகியவையே ரவீந்திரரின் முக்கிய நாவல்களின் கருப்பொருளாகும். வங்காள நடுத்தர வர்க்கத்தின் இருப்பைச் சார்ந்த பலவிதச் சிக்கல்களுக்குக்

கலையுருவம் கொடுத்தார் ரவீந்திரர். மனிதனின் எதிர் காலத்தை உணர்ந்திருந்த பங்கிம் சந்திரர், தம் நாவல்களில் நாடகபாணியைப் பின்பற்றினார். அவர் அத்தியாயங்களை நாவல்களில் அமைத்துள்ள விதம் நாடகங்களின் காட்சி அமைப்பை ஒத்திருக்கிறது. ரவீந்திரர் தம் நாவல்களில் மனிதனின் இருப்பைச் சார்ந்த வேதனையின் மர்மத்தை முழுமையாக வெளிக்காட்ட முயற்சி செய்தார். பங்கிம் சந்திரரின் நாவல்களில் சம்பவங்களின் மோதலால் பாத்திரத் துக்குக் கவர்ச்சி ஏற்படுகிறது. ரவீந்திரரின் நாவலிலோ பாத்திரத்தின் தனித்துவத்தின் ஒளியில் சம்பவங்கள் மின்சக்தியின் தீவிரம் நிறைந்த இறுக்கத்தைப் பெறுகின்றன; பாத்திரத்தின் தனித்துவமே சம்பவத்தை விளக்குகிறது. ஆகவேதான் ரவீந்திரர் நாடக பாணியைப் பின்பற்றுவதில்லை. அனுபவங்களின் முடிவில் பங்கிம் சந்திரரின் பாத்திரங்கள் முடிவடைகின்றன. ஆகையால் அவருடைய நாவல்கள் ‘முடிவடைந்த நாவல்’ (closed novel) வகையைச் சேர்ந்தவை. ரவீந்திரரின் நாவல்களில் கதை, பாத்திரங்களின் தனித் துவத்தின் முழுமையைச் சார்ந்திருப்பதால் அனுபவங்கள் முடிவடைவதில்லை. ஆகவே அவருடைய நாவல்கள் ‘முடிவு பெறாத தொடரும் நாவல்’ (open novel) வகையைச் சேர்ந்தவை.

கடைசியில் கதை எங்கே போகும் என்று யார் சொல்ல முடியும்? ரவீந்திரர் கையாண்ட விஷயம் தனித்துவத்தின் முடிவின்மை. ஆகவேதான் அவருடைய பாத்திரங்கள் ஒரு வரையறைக்குள் கட்டுப்படவில்லை.

‘சோகேர்பாலி’யின் (1903) மகேந்திரனும், ‘ஜோகாஜோக’த் தின் (1929) மதுசூதனும் நடுத்தரவர்க்கத்தின் இயல்பான அதிகார ஆசைக்கு ஆட்பட்டவர்கள். ஆயினும் அவர்களிடை யேதான் எவ்வளவு வித்தியாசம்! ஒருவன் நடுத்தர வர்க்கத்துத் தாயின் அரவணைப்பில் செல்லமாக வளர்ந்தவன். முற்றும் பூர்ஷ்வா மனப்பான்மை படைத்தவன்; மற்றவன் பிரிட்டிஷ் சாம்ராஜ்யத்தின் ஆதரவில் பதவியும் செல்வமும் சேர்த்தவன்.

மனிதனின் பிளவுபட்ட தனித்துவத்தின் வேதனை ‘கோரா’ (1910) நாவலில் கதாநாயகனின் பாத்திரப் படைப்பில் வெளிப்படும் முறை வேறு; ‘சதுரங்கம்’ (1916) நாவலில் சதீஷின் பாத்திரப் படைப்பில் வெளியாகும் முறை வேறு. இதன் காரணமாக நாவல் எழுதப்படும் முறையும் வேறுபடுகிறது.

காப்பியத்தன்மை கொண்ட 'கோரா' நாவலின் வசனத்தில் பற்றற்ற, சஞ்சலமற்ற, எதையும் காண முடிந்த கம்பீரத்தைக் காண்கிறோம்; 'சதுரங்க'த்தின் இறுக்கமில்லாத கதையமைப்பில் கவித்துவத்தின் ஆழத்தைக் காண்கிறோம். ஆனால் ரவீந்திரர் என்றும் கவித்துவத்தைக் கொண்டு நாவலை இட்டு நிரப்ப முயன்றதில்லை. கதையமைப்பு (plot) விஷயத்தில் மிகவும் பலவீனமான 'நௌகாரூபி'யை (1906) ஒதுக்கிவிட்டுப் பார்த்தால், 'கரே பாயிரே' (1916), 'சார் அத்யாய்' (1934), 'சேஷேர் கவிதா' (1929) முதலிய நாவல்களில் பாத்திரங் களின் உள்ளார்ந்த குண விசேஷங்களின் பாதிப்புகளே கதையாக உருவாகியிருப்பது தெரிய வரும். இவ்விஷயத்தில் அவர் தற்கால வங்காளி நாவலாசிரியர்களை ஒத்திருக்கிறார்.

ரவீந்திரரின் பெண் பாத்திரங்களின் தனித்தன்மையைப் பற்றிக் கூறாவிட்டால் அவரைப்பற்றி முழுமையாகக் கூறியதாகாது. அவருடைய கற்பனைப் பெண்கள் யாவருமே தங்கள் தங்கள் சொந்தக் குணங்களின் சுதந்திர மலர்ச்சியிலேயே முழுமை தேடுகிறார்கள். ரவீந்திரர் கவியாயிருப்பதால் அவருடைய விநோதினி (சோகேர் பாலி), தாமினி (சதுரங்கம்), குமு (ஜோகா ஜோக்) ஆகியோரைக் 'கட்டற்ற கவிதை' (free verse) என்று சொல்லலாம். காலனியின் தேவையில் பிறந்த நடுத்தர வர்க்க வாழ்க்கையில் அவர்களை நிலப்பிரபுத்துவ யுகத்து வாழ்க்கை முறை அடிக்கடி மடக்கப்பார்க்கிறது. ஒவ்வொரு தடவையும் அவர்கள் தங்கள் புனிதத் தன்மையால் நிலப்பிரபுத்துவ யுகத்தின் தடைகளைச் சுட்டுப் பொசுக்கி விடுகிறார்கள். இவ்விதத்தில் தாமினி ஓர் ஆச்சரியத்துக்குரிய பாத்திரம். அவள் 'வடக்கத்திக் காற்றுக்குக் கால் பைசாகூட வரி கொடுக்கவில்லை.'

## 3

நமது வெகு ஜனரஞ்சக நாவலாசிரியரான சரத் சந்திரர், தம்முடைய புகழ்பெற்ற பெண்பாத்திரங்களைப் படைக்க உந்துதல் பெற்றது ரவீந்திரரின் விநோதனி பாத்திரப்

படைப்பிலிருந்துதான். சரத்சந்திரரின் கற்பனைக் குறைவால் அவருடைய கதைகள் பலம் குறைந்திருக்கின்றன. அவர் சொல்ல விரும்பும் விஷயம் மிகக் குறைவுதான். ஆயினும் பெண்ணின் அன்பு செய்யும் உரிமையை அவர் தம் நாவல்களில் உணர்ச்சியுடன் நிலை நாட்டினார். 'பாரதி' யுகத்தின் 'ரொமான்ஸ்' நாவல்களின் பாதிப்பிலிருந்து வங்காளி நாவலை விடுவித்தவர் சரத் சந்திரர்தான். இந்தத் துறையில் அவரது வெற்றிக்குக் காரணம், தான் கூறும் விஷயத்தைப் பற்றி அவருக்கு இருந்த தெளிவான உணர்வுதான். அது இடையிடையே எவ்வளவு குறுகியதாக இருந்தாலும் சரி, அவருடைய ஆண் பாத்திரங்கள் புத்திசாலித்தனத்தில் குறைந்தவர்களாயினும் உயிர்த்துடிப்பு உள்ளவர்களாக இருக்கிறார்கள். பெண் பாத்திரங்களின் நடத்தை பல சமயங் களில் அர்த்தமில்லாததாக இருந்தாலும் அவர்களுடைய உணர்ச்சிகள் உண்மை என்பதில் ஐயமில்லை. இதற்கு உதாரணம், 'ஶ்ரீகாந்த்' முதல் பாகம் (1917), 'கிருகதாஹ' (1920).

பங்கிம்–ரவீந்திர–சரத் யுகம் வங்காளி நாவலின் முதல் பருவம்; 1930க்கும் 1950க்கும் இடைப்பட்ட காலத்தை இரண்டாம் பருவமாகக் கொள்ளலாம். இந்தக் காலம் ஏதோ ஒரு குறிப்பிட்ட எழுத்தாள மேதையால் ஆக்கிரமிக்கப் படவில்லை. இந்த இடை வெளியில் குறைந்தது ஆறு நாவலாசிரியர்கள் தங்கள் தங்கள் கருத்துக்கேற்ப வாழ்க்கை யைச் சித்திரிப்பதில் ஈடுபட்டிருந்தார்கள். அவர்களுள் குறிப்பிடத்தக்கவர்கள் தாராசங்கர் பந்த்யோபாத்யாயா, விபூதி பூஷண் பந்த்யோபாத்யாயா, மாணிக் பந்த்யோபாத்யாயா ஆகிய மூவர். பனபூல், புத்ததேவ் போஸ் ஆகியோரின் நாவல்களின் அமைப்பும் வெற்றிகரமான நடையும் நினைவு கூரத்தக்கவை. தாராசங்கரின் 'ஹான் சுலி பாங்கேர் உபகதா' (1947), 'கவி' (1942); விபூதி–பூஷணின் 'பதேர் பாஞ்சாலி' (1929), 'ஆரண்யக' (1939); மாணிக் பந்த்யோபாத்யாயாவின் 'புதுல்நாசேர் இதிகதா' (1936), 'பத்மா நதீர் மாஜி' (1938) ஆகியவை உலகத்தின் எம்மொழி இலக்கியத்திலும் மதிப்புப் பெறத்தக்கவை. தாரா சங்கரின் விரிந்த அனுபவமும் உறுதியான நாட்டுணர்வும் அசாதாரணமானவை. விபூதி பூஷணிடம் அனுபவத்தின் வீச்சைவிட விசேஷமாகக் காணப்படுவது உள்ளுறை உண்மையைக் கிரகித்துக்

கொள்வதில் அவருக்குள்ள திறமை. வாழ்க்கையின் சிக்கலுக்கு மறுபெயரான விதியின் சிக்கலை நன்கு அறிந்திருந்தார் மாணிக் பந்த்யோபாத்யாயா. தமக்கு முன்னோடியான ஜகதீஷ் குப்தாவை அவர் இவ்விஷயத்தில் மிஞ்சிவிட்டார். நாவலின் இரண்டாம் பருவத்திலேயே மூன்றாம் பருவத்தையும் கோடி காட்டியவர் மாணிக் பந்த்யோபத்யாயா. இது காரணமாக அவர் தற்கால நாவலாசிரியர்களிடம் பிரத்யேக மரியாதை பெறுகிறார். அவர், தம் காலத்தில் வழங்கிய பெயர் உருவத் திரைகளைக் களைந்து உண்மையைக் காண விரும்பினார்.

இருபதாம் நூற்றாண்டின் ஐந்தாவது, ஆறாவது பத்தாண்டுகளைச் சேர்ந்த சதீநாத் பாதுரி பல திறப்பட்ட விஷயங்களைப் பற்றி அறிவதில் சிறந்து விளங்கினார். சற்று 'லிரிகல்' தன்மை பெற்றிருந்தாலும் 'அசினராகினி', 'ஜாகரீ'க்குக் குறைந்ததல்ல. அவருடைய 'டோடாயி சரித மானஸ்' வியப்புக்குரிய ஒரு படைப்பாகும்.

## 4

சீர்ஷேந்து முகோபாத்யாயாவும் அவரது சமகாலத்தவரும் நாவல்கள் எழுதத் தொடங்குமுன் சுமார் பத்துப் பன்னிரண்டு வருஷங்கள் வங்காளி நாவலில் ஒரு விரும்பத்தகாத போக்கு காணப்பட்டது. இரண்டாம் உலகப் போருக்குப் பின்னிருந்தே இந்தப் போக்கு தீவிரமாகியது. சுருக்கமாகச் சொல்லப் போனால் இந்தப் போக்கைச் 'சரித்திர–பூகோளப் போக்கு' என்று சொல்லலாம்.

இரண்டாம் உலகப் போரின் பின் விளைவாக நடுத்தர வர்க்கத்தின் ஒரு நூற்றாண்டுக்கால மதிப்பீடுகளின் அழிவு, ரசனை மாற்றம், நாட்டுப் பிரிவினையின் விளைவாகப் பழைய கிராமக் கனவுகளின் அழிவு. தனி மனிதனின் நம்பிக்கை இழப்பு, வர்க்கத்தின் எதிர்காலம் வறண்டு கிடந்தநிலை இவற்றை எதிர்கொள்ள விரும்பாத பல எழுத்தாளர்கள் நாவல்களின் கருப்பொருளை மாற்ற முனைந்தார்கள். ஆகவே சரித்திர உணர்வற்ற, கடந்த காலத்தைச் சார்ந்த, ஒருவகை

நாவல்களும், இதுவரை யாரும் கண்டிராத வாழ்க்கையைச் சித்திரிக்கும் கவர்ச்சி நாவல்களும் நமக்குக் கிடைத்தன. எல்லா நாவல்களுமே இவ்வகையைச் சேர்ந்தவை என்று கூற இயலாது. ஏனெனில் இந்தக் காலத்திலேயே சில எழுத்தாளர்கள் வங்காளி நடுத்தர வர்க்கத்தின் இக்கட்டைத் தமது கலைப் படைப்புகளில் சித்திரிக்கத் தொடங்கி விட்டார்கள். இவ்விடத்தில் குறிப்பிடத்தக்கவை, ஜோதிரிந்திர நந்தியின் 'பாரோகர் ஏக் உடான்', சந்தோஷ்குமார் கோஷின் 'கினு கோயாலார் கொலி' ஆகிய இரண்டுமாகும். மறுபக்கத்தில் தனி மனிதனின் இருப்பைப் பற்றிய போராட்டமும் நாவலாசிரியனின் கவனத்தைக் கவர்ந்தது என்பதற்கு உதாரணம், அசீம்ராயின் 'கோபால் தேவ்' நாவல். அமிய பூஷண் மஜூம்தார், குணமய் மான்னா ஆகியாரின் காப்பியத் தன்மை படைத்த நாவல்களும் நம் நினைவுக்கு வருகின்றன

மதிநந்தி, சீர்ஷேந்து முகோபாத்யாயா, தேவேஷ்ராய், சியாமல் கங்கோபாத்யாயா, பரேன் கங்கோபாத்யாயா முதலிய சிறுகதை எழுத்தாளர்கள் அறுபதுகளின் தொடக்கத்திலேயே 'எதார்த்தம் எனப்படும் பொருளின் எல்லை மாறிவிட்டது' என்ற உண்மையைத் தம் கதைகளின்மூலம் தெளிவாக்கி னார்கள். தேவேஷ்ராய் இன்னும் முழுமையான நாவலாசிரி யராக ஆகவில்லை. ஆனால் மற்றவர்கள் அறுபதுகளின் இடையிலேயே நாவலைத் தங்கள் கருத்துக்களை வெளியிடும் முக்கிய சாதனமாக எற்றுக்கொண்டு விட்டார்கள். இதற்குமுன் தாராசங்கரின் 'ஜோகப் பிரஷ்ட' போன்ற நாவல்களில் மனிதனின் இக்கட்டான நிலை சித்திரிக்கப்பட்டிக்கிறது என்றாலும் இரண்டாம் உலகப் போருக்குப் பிற்பட்ட தற்கால உலகத்தின் சித்திரம் இளம்-மிக இளம் எழுத்தாளர்களின் படைப்புகளிலேயே முதல் முதலாகத் தெளிவாகத் தெரிகிறது. 'இந்த எழுத்தாளர்களின் மூலமே நாவல் கல்கத்தாவுக்கும் தற்காலத்துக்கும் திரும்பி வந்தது' என்று சொன்னால் மட்டும் எல்லாம் சொல்லிவிட்டதாக ஆகிவிடாது. 'மாணிக் பந்த்யோ பாத்யாயாவின் வாரிசுகள் என்ற முறையில் இந்த எழுத் தாளர்கள் நாவலை மறுபடி தனிமனிதனின் உலகத்துக்கு அழைத்து வந்தார்கள் என்று சொல்வதுதான் பொருத்தமாகும். சுனில் கங்கோபாத்யாயாவின் 'ஆத்ம பிரகாஷ்' (1966) வெளியாகியது. அதில் தனிமனிதனின் உணர்வுலகம்

முக்கியத்துவம் பெற்றது. இதற்குள் ஐந்தாவது பத்தாண்டின் இளம் எழுத்தாளர் சமரேஷ் வஸு மிகவும் பரபரப்பைக் கிளப்பிவிட்ட 'பிபர்' நாவலைப் படைத்துவிட்டார். 'பிபர்' நாவலின் கதாநாயகனாகட்டும், கவி லோக்நாத் பட்டாச்சார்யா அண்மையில் இயற்றிய 'பாபுகாட்டேர் குமாரி மாச்' என்னும் உருவக நாவலின் கதாநாயகனாகட்டும், இத்தகைய கதாநாயகர்களிடமிருந்து நாம் அறிந்து கொள்வது 'கதாநாயக லட்சணங்களுள்ள கதாநாயகர்களின் காலம் மலையேறி விட்டது' என்பதுதான். காட்சி, காண்பவன்—இவ்விரண்டின் சேர்க்கையால் ஒரு மூன்றாவது உலகம் உருவாகிறது. இவ்வுலகத்தின் இருப்பு மனிதனின் மனம், புதை மனத்தின் சிக்கலில், ஒளியிருள் கலப்பில் லயிக்கிறது.

சீர்ஷேந்து தம் வாழ்க்கை வரலாற்றின் அடிப்படையில் எழுதிய 'உஜான்' (1972) நாவலில் ஒரு பொருள் செறிந்த விஷயத்தைச் சொல்லியிருக்கிறார். உலகத்தில் ஒரு தடவை 'தான்' ஆகப் பிறப்பெடுத்தபிறகு வேறு யாராகவும் ஆக முடியாது! வேறொன்றும் இல்லை; பட்டமில்லாத, பெயர் இல்லாத இந்த மனிதனையே தற்காலத்து நாவலாசிரியர்கள் தேடுகிறார்கள். இந்நாவலாசிரியர்களுள் சீர்ஷேந்தும் ஒருவர். 'உஜான்' நாவலின் கதாநாயகன் 'குரு' முதல் முதலாகப் பள்ளிக்குச் சென்றபோது அவனை அவனது உண்மைப் பெயரான 'மதுசூதன்' என்ற பெயரால் அழைத்தார்கள். அவன் அந்த அழைப்புக்குச் செவி கொடுக்கவில்லை. சரியான பெயரால் அழைக்கவேண்டும், இல்லாவிட்டால் பதில் கிடைக்காது. ஆனால் பல பெயர்களில் பிளவுபட்டுக் கிடக்கும் மனிதனை எப்பெயரால் அழைத்து அவனிடமிருந்து பதில் பெறுவது? இதுதான் சீர்ஷேந்துவின் கேள்வி. அவருடைய 'ஃபேரா' (1972) நாவலின் கதாநாயகன் தன்னுடைய எல்லாப் பெயர்த் திரைகளையும் களைந்தெறிந்துவிட்டுக் கடைசியில் தன் இருப்பின் முழுமையைத் தேடிக் கண்டு பிடித்தானா? மனிதன் தன்னை இழப்பதும் பிறகு தன்னையே திரும்பப் பெறுவதுமே சீர்ஷேந்து நாவலின் கரு.

சீர்ஷேந்துவின் படைப்புகளுக்குப் பிரதிநிதித்துவம் வகிக்கக்கூடிய இருநாவல்கள் 'குண்போகா' (கறையான்—1967), 'பராபார்' (1971) ஆகிய இரண்டுமாகும். 'கறையான்' சீர்ஷேந்துவின் முதல் நாவல். இவ்விரு நாவல்களிலும் முக்கிய

விஷயம் மனிதன் தன்னைத் தனிமைப்படுத்தப்பட்டதாக உணர்வது; கொஞ்சம் கொஞ்சமாக உணரப்படுகிறது இந்த உணர்வின் சுமை. சீர்ஷேந்து பழுப்பு நிறத்தை ஒரு தனிப்பட்ட பொருளில் கையாளுகிறார்.

அவருடைய பாத்திரங்களின் கற்பனையில் ஓர் அமுக்க மான சோக உணர்வு பரவியிருக்கிறது. சியாம் (கறையான்), லலித் (பராபார்) பாத்திரங்களின் வாஸ்தவத் தன்மைக்கு ஊறு நேராமலேயே அவர்கள் தற்கால நாகரிகப் பின்னணியில் வாழும் மனிதனின் உருவகமாகவும் இருக்கிறார்கள். இந்த மனிதனுக்கு உலகத்தை வெல்லும் ஆசை இல்லை; எதையும் இழப்பதில் வருத்தம் கிடையாது; எதையும் அடைவதற்காக அவன் கைகளை நீட்டவில்லை.

சரித்திரமும் சமூகமும் அரசியலும் மனிதனின் நோக்கில் செல்லாக் காசாகிவிட்ட ஒரு காலத்தில் அவன் தன்னிடமே திரும்பி வரும் கதையை எழுதுகிறார்கள் நாவலாசிரியர்கள். அத்தகையோரில் சீர்ஷேந்துவும் ஒருவர். ஆகவே பழுப்பு நிறத்தின் நான்கு பக்கங்களிலும் காவிக்கரை தோன்றுகிறது. அவருடைய நாவல்களில் அடிக்கடி பைத்தியங்களையும் அரைப் பைத்தியங்களையும் காண்கிறோம். ஆனால் அவருடைய பைத்தியங்கள் கருணையை வரவழைப்பதற்காகப் படைக்கப்பட்டவர்கள் அல்ல. அவருடைய அழகான சிறுகதை ‘உத்தரேர் பால்கனி’யில் வரும் பைத்தியம் அவருடைய பைத்தியக்காரப் பாத்திரங்களின் பிரதிநிதி யாவான். கீர்த்தியையும் வெறுமையையும், பெறுவதையும் இழப்பதையும் அர்த்தமற்ற விஷயங்களாகக் கருதும் மனிதனுக்கு வாஸ்தவ உலகத்திடம் ஒரு பயமும் இல்லை. இத்தகைய மனிதன்தான் சியாமின் பாத்திரத்திலும் பிமானின் பாத்திரத்திலும் உருவாகியிருக்கிறான். ‘உத்தரேர் பால்கனி’யின் அருண் இத்தகைய பாத்திரங்களின் கொடுமுடி எனலாம். அவன் மலைபோல மௌனமாகச் சலனமற்று இருக்கிறான். அவனுக்கு முன்னே வாஸ்தவமாகிய ஆறு ஒலியெழுப்பிக் கொண்டு பாய்கிறது. ‘இன்று உள்ளது திடீரென்று வற்றிப்போய் விடலாம்’ என்ற பயம் துஷாரின் திகில் உணர்வில் நிழலாடுகிறது. உள்ளூறை உண்மையை அனுபவிக்க முடியும்படி செய்வதிலேயே இந்நாள் கதை, நாவல்களின்

வெற்றி அடங்கியிருக்கிறது. எழுத்தாளர்களின் இலக்கு உள்ளுறை உண்மையே; வெளிப்படையான உண்மை அல்ல.

கறையானின் சியாம் தனிமைப்படுத்தப்பட்ட மனிதர்களின் பிரதிநிதி. அவன் எதார்த்தத்தால் தாக்குண்டவன். வெளிப்புற எதார்த்தம் அவனுக்கு எதிராயிருக்கிறது. அவனுடைய உணர்வில் பிரதிபலிப்பதுதான் சத்தியம். தனிமையே அவனது அனுபவம். அவன் உண்மையில் எந்த வர்க்கத்தின் பிரதிநிதியும் அல்ல. அவன் தனியன், தன்னில் நிறைந்தவன், அவன் தானாகவே வேலையை விட்டுவிட்டான். அதன்பிறகு அவனுடைய உறவுப் பிணைப்புகள் அறுந்து விழுகின்றன. அவன் இவ்வுறவுகளைப் பற்றிக் கவலைப் படவுமில்லை. உண்மையில் அவன் கொஞ்சங் கொஞ்சமாகத் தன்னைத் தனக்குள்ளேயே சுருட்டிக்கொண்டு விட்டான். மோட்டார் சைக்கிள்காரனும் லீலாவும் எதிர்மறைப் பொருளில் அவனுடைய இருப்புக்கு வெளியே உள்ள உண்மைகள். நிஜ உலகத்தில் இதயமற்ற ஒரு விரோத உணர்வு பரவியிருக்கிறது. சியாம் என்ற மனிதன் கண்ணுக்குத் தெரியும் நிஜ உலகத்தின் பாதிப்பால் எங்கே போய்ச் சேருகிறான் என்பதைத்தான் நாவல் விவரிக்கிறது. நாவலின் கடைசி சம்பவத்துக்குப் பிறகு சியாமுக்கு ஒருவேளை பைத்தியம் தெளியலாம். சியாமின் கதையில் மனத்தத்துவ அறிவால் அறியக்கூடிய எல்லா அடையாளங் களும் உள்ளன. மோட்டார் சைக்கிள் சம்பவத்தில் ஒரு கற்பனையான திகிலுணர்வு உருவாகிறது. இத்துடன், அவன் ஓடிப்பிடித்து விளையாடுவது இயற்கைக்கு மாறானது—இப்படி விளையாடும் போது சியாம் தான் அறியாமலேயே என்ன சொல்லிவிட்டான்? எதார்த்தம்—கவர்ச்சி நிறைந்த எதார்த்த உலகம் எப்படியும் அவனைத் தொடமுடியாது என்று கூறிவிட்டான்! அவன் தன்னைப் பிடிகொடுக்க மாட்டான். இது அவன் விஷயத்தில் இயற்கைதான். ஏனென்றால், இயற்கைக்கு முரணானதெல்லாம் இயற்கையாக ஆகிவிடக் கூடிய ஒரு கணத்தைச் சேர்ந்தவன் சியாம். அக்கணத்தில் திருப்தியும் இயற்கையான நடத்தையுமே இயற்கைக்கு முரணானவை. 'தன் மூளைக்குள் ஆகாயம் நுழைந்து விடாது' என்ற உணர்வு ஏற்பட்டதுமே—'பராபார்' இன்பிமான் மேலெழுந்த வாரியாகத் திருப்தியடைந்தவனாக (smug), அதாவது சராசரி மனிதனாக ஆகிவிடுகிறான். சியாம்

தன்னைக் குற்றவாளியாகக் கருதிக் கொள்வதும் நாகரிகத்தின் இன்றைக் கணத்தின் கற்பனைதான். 'நான்தான் பொறுப்போ? நான்தான் குற்றவாளியோ?' இந்த ஐயம் கட்டாயமாகிவிட்ட குற்ற உணர்வு நாகரிகம் நம்மேல் சுமத்தியதாகும். ஆயினும் சியாமின் கதை நிராசையின் கதை அல்ல. 'மனிதன் எல்லா வேதனைகளையும் கடந்து தன் இரண்டாம் பிறப்பை வெற்றிகரமாக்கிக் கொள்வான். இந்த உணர்வு சியாமுக்கும் லலித்துக்கும் மட்டுமல்ல, 'சூன்யேர் உத்யான்' நாவலின் பாத்திரம் கௌர் ஹரிக்கும் உண்டு. இந்தப் புதுப் பிறப்புக் காகத்தான் மறுபடி அன்னையின் வயிற்றுக்குள் திரும்பிவிடும் ஆசை; இதற்காகத்தான் இன்றியமையாத சாவை ஏற்றுக் கொள்வது. ஆகவேதான் 'பராபாரி'ன் லலித் நோய்வாய்ப்பட்ட மனித சமூகத்தின் இந்த ஆசையை வெளிப்படுத்துகிறான். கறையானின் சியாமும் இதையே செய்கிறான்.

சீர்ஷேந்து அனுபவித்துப் படைத்துள்ள பாத்திரங்கள் கௌர் ஹரியைப்போல் முடிவற்ற ஒரு யாத்திரையை மேற்கொள்ள விரும்புகிறார்கள்—அன்பும் முழுமையும், கடவுளும் இருக்கும் இடத்தை நோக்கி. ஆமாம், சீர்ஷேந்து 'கடவுள்' என்ற வார்த்தையைத் தெளிவாகவே பயன் படுத்துகிறார். அவருடைய வயது இப்போது முப்பத்தேழு வருஷங்கள், இரண்டு மாதங்கள்.

1975 சரோஜ் பந்த்யோபாத்யாய

# 1

செயின்ட் அன்ட் மில்லர் கம்பெனி வேலையை ஜுன் மாதத்தில் விட்டுவிட்டான் சியாம்.

வேலையை விடுவதற்கான காரணம் அப்படியொன்றும் முக்கியமானதல்ல. அவனுடைய டிராயிங்கில் ஏதோ தவறு இருந்ததாக அவனுடைய மேலதிகாரி மஜும்தார், பக்கத்தில் இருந்தவர்கள் காதில் விழும்படி அவனை ‘வேசிமகன்’ என்று திட்டினானாம். மூச்சுக்கு மூச்சு திட்டுவது மஜும்தாரின் வழக்கம். ஹரி மஜும்தாரின் நடையுடை பாவனைகளையும் பேச்சுவார்த்தைகளையும் சியாமும்கூட அவ்வப்போது நடித்துக் காண்பிப்பதுண்டு; இடையிடையில் பியூன்களையும் ஓரிரு கற்றுக்குட்டி டிராஃப்ட்ஸ்மேன்களையும் மஜும்தாரின் பாணியையும் குரலையும் காப்பியடித்துத் திட்டுவதும் உண்டு. அடிக்கடி பயன்படுத்திய இந்தப் பழைய திட்டுக்களெல்லாம் தங்கள் வலிமையை இழந்து அர்த்தமில்லாமல் போய்விட்டன என்று அவன் நம்பத் தொடங்கியிருந்தான். வேறு புதிய திட்டுக் களைக் கண்டுபிடிக்க வேண்டும் என்று நினைத்தான் அவன்.

ஆனாலும் மஜும்தார் திட்டியது பற்றிக் கேள்விப்பட்ட போது சியாம் இரண்டு மூன்று நாட்கள் ஏதோ யோசித்தான். இடையிடையில் ஏதோ ஞாபகமாக ‘டை’யின் முடிச்சைத் திருகிவிட்டுக்கொண்டான். பாத்ரூமில் கண்ணாடிக்கு முன்னால் நின்றுகொண்டு தன் முகத்தின் பிரதிபிம்பத்தை அர்த்தமில்லாமல் பார்த்துக்கொண்டு நின்றான். மாலை வேளைகளில் வழக்கம்போல் வம்பளக்காமல் வீட்டில் படுத்துக் கிடந்தான். அப்படியும் மனசு சமாதானமாகவில்லை. மஜும்தார் தான் பயன்படுத்தும் வார்த்தையின் பொருள்களை யோசித்துத் திட்டுவதில்லை. தன் கோபத்தை வெளிப்படுத்த ஒரு வார்த்தையைப் பயன்படுத்துகிறான், அவ்வளவுதான். சியாமும்கூட அந்த மாதிரி எவ்வளவோ பேரைத் திட்டியிருக் கிறான். திட்டு வாங்கிக்கொள்ள மட்டும் ஏன் தயங்க வேண்டும்? அது மட்டும் அல்ல. இந்த வேலை இன்னும்

கொஞ்ச நாட்களுக்குப் பிறகு பொன்முட்டை இடக்கூடியது. இதற்குள்ளேயே அவன் கடைவீதியில் சுற்றி ஃப்ரிஜ், ரேடியோகிராம், ஒரு சிறிய செகண்ட்ஹாண்ட் கார் ஆகியவற்றின் விலையை விசாரிக்க ஆரம்பித்திருந்தான். பெரிய மனிதர்கள் வசிக்கும் அமைதியான பகுதியில் இரண்டு அல்லது மூன்று அறைகள் கொண்ட ஒரு நல்ல ஃபிளாட்டையும் தேடத் தொடங்கியிருந்தான். வேலையை விட்டு விடுவது பற்றி அவனால் நினைக்கக்கூட முடியாது. ஏனெனில் இந்த வேலை அவன் மனத்தில் பல ஆசைகளைத் தோற்றுவித்திருந்தது.

இருந்தாலும் சியாமுடைய அலுப்பு அதிகரித்துக் கொண்டே வந்தது. சீட்டியடித்துக்கொண்டு சாலையில் நடப்பது, ஞாயிற்றுக்கிழமைகளில் தலைக்கு ஷாம்பூ போட்டுக் கொள்வது, விடுமுறை நாட்களில் பகல் தூக்கம் ஆகியவற்றில் எல்லாம் முன்பிருந்த மகிழ்ச்சி இல்லை அவனுக்கு. முன்பெல்லாம் அவன் இடையிடையே பெரிய ரெஸ்டாரெண்டுகளுக்கும் 'பார்'களுக்கும் சென்று பொழுது போக்குவது உண்டு. இப்போது அங்கெல்லாம் செல்ல விருப்பமே ஏற்படவில்லை. ஓய்வு நேரத்தில் கடுமையான அலுப்பும் தலைவலியுமாக தன் அறையிலேயே படுத்துக்கிடக்க ஆரம்பித்தான். இரவில் நல்ல தூக்கம் இல்லை. இரண்டு நாட்கள் நள்ளிரவில் எழுந்து குளித்தான். பிறகு சிகரெட்டுக்கு மேல் சிகரெட்டாகப் புகைத்துக் கொண்டே அறைக்குள் உலவியவாறே பாக்கி இரவையும் கழித்தான். அவன் என்றுமே உணர்ச்சி வசப்படுபவனாக இருந்ததில்லை; தீவிர சிந்தனையும் அவனுக்குப் பிடிக்காது. சத்தமும் கும்மாளமுமில்லாமல் வாழ முடியாதென்பதே இவ்வளவு காலம் அவனுடைய நம்பிக்கையாக இருந்தது.

ஆனால் ஒரு சிறிய வசவிலிருந்து கிளம்பிய பூதம் அப்படிப்பட்டவனுடைய மூளையை இப்போது ஆக்கிரமித்துக் கொண்டு விட்டது. அவனுக்கு இப்போது இன்னொரு கெட்ட வழக்கம் ஏற்பட்டு விட்டது. எப்போது பார்த்தாலும் அவன் கண்ணாடியில் தன் முகத்தைப் பார்த்துக் கொள்கிறான். ஷேவ் செய்து கொள்ளப் பயன்படும் சிறிய கைக்கண்ணாடி எப்போதும் அவனிடம் இருக்கும். அதில் தன்னை அடிக்கடி பார்த்துக் கொள்வான். ஒருநாள் அவன் ஆச்சரியத்துடன்

கண்ணாடியில் கவனித்தான். அவனையறியாமல் அவனுடைய உதடு அசைகிறது. அவன் கவனமாகக் காதுகொடுத்துக் கேட்டான்: உதடு தானாகவே உச்சரித்துக் கொண்டிருக்கிறது; 'வேசிமகன்! வேசிமகன்!'

தான் பைத்தியமாகிக் கொண்டிருக்கிறோமோ என்ற பயம் ஏற்பட்டது சியாமுக்கு!

கடைசியில் ஜூன் மாதத்தில் ஒரு வெப்பமான நள்ளிரவில் அவன் எழுந்து மேஜை விளக்கின் ஒளியில் தன் ராஜினாமா கடிதத்தை எழுதிவிட்டான். கூடவே தன் தாய்க்கும் ஒரு கடிதம் எழுதினான். "என் வேலை போய்விட்டது. இனி என்னை அதிகமாக நம்பிக்கொண்டிருக்காதே. இன்னும் இரண்டு மூன்று மாதங்கள் நீங்கள் கஷ்டப்பட்டுக் காலந்தள்ள வேண்டியிருக்கும்."

கடிதங்களை எழுதி முடித்த பிறகு நன்றாக அயர்ந்து தூங்கினான்.

அவனிடமிருந்த ஆடம்பரப்பொருள்கள், அவன் வாடகைக்கு வாங்கி வைத்திருந்த வார்ட்ரோபும் ஒரு புத்தக ஷெல்ஃபும்தான். 'ரூபஸ்ரீ ஃபர்னிஷர்ஸ்' கடையிலிருந்து ஆள் வந்து அவற்றை ஒரு தள்ளுவண்டியில் வைத்து எடுத்துக் கொண்டு போனான். புத்தகங்கள் குவியல் குவியலாகத் தரையில் கிடந்தன. வார்ட்ரோபையும் ஷெல்ஃபையும் அகற்றிய பிறகு அறை முன்னைவிட விசாலமாகத் தோன்றியது. அவனுக்கு நிம்மதியாக இருந்தது. கணக்குப் போட்டுப் பார்த்தான். கம்பெனியிலிருந்து அவனுக்குக் கிடைக்கவிருக்கும் பிராவிடண்ட் ஃபண்ட் தொகையைக் கொண்டு அந்த ஃபிளாட்டை இன்னும் கொஞ்ச காலம் வைத்துக் கொள்ள லாம். தெற்குப் பக்கம் பார்த்த அழகான அறை; அதனுடன் இணைக்கப்பட்ட பாத்ரூம்.

பருத்தித்துணிகள் அணிவதை வெகுகாலத்துக்கு முன்பே விட்டு விட்டிருந்தான் சியாம். அவனுடைய உடுப்புகள் பெரும்பாலும் டெரிலின், ட்ராபிகல் அல்லது பட்டு. வெளி நாட்டில் தயாரித்த சில 'டை'களும் அவனிடம் இருந்தன. அவன் பெட்டியைத் திறந்து அவற்றையெல்லாம் விநோதமாகப் பார்த்தான். இனிமேல் அவற்றை அணிவதில் அர்த்தமில்லை. பெட்டியின் அடியில் சில பருத்திச் சட்டை களையும் பேண்டுகளையும் தேடிக் கண்டுபிடித்தான்.

பேண்டின் கால் சுற்றளவு பதினெட்டு அங்குலம், சட்டையின் காலர் பழைய மோஸ்தர். அவற்றை அணிந்து கொண்டபோது பொருத்தமே இல்லாதிருப்பதாக அவனுக்குத் தோன்றியது. தனக்கு வந்த சிரிப்பை அடக்கிக்கொண்டு அவன் வேலை தேட வெளியே கிளம்பினான்.

வேலையா? ஆம், வேலை கிடைக்காமல் என்ன? கிடைக்கும்! அவனைப்போல் அனுபவமுள்ள இளைஞனுக்கு வேலை கிடைப்பதில் என்ன கஷ்டம்! ஆனால் கொஞ்சம் தாமதமாகலாம். "ஆமாம் அவன் இருந்த ஹரி மஜூம்தார் கம்பெனியை ஏன் விட்டுவிட்டான்? ஏதாவது தகராறா? என்ன விதமான தகராறு? இவ்வளவு கெட்டிக்கார இஞ்சினீயர், ஷெல் டிசைனில் அவனை மிஞ்ச ஆள் இல்லை, அப்படிப் பட்டவனை எப்படி விலக அனுமதித்தார்கள்?"

அவன் வேலை தேடிச் சென்ற கம்பெனிகளில் எல்லாம் மஜூம்தாரின் கீர்த்தி பரவியிருந்தது.

மூன்று மாதங்களுக்குப் பிறகு அவனைக் களைப்பும் தலை வலியும் ஆட்கொண்டன. ஒருநாள் அவன் சந்தடி நிறைந்த ஒரு நாற்சந்தியில் ஒரு சிகரெட்டைப் புகைத்தவாறே மாலை நேரத்தின் மறையும் ஒளியைப் பார்த்துக்கொண்டு தனக்குள் முணுமுணுத்துக் கொண்டான். "நான் முடிந்து போய் விட்டேன்!" அடுத்த நிமிஷமே சமாளித்துக் கொண்டு மனம் போனபடி வேகமாக நடக்க ஆரம்பித்தான்.

வேறொரு நாள் அவன் கைக்கண்ணாடியை முன்னால் வைத்துக்கொண்டு ஒட்டகச்சிவிங்கி போல் கழுத்தை நீட்டி ஒரு புத்தம் புது பிளேடை எடுத்துக் கழுத்து நரம்பில் வைத்தான். சற்று அழுத்தினான். ஆகா, எவ்வளவு சுகம்! சற்று நேரத்தில் ரத்தம் ஒரு மெல்லிய கோடுபோல் கழுத்தி லிருந்து வழிந்து பனியன் வழியே இறங்கி மார்பில் பரவியது. அவன் பிளேடைத் தூக்கியெறிந்துவிட்டுச் சிரித்துக் கொண்டான். "சீ, இது ரொம்ப நாடக பாணியாயிருக்கு" என்று சொல்லிக்கொண்டான். பிறகு துண்டால் கழுத்தைத் துடைத்து விட்டு, பிளேடு கீறிய இடத்தில் 'டெட்டால்' போட்டுக் கொண்டான். ஜன்னல்வழியே தலையை நீட்டிப் பார்த்தான். சாலையில் உயிருள்ள மனிதர்கள் நடமாடிக்

கொண்டிருந்தார்கள். காயத்தின் மேல் ஈரப்பஞ்சை வைத்து அழுத்தியவாறு அவன் கண்களை மூடிக்கொண்டான். ஆகா, என்ன சுகம்!

அவனுக்கு மிகவும் பிடித்தமான விஷயங்கள் இரண்டு: டெலிபோன் செய்வதும், காலை வேளையில் தினம் ஷேவ் செய்து கொள்வதும். ஆபீசில் அவனுடைய மேஜையில் ஒரு தனி டெலிபோன் இருந்தது. சற்று ஓய்வு கிடைத்தால் அவன் காரணமின்றி யாருக்காவது போன் செய்ய ஆரம்பித்து விடுவான். யார் யாருக்கோ அவன் தன் போன் நம்பரைக் கொடுத்திருந்தான். டெலிபோனில் பிறர் பேச்சைக் கேட்கவும், டெலிபோனில் பேசுவதற்கென்றே தயார் செய்துவைத்திருந்த செயற்கைக் குரலில் பேசவும் அவனுக்கு மிகவும் பிடிக்கும். ஆனால் வேலையை விட்டபிறகு ஆறு மாதங்களில் அவன் இரண்டு தடவைதான் டெலிபோனில் பேசினான். முதலாவது, காலேஜ் தெருவிலிருந்த ஒய்.எம்.சி.ஏ.விலிருந்து தன் ஆபீசுக்கு; தன் பிராவிடண்ட் ஃபண்ட் பணம் எப்போது கிடைக்கும் என்று விசாரிக்க. இரண்டாவது, சியால்தா ஸ்டேஷன் டெலிபோன் பூத்திலிருந்து இதூவுக்கு. அவன் இதூவை முதலில் சந்தித்து தென்கல்கத்தாவில் ஒரு ரெஸ்டாரென்டில் தான். அவளை அவன் பல தடவைகள் தன் படுக்கையறைக்கு அழைத்துச் சென்றிருக்கிறான். அவர்களுடைய பழக்கம், அதைக் காதல் என்று சொல்ல முடியாது, கல்யாணத்தில் முடிந்திருக்கலாம்.

அவர்கள் இவ்வாறு பேசிக்கொண்டார்கள்:

"இதூ! சௌக்கியமா?"

"இல்லை. ரெண்டு மாசமா உன்னைப் பார்க்கவே இல்லையே!"

"என்னைப் பத்தி விசாரிச்சியா?"

"உம், ரெண்டு மாசம் முன்னாலே ஆபீசுக்கு டெலிபோன் பண்ணினேன்."

"என்ன சொன்னாங்க?"

"சொன்னாங்க, உன்னை வேலையைவிட்டு நீக்கிட்டதா." சற்று யோசித்துவிட்டுச் சியாம் சொன்னான், "இல்லை, அது தப்பு, வேலையை நானாகத்தான் விட்டேன்."

"ஏனோ?"

"அவன் என்னைத் திட்டினான்."

"யாரு?"

"என்னோட 'பாஸ்', அந்த வேசி மகன்!"

சற்று மௌனமாயிருந்து விட்டு இதூ கேட்டாள். "சரி, இவ்வளவு நாள் என்ன செஞ்சிட்டிருந்தே? வேலை தேடலே?"

"ஊம்."

"ஏதாவது கிடைச்சதா நல்லதா?"

"இல்ல் ... லே."

"இப்போ என்ன செய்யப்போறே?"

சியாம் மெல்லச் சிரித்தான். "கல்யாணம் செஞ்சிகிட்டா எப்படியிருக்கும்னு யோசிக்கிறேன்."

"ரொம்ப நல்லது! யாரை?"

"நீ தயாரா?"

"உம்ம்ம்! இப்பவே!" சொல்லும்போதே இதூவின் குரலில் உணர்ச்சி நிரம்பியது. கம்பீரம் தொனித்தது. "சியாம், நானும் ஒரு சின்ன வேலை பாக்கறேன். அது தவிர, எங்கிட்ட கொஞ்சம் நகை இருக்கு. நம்ம இரண்டு பேருக்கும்..."

கேட்டுக் கொண்டிருக்கும்போதே சியாம் போனைத் தன் காதிலிருந்து நகர்த்தி, ஜாக்கிரதையாக—தோளில் தூங்கும் குழந்தையைத் தாய் கீழே படுக்க வைப்பதுபோல—கீழே வைத்து விட்டான்.

இப்போதெல்லாம் சியாமின் முகத்தில் தாடி வளர்கிறது. அவனுக்குக் கவர்ச்சியளித்த, ஆழ்ந்த குழி விழுந்த அழகிய மோவாய், பளபளக்கும் முகத்தில் ஓரளவு கடுமை—இவை யெல்லாம் சில நாள் தாடியிலேயே மறைந்து போய்விட்டன. இப்போது அவனைப் பார்த்தால் அப்பாவியாக, நாதியற்றவ் னாகத் தோன்றுகிறது. ஷேவ் பண்ணிக் கொள்ளாவிட்டால் கண்கள் கூட ஒளி குறைந்து மங்கி விடுவதாகத் தோன்றியது சியாமுக்கு.

சில சமயம் பொழுது போகவில்லையென்று சியாம் பஸ்ஸில் உட்கார்ந்துகொண்டு ஊரின் ஒரு கோடியிலிருந்து மறுகோடிக்குப் போய்விட்டுத் திரும்புவான். நன்றாகப் பொழுது போய்விடும்.

ஒருநாள் அவன் பாலிகஞ்சிலிருந்து சியாம் பஜார் செல்லும் பஸ்ஸில் ஏறி உட்கார்ந்தான். பவானிபூரில் போய்க் கொண்டிருந்தபோது பஸ் பழுதாகி விட்டது. சற்றும் எரிச்சல் அடையாமல் அவன் மெதுவாக இறங்கினான். கடிகாரத்தைப்

பார்த்தான்; மணி இரண்டரை. எதிரே ஒரு சினிமா தியேட்டர், சியாம் என்ன சினிமா என்று பார்க்கவில்லை. வெளியே வைத்திருந்த விளம்பரப் படங்களைப் பார்க்கவில்லை. டிக்கெட் வாங்கிக் கொண்டு உள்ளே நுழைந்தான். மோசமான படம் போலிருக்கிறது. தியேட்டருக்குள் கூட்டமே இல்லை. இருட்டில் கால்வைத்ததுமே டார்ச் ஒளியை ஏந்திக்கொண்டு ஒரு கை அவன் அருகில் வந்தது. சியாம் டிக்கெட்டை அந்த ஆளிடம் கொடுத்துவிட்டு அவனுக்குப் பின்னாலேயே போனான். அவனுடைய இடத்தைக் காட்டிவிட்டு அந்த ஆள் திரும்பிய போது சியாம் கூப்பிட்டான். "மானு மாமாவா?" அந்த ஆள் திடுக்கிட்டுத் திரும்பிப் பார்த்தார். "அடடே! சியாமா?"

இந்தத் தியேட்டரில்தான் மானு மாமா வேலை செய்கிறார் என்பதைச் சியாம் அடிக்கடி மறந்து போகிறான். அவனுக்கு ஞாபகம் வருகிறது. ரொம்ப நாள் முன்னால் ஒரு தடவை அவன் அந்தத் தியேட்டருக்குப் பிருந்தா என்ற பெண்ணுடன் வந்திருந்தான். மானு மாமா அங்கே இருக்கும் விஷயம் அப்போது அவனுக்கு நினைவில் இல்லை. அப்போதும் இடத்தைக் காட்ட மானு மாமாதான் வந்தார். ஆனால் அவர் இங்கிதம் தெரிந்தவர்; அவனைத் தெரிந்ததாகக் காட்டிக் கொள்ளவே இல்லை; அவனுடன் பேசவும் முயற்சி செய்ய வில்லை. இருந்தாலும் சினிமா முடியும் வரையில் பயந்து கொண்டே இருந்தான் சியாம். இனி ஒருநாளும் இந்தத் தியேட்டருக்கு வரக்கூடாது என்று நினைத்தான் அவன்.

ஆனால் இன்று அவன் சங்கோசமில்லாமல் மானு மாமாவைப் பார்த்து, "சௌக்கியந்தானே, மாமா?" என்று கேட்டான். பிறகு தயக்கத்தைவிட்டு விட்டுத் தலைகுனிந்து சம்பிரதாய முறையில் அவருக்கு நமஸ்காரம் செய்தான். இருபது பேராவது இந்தக் காட்சியைப் பார்த்திருப்பார்கள். மானு மாமாவுக்கு மிகவும் சந்தோஷம், "ஏம்பா, உன்னை அடையாளமே தெரியலியே! ரொம்ப மெலிஞ்சு போயிட்டே! ஒரேயடியா தாடி வளத்துட்டிருக்கே! என்ன விஷயம்?"

சியாம் அசட்டுச் சிரிப்பு சிரித்துக்கொண்டு சர்வ சாதாரணமாகப் பதில் சொன்னான். "இப்பத்தான் ஜெயில் லேருந்து வர்றேன்."

மானு மாமா திடுக்கிட்டார். "ஜெயிலா?" மானுமாமா சற்றுத் தயங்கினார். "உன் வேலை?"

"போயிடுச்சு."

மானு மாமா வாயிற்பக்கம் பார்த்துவிட்டுப் பரபரப்புடன் சொன்னார். "சரி, உக்காரு. நான் அப்புறம் வந்து பேசறேன்."

சியாம் தனக்குள் சிரித்துக் கொண்டான். தான் பொய் சொல்லியதற்காகத் தன் மேலேயே கொஞ்சம் அருவருப்பு ஏற்பட்டது அவனுக்கு. உடனே தன்னைத் தேற்றிக் கொண்டான். மானு மாமாவுக்குச் சந்தோஷமாகக்கூட இருக்கலாம். சியாம் எப்போதும் உறவினர்களிடமிருந்து விலகியே இருப்பான். அவர்களும் அவனை நெருங்குவதில்லை. ஆகவே, அவனுக்கு ஏதாவது கஷ்டம் ஏற்பட்டால் அவர்களில் சிலருக்காவது சந்தோஷமாக இருக்கும்.

இடைவேளைக்குப் பிறகு தியேட்டர் இருட்டாகி விட்டது. அப்போது அவனுடைய வலது கையில் யாரோ ஒரு காகிதப் பையைத் திணித்தார்கள். மானு மாமாதான். பைநிறைய வறுத்த கடலை; பையை அவனிடம் கொடுத்துவிட்டுக் கீழே குந்தினாற்போல் உட்கார்ந்துகொண்டு புன்னகை செய்தார் மானு மாமா. "பையன் பீஷூவை உன்கிட்ட அனுப்பறேன். அவனோடே எங்க வீட்டுக்கு வா. கரியாவிலே ஒரு பெரிய மந்திரவாதி இருக்கார். எல்லா வியாதியையும் குணப்படுத் திடறார். உன்னை அவர்கிட்டே கூட்டிட்டு போறேன்."

மானு மாமா பூதத்தைப் போல் இருளில் சந்தடியின்றி மறைந்து விட்டார்.

சியாம் தாடியைத் தடவிக் கொண்டான். அவனுடைய உடை அழுக்காயிருக்கிறது, கண்கள் மங்கியிருக்கின்றன. யார் கண்டார்கள், அவனுடைய நிலையைப் பார்த்து மானு மாமாவுக்குச் சந்தோஷம் ஏற்படவில்லையோ என்னவோ? அவருக்குத் தன் நிலையை உணர்த்துவதற்காக அவன் திடீரென்று கழுத்தைத் திருப்பி இருட்டில் "மாமூஊ!" என்று கத்தினான். உடனே பின் பக்கத்திலிருந்து ஒரு கனமான கை அவன் தோள் மேல் விழுந்தது. "மெதுவா, அப்பா!" சிலர் சிரித்தார்கள். யாரோ சொன்னது தெளிவின்றிக் கேட்டது. "அப்புறம் மாமாவைத் தேடலாம். இப்பப் படத்தைப் பாருங்க!" சியாம் மெதுவாகச் சொல்லிக் கொண்டான், "ராஸ்கல்!" என்று.

பிறகு திரைப்பக்கம் பார்வையைத் திருப்பினான். இப்போது மாமாவுக்குத் தன் நிலையை விளக்குவதென்றால் ஒரே களேபரமாகிவிடும். இருந்தாலும் பாதகமில்லை. அவன்

பைத்தியமாகி விட்டான், அல்லது பைத்தியமாக இருந்தான் என்ற விஷயம் சில நாட்களில் அவனுடைய உறவினர்கள் எல்லாரிடமும் பரவிவிடும். இருட்டில் தனக்குள்ளேயே சிரித்துக் கொண்டான் சியாம். பிறகு தன் சீட்டில் நன்றாகச் சாய்ந்து கொண்டு தூங்கிப்போய்விட்டான்.

வேலையை விட்ட பிறகு ஒரு சர்வ சாதாரண ஹோட்டலில் இரண்டு வேளையும் சாப்பிட ஆரம்பித்தான் சியாம். அங்கே தான் சுபோத் மித்ராவுடன் பழக்கம் ஏற்பட்டது.

ஒருநாள் இரண்டு பேரும் எதிரெதிரே சாப்பிட உட்கார்ந்த போது மித்ரா சொன்னான். “என்னய்யா... சம்சார பந்தத்தை யெல்லாம் உதறிவிடப் போறீங்களா? நீங்க ஷேவ் பண்ணிக்காம தாடி வளர்த்தாப் பாக்கறதுக்குச் சாமியார் மாதிரி இருக்கு!”

சியாம் புன்சிரிப்புடன் சொன்னான். “சம்சாரம் இருந்தாத் தானே, உதறித்தள்ள?”

“ஏன், உங்க அப்பா அம்மா இருக்காங்க இல்லையா? அவங்களுக்குப் பணிவிடை செய்ய ஒரு நல்ல குட்டியாப் பார்த்துக் கொண்டு வாங்களேன்.”

“நீங்களும் அப்படிச் செய்யலாமே!”

மித்ராவின் முகம் மிகவும் கடுமையாகத் தோற்றம் அளித்தது திடீரென்று. சிறிது மௌனத்துக்குப் பிறகு ஒரு பெருமூச்சு விட்டுவிட்டு அவன் சொன்னான். “என் வாழ்க்கை யிலே ஒரு பெரிய துயரச் சம்பவம் நடந்திருக்கு.” மீண்டும் மௌனம். பிறகு மித்ரா ஒரு புன்சிரிப்புடன் தன் குரலைத் தாழ்த்திக்கொண்டு தொடர்ந்தான். “என் வாழ்க்கையில ஒரு காதல் விவகாரம். நான் காதலிச்ச பெண் வேறொருத்தனைக் கல்யாணம் செஞ்சுகிட்டா. ஆனால் அதுக்குப் பிறகு அழுது கெஞ்சி என்கிட்டே ஒரு வாக்குறுதி வாங்கிக்கிட்டா, நான் கலியாணமே பண்ணிக்கக் கூடாதுன்னு! அப்போ ஒண்ணும் யோசிக்காம வாக்குக் கொடுத்துட்டேன். அது உணர்ச்சிக்கு அடிமைப்படற வயசில்லையா? ஆனா இப்போ...” மித்ரா மறுபடியும் ஒரு பெருமூச்சுவிட்டுவிட்டுச் சொன்னான்: “சீ, என்ன முட்டாள்தனம் பண்ணிட்டோம்னு இப்போ தோணுது. இந்த மாதிரி வாக்குறுதிக்கெல்லாம் அர்த்தமே இல்லை. நீங்க என்ன சொல்றீங்க?”

சியாம் ஆமோதித்தான், "நெசந்தான்!" என்று.

மித்ரா சொன்னான், "இருந்தாலும் சில சமயம் மனசிலே உறுத்தறது."

சியாம் வியப்புடன் கேட்டான். "சத்தம் வருதோ?"

"என்ன சொன்னீங்க?"

"இல்லே. ஒண்ணுமில்லை."

மித்ரா சட்டென்று ஆவலுடன் அவன் பக்கம் குனிந்தான். "எனக்கு வயது முப்பத்து மூணு. நாங்க மைமன்சிங் கிம்ரா குடும்பத்தைச் சேர்ந்தவங்க. எனக்குப் பிக்கல் பிடுங்கல் இல்லை. தங்கையைக் காஞ்சரா பாராவிலே கலியாணம் செய்து கொடுத்துட்டேன். தம்பி சஹாரன்பூர்ல ஃபிட்டர் வேலை பாக்கறான். நல்லா ஃபுட்பால் விளையாடுவான். நானும் அம்மாவும்தான் இங்கே இருந்தோம். அம்மா காலமானப்புறம் வீட்டிலே ஒரு வேலைக்காரன் வச்சுகிட்டேன். அவன் திருட ஆரம்பிச்சான். அவனைத் துரத்திட்டு இந்த ஹோட்டல்லே சாப்பிட ஆரம்பிச்சேன். ஆனா வயத்துக்கு ஒத்துக்கலே. தவிர, அம்மா போனப்பறம் வீடு வெறிச்சினு இருக்கு." பரிதாபமாகச் சிரித்துக் கொண்டே மித்ரா சொன்னான். "இதோ பாருங்க, நான் கல்யாணத்துக்கு அது வேணும், இது வேணும்னு கேட்க மாட்டேன். ஏதாவது பெண் இருக்கான்னு பாக்கறீங்களா?"

இவ்வளவு பேச்சையும் சியாம் காது கொடுத்துக் கேட்கவில்லை. மித்ராவின் வயதைப் பற்றியே நினைத்துக் கொண்டிருந்தான் அவன். மித்ராவின் வயது முப்பத்து மூன்றாம்! கல்யாணம் பண்ணிக்கற ஆசையிலே வயசை ஏழெட்டு வருஷம் குறைச்சுச் சொல்லியிருக்கான்.

மித்ராவின் எச்சில்கை காய்ந்து சொறசொறவென்று ஆகி விட்டது. அதைப் பார்க்க அருவருப்பாக இருந்தது சியாமுக்கு. "சரி, பார்க்கிறேன்" என்று சொல்லிவிட்டு அவன் எழுந்தான். வாஷ் பேஸினில் கைகளைக் கழுவும்போது அங்கிருந்த கண்ணாடியில் தன் முகத்தை ஒரு தடவை பார்த்துக் கொண்டான். முகத்தில் எண்ணெய் வழிகிறது. கவனிப்பில் லாமல் வளர்ந்துவிட்ட தாடி, பல நாட்களாக எண்ணெயோ ஷாம்பூவோ தடவாததால் உலர்ந்து பரட்டையாகிப் போன தலை மயிர்—எல்லாம் சேர்ந்து அவனுக்குப் பைத்தியக்காரத் தோற்றம் அளித்தன. இந்தப் பெரிய கண்ணாடியில் பார்க்கும் போது அவன் முகம் கைக்கண்ணாடியில் தோன்றுவதைவிட

வேறுவிதமாக இருக்கிறது. தன் கண்களில் ஒருவித மாற்றம் ஏற்பட்டு வருவதாக அவனுக்குத் தோன்றியது.

கைகழுவிக் கொண்டபின் கொஞ்சம் சோம்பை எடுத்து வாயில் போட்டுக்கொண்டு அவன் கிளம்பினான். டிசம்பர் மாதத்தின் குளிர் மிகுந்த இரவு. நடைபாதையில் படுத்துக் கிடந்த சொறிபிடித்த நாய்களையும் பிச்சைக்காரர்களையும் தாண்டிக் கொண்டு, வீட்டுச் சுவர்களைக் கையால் தொட்டுக் கொண்டு சீட்டியடித்தவாறே அவன் சென்றான். முன்னால் ஒரு பார்க் குளிரிலும் பனியிலும் உறைந்து கிடக்கிறது. அவன் கம்பி வேலியைத் தாண்டிக் குதித்து உள்ளே நுழைந்தான். பெஞ்சுகள் காலி. சியாம் உட்கார்ந்துகொண்டு ஒரு சிகரெட்டைப் பற்றவைத்துக் கொண்டான். கால் செருப்பு புல்லின் மேலிருந்த பனியில் நனைந்து விட்டது. காலில் சில்லென்று குளிர்காற்று அடிக்கிறது. எங்கோ கட்டையோ கரியோ புகையும் நாற்றம். மூச்சு முட்டுகிறாற் போலிருக்கிறது. சியாம் கவலையில்லாமல் உட்கார்ந்திருக்கிறான். கடிகாரத்தின் பக்கம் திரும்பிக்கூடப் பார்க்கவில்லை. அவன் மனசு முணு முணுக்கிறது: "உன்னைப் பாத்தா சன்னியாசி மாதிரி இருக்கு."

ஆகாயத்தில் நட்சத்திரம் தெரியவில்லை. மேகம் தெரியவில்லை, ஒன்றுமே தெரியவில்லை. நான்கு பக்கமும் புகைபோல் பனி சூழ்ந்திருக்கிறது. தூரத்தில் டிராம் போகிற சத்தம்—மெதுவாகச் செல்லும், வருத்தந்தோய்ந்த அரவம். இருட்டில் எங்கேயோ பொட்டுப் பொட்டென்று மரத்தின் இலைகள் விழும் சப்தம். தொலைவில் ஒரு தெருவிளக்கின் மங்கிய ஒளியில் மூடுபனி மஞ்சளாகத் தெரிகிறது. சியாமின் நிழல்கூட விழாதபடி அவ்வளவு மங்கிய ஒளி. அந்தக் கணந்தான் வாழ்விலேயே மிகச் சுலபமான சமயம் என்று சியாமுக்குத் தோன்றியது.

இப்போது அவனுக்குப் பெரிய ஆசைகளிலிருந்து விடுதலை கிடைத்து விட்டது. அவன் வேலையைவிட்டு ஆறு மாதங்களாகி விட்டன. கையிலிருந்த பணம் தீர்ந்து கொண்டே வருகிறது. அப்படியும் அவன் கவலையற்றவனாக இருக்கிறான். அவன் உடுத்திருப்பது ஒரு வேஷ்டி, சட்டை, ஒரு பட்டுச் சால்வை. தான் இத்தகைய உடைகள் அணிவோம் என்று அவன் ஆறுமாதத்துக்கு முன் கற்பனை கூடச் செய்திருக்க மாட்டான். வேலையில் இருந்த போது அவனுக்குப் பகல்

11

சாப்பாடு ஆபீசில் கொடுப்பார்கள். இரவில் எங்கே சாப்பிடுவது என்ற கணக்கு இல்லை. சில சமயம் அவனுடைய கம்பெனியின் வாடிக்கைக்காரர்களே அவனை ஏதாவது ஒரு பெரிய ஹோட்டலுக்கு அழைத்துச் செல்வதுண்டு. அவன் 'நல்லவனாக' இருக்கவில்லை; இப்போதும் நல்லவனாக இருக்க அவனுக்கு ஆசை இல்லை. அவன் விரும்பினால், அவசியம் ஏற்பட்டால் எந்த வேலையையும், எந்தப் பாவத்தையும் செய்யத் தயார்தான். ஆனால் வியப்புக்குரிய விஷயம் என்ன வென்றால் அவனுக்கு ஒரு விருப்பமும் தோன்றவில்லை. அவன் எந்தவிதத் தேவையையும் உணரவில்லை. தான் துறவியாகி விட்டதாக அவனுக்குத் தோன்றியது.

திடீரென்று மித்ராவின் பேச்சு நினைவுக்கு வந்ததும், 'ஹா!' என்று தனக்குத்தானே சிரித்துக் கொண்டான். நாற்பது வயதுக்கார மித்ரா கல்யாணம் செய்துகொள்ள ஏங்கித் தவிக்கிறான். தன்னுடைய காதல் பிரதாபங்களையெல்லாம் மித்ராவிடம் போய்ச் சொல்லிவிட்டு வரவேண்டும்போல் தோன்றுகிறது அவனுக்கு. "எப்படிப்பட்ட பெண்கள் தெரியுமா, மிஸ்டர்? அவங்க மாதிரி பெண்களை உங்களாலே நினைக்கக் கூட முடியாது. பிருந்தாவை நான் பார்த்தது ஒரு பார்க் தெரு ரெஸ்டாரெண்டிலே. அவகூட அப்பாவி மாதிரி ஒரு பையன். அவளைக் காதலிக்கிறவன் போல இருக்கு... அவ ரெண்டு தடவை—ரெண்டே தடவைதான்—என்பக்கம் திரும்பிப் பார்த்தா. நல்ல வேளை, என்னோட கவர்ச்சிகரமான பக்கந் தான் அவ பக்கம் திரும்பியிருந்தது. என்னோட இடப்பக்கம் பார்க்க ரொம்பக் கவர்ச்சியாக இருக்கும். நான் நேரே அவங்க உட்கார்ந்திருந்த மேஜைக்குப் போனேன். அவளையே பார்த்துக் கொண்டு அவன் பக்கம் கையை நீட்டி, 'கொஞ்சம் நெருப்புப் பெட்டி கொடுக்கறீங்களா'ன்னு கேட்டேன். கொஞ்சம் எரிச்சலோடே அவன் நெருப்புப்பெட்டியைக் கொடுத்தான். சிகரெட்டைப் பத்தவச்சுக்கிட்டே பிருந்தா பக்கம் பார்த்து, காரணமில்லாமலே, ஒரு புன்சிரிப்புச் சிரிச்சேன். அந்தச் சிரிப்பை யார்கிட்டே கத்துக்கிட்டேன், தெரியுமா? கல்கத்தாவிலேயே பெரிய போக்கிரி ஒருத்தன்கிட்டே. எவ்வளவோ 'பார்', ரெஸ்டாரெண்ட் எல்லாம் சுத்தித்தான் அதை நல்லாக் கத்துக்க முடிஞ்சது. மறுநாள் பிருந்தா ரெஸ்டா ரெண்ட்டுக்குத் தனியா வந்தா. அவ எப்படித்தான் தன்னோட

அந்தக் காதலன்கிட்டேயிருந்து கழட்டிகிட்டாளோ எனக்கு இன்னும் தெரியாது. அந்தப் பிருந்தாவை 'வெகுதூரம்' கூட்டிட்டு போனேன். மிஸ்டர்! அவள் போகட்டும். மாதவி கதையைச் சொல்றேன்... அவளை நான் முதல்லே பார்த்தது ஒரு பிலிம்கிளப் சினிமாவிலே. சினிமா முடிஞ்சதும் அவளுடைய நீலக் கலர் பிளிமத் காரை நான் வாடகைக் காரிலே துரத்திட்டே போனேன். அப்புறம் அவளும் ஒரு நாள், 'நீ என்ன காலிப்பயல் மாதிரி இப்படிப் பார்க்கறே? எங்க கத்துகிட்டே இந்தப் பார்வையை?' அப்படீன்னு சொல்லி கிட்டே ஒய்யாரமாகச் சோபாவிலே சாஞ்சா, பாருங்க!

"ஆனா என் மனசு இருக்கு பாருங்க, அது அன்னத்தோட உடல் மாதிரி. என் உடம்பிலே சுத்தமான காற்று சஞ்சாரம் பண்ணுது, சுத்தமான ரத்தம் ஓடுது. நான் எந்தப் பெண் கிட்டேயும் முழங்காலிட்டுப் பணிஞ்சு காதல் பிச்சை கேட்ட தில்லை. 'என்னைக் காதலியேன்!' என்று கெஞ்சினதில்லே. ஏன் தெரியுமா? அதுக்கு அவசியமே ஏற்படலை. அந்த இது மாத்திரந்தான்—அந்தச் சாமானிய இது—கல்யாணப் பேச்சை மறக்கலே. நீங்க கல்யாண விஷயத்தை மறக்க முடியலியே, அது மாதிரி! அந்தப் பொண்ணுக்கிட்டே இருந்த காதலாலே நீங்க நாற்பது வயசுவரை கல்யாணம் பண்ணிக்காமே கழிச்சிட்டீங்க! காதல்லே எனக்கு நம்பிக்கை கிடையாது. காதல்ன்னு யாராவது சொன்னா எனக்குச் சீட்டியடிக்கத் தோணுது. கண்ணில அந்தக் காலித்தனமான பார்வை வந்துடுது. அந்தப் போக்கிரிச் சிரிப்பு தானா வருது. அந்த மாதிரி காதல்தான் எனக்குத் தெரியும். எனக்கு இந்தச் சாதாரணப் பெண்களைக் கண்டா பயம். அவங்க நாலுநாள் உங்களோட பேசிப்பிட்டு அஞ்சாநாள் மெதுவாச் சொல்ல ஆரம்பிப்பாங்க: ...வந்து ...வந்து அப்பா சொன்னா, 'கொழந்தே, பையனை ஒருநாள் கூட்டிண்டு வாயேன், பாக்கறேன்' என்று...

"ஆமா, மிஸ்டர் மித்ரா! உங்க ஜூலியட் பார்க்க எப்படி இருப்பா? நான் இப்போ சொன்ன 'டைப்'தானே? இந்த வயசிலேயும உங்களப் பாதிச் சன்னியாசியா நிறுத்தி வச்சிருக்காளே? கல்யாணம் பண்ணிக்கப் போறீங்களா? பண்ணிக்கிட்டாலும் இந்த மாதிரிப் பொண்ணுதான் உங்களுக்குக் கிடைக்கும். வேற ஒருத்தனை இந்த மாதிரி சன்னியாசியாப் பண்ணிட்டுக் கொஞ்சங்கூடக் கவலை

யில்லாமே உங்களோடே குடித்தனம் பண்ண வந்துடுவா! நடுநடுவிலே வெத்தலைப் பெட்டியை வச்சுகிட்டு உக்காந் திருக்கிற போது அல்லது குழந்தைகளை வளக்கறபோது அவனைப்பத்தி நினைச்சுக்குவா. நல்ல வேளை! நான் அதிருஷ்டக்காரன். என் தேகத்துல சுத்தமான காத்து சஞ்சாரம் பண்ணுது. பரிசுத்தமான ரத்தம் ஓடுது. நான் ஒருநாளும் ஒரு பொண்ணுக்கிட்டே காதல் பிச்சை கேட்டதில்லே. என் மனசு அன்னத்தோடே தேகம் மாதிரி. ஆமா, நான் ரொம்பக் கெட்டிக் காரத்தனமாத்தான் இவ்வளவு நாளாப் பொம்பளைங்களோட சகவாசம் செஞ்சிக்கிட்டு வரேன். ஒருத்தியோட முந்தானை முடிச்சிலேயும் அகப்பிட்டுக்கலே. நான் குத்தமில்லாதவன், பரிசுத்தமானவன். என்னோட இப்போதைய நிலையைப் பார்த்துக் கவலைப்படாதீங்க. அந்தப் பழக்கடைக்காரன் சொன்னதை நினைவு வச்சுக்குங்க. அவன் என்ன சொன்னான், தெரியுமா? 'நாம எப்போதும் சாமிகிட்டேயிருந்து நல்லதையே தான் வாங்கிக்கணுமா, கெட்டதை வாங்கிக்கக் கூடாதா?'

"என் நிலமை ஒண்ணும் அவ்வளவு மோசமில்லே. இப்போ எனக்கு வேலை இல்லே, வாஸ்தவந்தான். ஆனா எப்பவும் வேலை கெடச்சுடலாம். கொஞ்சம் அக்கறை எடுத்து அலையணும், அவ்வளவுதான். ஷேவ் பண்ணிகிட்டு, ஆறு மாசத்துக்கு முன்னாலே டிரஸ் பண்ணிகிட்ட மாதிரி பேண்ட், சட்டை, டை எல்லாம் போட்டுட்டு, முன்னே மாதிரி பார்வையையும் புன்சிரிப்பையும் இரண்டு நாள் பழகிப் பார்த்துட்டா, கொஞ்ச நாளிலே நம்ப அதிருஷ்டம் திரும்பிடுமாக்கும்! எனக்குத்தான் அந்த உற்சாகமே வரலை! ஆ, எனக்குக் கொட்டாவி வருது."

உண்மையிலேயே சியாமுக்குக் கொட்டாவி வந்துவிட்டது. மூடுபனி இன்னும் அடர்த்தியாக ஆகிவிட்டது. அவனுக்கு மிகவும் குளிராக இருந்தது. தூரத்தில் எங்கோ ஒரு பாராக்காரன் நடைபாதையைத் தடியால் தட்டிக்கொண்டு போகும் சப்தம். இருட்டில் கைக்கடிகாரத்தில் மணி பார்க்க முடியவில்லை. இருந்தாலும் உத்தேசமாகப் பார்க்க முயற்சி செய்தான், முடியவில்லை. ஒரு நாய் ஊளையிடுகிறது. எங்கிருந்தோ ஒரு பாட்டு மெல்லிய குரலில் கேட்கிறது. சியாம் எழுந்தான்.

அன்றிரவு முழுதும் தூக்கம் விழித்து அவன் கைக் கண்ணாடியில் தன் முகத்தை ஆழ்ந்து கவனித்துக் கொண் டிருந்தான், ஒரு புண்ணிய நூலைப் பயில்வதுபோல, ‘சன்னியாசி! என்னைப் பார்த்தால் சன்னியாசி மாதிரியா தோன்றுகிறது?’ நினைக்க நினைக்கச் சியாமுக்குச் சிரிப்பு வந்தது. படுக்கையில் போய் விழுந்தான். அதன் பிறகு தன்னையறியாமல்—அறை விளக்கைக்கூட அணைக்காமல் தூங்கிப்போய்விட்டான்.

குளிர்காலம் வந்துவிட்டது. கல்கத்தாவில் சிறிது காலமே தங்கும் குளிர்காலம். காற்றில் ஓர் இதமான குளிர்ச்சி. வேலை பார்த்த நாட்களில் சியாம் காலை எட்டரை மணிக்கு ஆபீசுக்குக் கிளம்புவான். அந்த வழக்கப்படி இப்போதும் அவன் அதி காலையிலேயே விழித்துக்கொள்கிறான். அந்த விடியற் காலையில் ஜன்னல் பக்கம் ஒரு தடவை திரும்பிப் பார்த்து விட்டுக் கண்களை மூடிக்கொண்டு, தலையணையைக் கட்டிக் கொண்டு, வெளிச்சத்தை மறைப்பதற்காகப் போர்வையால் முகத்தை மூடிக்கொள்கிறான். தேகத்தில் கொஞ்சம் ஜுரம் இருப்பது போன்ற உணர்ச்சி. சற்றுக் குளிரும் தலைவலியுமாக அவன் மறுபடியும் தூங்கிவிடுகிறான். உடலை ஆரோக்கியமாக வைத்துக் கொள்வதற்காக முன்பெல்லாம் அவன் தினமும் அதிகாலையில் தண்டால், பஸ்கி போன்ற சில ஆசனங்களைச் செய்வதுண்டு. அதைப்பற்றி நினைத்தாலே அவனுக்கு இப்போது அலுப்பாக இருக்கிறது.

அவன் கண்களை மூடிக்கொண்டு அந்தப் பழைய சியாமைப் பார்க்கிறான். அந்தப் பழைய சியாம் தரையின்மேல் தவளையைப் போல் கைகால்களை விரித்துக்கொண்டு தாவுகிறான். நின்றவாறே குனிந்து கால்கட்டைவிரலைத் தொட முயற்சி செய்கிறான். ஒரு கற்பனை எதிரிக்குத் தன் கையால் குத்து விட்டுக்கொண்டே அறை முழுதும் திரிகிறான். ஒரு தடவை அந்தக் குத்து ரூபஸ்ரீ ஃபர்னிஷர்ஸின் ‘வார்ட்ரோப்’ முனையை இடித்து உடைத்து விட்டது. இன்னொரு தடவை ஒரு குத்தில் சுவற்றின் ஒரு பக்கத்தில் சுண்ணாம்புக் காரை பெயர்ந்து விழுந்தது. அதில் சியாமுக்கு ரொம்பப் பெருமை.

அந்தப் பழைய சியாம் இப்படி அர்த்தமில்லாமல் உடம்பை அலட்டிக் கொள்வதை நினைத்தால் இப்போது அவனுக்குச் சிரிப்பு வருகிறது. அவன் சுவர்ப்பக்கம் திரும்பிப் படுத்துக் கொள்கிறான்.

பழைய சியாமுக்கு உடம்பின்மேல் அலாதி அக்கறை இருந்தது. அவன் வெகு ஜாக்கிரதையாகச் சாலையைக் கடப்பான். மாடிப்படிகளில் ஏறும்போதும் இறங்கும்போதும் ஒரு கவர்ச்சிகரமான நடையைக் கையாளுவான். அழகான பாணியில் டெலிபோனை எடுத்துக் காதில் வைத்துக் கொள்வான். எல்லா விஷயங்களிலுமே அவன் மிகுந்த அக்கறை எடுத்துக் கொள்வான். எந்தச் சமயத்திலும் தான் அவலட்சணமாக அல்லது கவர்ச்சியில்லாதவனாக இருக்கக் கூடாது என்பதில் அவன் கவனமாக இருந்தான்.

இப்போதெல்லாம் அவன் போர்வைக்குள்ளே இதமான குகையைத் தயார் செய்துகொண்டு அதில் படுத்துக் கிடப்பான். பொழுது ஏறும். உடலின் வெப்பமும் மூச்சுக்காற்றின் வெப்பமும் குகையை உஷ்ணமாக்கும். போர்வையை முகத்தி லிருந்து நகர்த்தினால் வெளிச்சம் கண்ணைக் குத்தும். படுக்கையில் எவ்வளவு நேரந்தான் கிடக்க முடியும்! எப்போ தாவது எழுந்திருக்கத்தான் வேண்டும். அவன் எழுந்து ஸ்நானம் செய்வான். சிகரெட்டைப் பற்றவைத்துக்கொண்டு அறையில் உலவுவான். நடுநடுவே ஒரு கப் டீ குடிக்க வேண்டும் போலிருக்கும். டீ தயார் செய்வதற்கான சாமான்கள் எல்லாம் அறையிலேயே இருக்கின்றன; மண்ணெண்ணெய் ஸ்டவ், கெட்டில், தேயிலை, சர்க்கரை, பால்டப்பா.

வேலை பார்க்கும் காலத்தில் அவன் ஆபீஸ் போகுமுன் தானே டீ போட்டுக் கொள்வான். முட்டையை வேகவைத்துச் சாப்பிட்டுக் கொள்வான். இப்போது அவனுக்கு அதற்கெல்லாம் நேரம் இல்லை. இவ்வளவு மாத காலத்தில் தேயிலையில் காளான் பிடித்துப் போயிருக்கும். டப்பா பால் வீணாகி யிருக்கும். அவன் அவற்றைத் திறந்துகூடப் பார்க்கவில்லை. இப்போதெல்லாம் ஆங்கிலச் செய்தித்தாள் கவனிப்பாரற்றுத் தரையில் கிடந்து மிதிபடுகிறது. முன்பெல்லாம் அதற்கு மதிப்பு இருந்தது. காலையில் ஆபீஸ் போவதற்குமுன் ஒரு தடவை அதை மெலேழுந்தவாரியாகப் பார்ப்பான். சில சமயம் இரவில் வீடு திரும்பிய பிறகு நன்றாகப் படிப்பதும் உண்டு.

இன்னும் சற்றுப் பொழுது கழிந்த பிறகு அவன் ஹோட்டலுக்குப் புறப்படுவான். சாப்பிட்டு முடிக்கும்போது நண்பகலாகிவிடும். பிறகு கூட்டமில்லாத டிராம் அல்லது பஸ் ஸ்டாப்பை நோக்கிப் போவான். அறிமுகமான யாரையும் அவன் சந்திக்க நேர்வதில்லை; நேர்ந்தாலும் அவனால் அவர்களைத் தவிர்க்க முடியும். அவன் கன்னங்களில் மயிர் வளர்ந்திருந்தது, தலைமுடியும் நீண்டு வளர்ந்திருந்தது. அதிருஷ்டவசமாக அவன் மிகவும் மெலிந்து கறுத்துப் போயிருந்தான். அவனுடைய நடையும் மிகவும் மாறியிருந்தது. தவிர, முன்ஜாக்கிரதையாக ஒரு கறுப்புக்கண்ணாடி அணிந்து கொண்டான். எல்லாம் சேர்ந்து இயற்கையாகவே அவனுக்கு ஒரு நல்ல மாறுவேடம்போல் அமைந்துவிட்டது. இந்த மாறு வேடத்தின் பாதுகாப்பிலிருந்து கொண்டு சில சமயம் அறிமுக மான ஓரிரு மனிதர்களைக் கவனித்திருக்கிறான் அவன்.

ஒருநாள் அவன் டிராமில் மாதுவைப் பார்த்தான். நன்றாகப் பருத்து விட்டிருந்தான் மாது. உடம்பில் சதை மடிப்பு மடிப்பாக ஆடுகிறது. இந்தக் குளிரிலும் மாதுவுக்கு வேர்க்கிறது. சதையின் வழுவழுப்பிலும் வேர்வையிலும் மூக்குக் கண்ணாடி வழுக்கிக் கீழே இறங்கியிருக்கிறது. ஒரு செருப்பு அறுந்து போய் விட்டது. அதைக்கையில் வைத்துக்கொண்டு சங்கடத்துடனும் கவலையுடனும் டிராமில் உட்கார்ந்திருக்கிறான் மாது. அவன் அணிந்திருப்பவை புதிய சில்க் ஜிப்பா, சலவை செய்த வேஷ்டி, தோளில் சால்வை, சாந்திநிகேதன் மாணிக்கப் பை...

பல ஆண்டுகளுக்குமுன் அவன் மாதுவைச் சந்தித்தபோது மாது ஏதோ ஒரு சிறிய ஊரில் பள்ளி ஆசிரியனாக வேலை பார்த்து வந்தான். அவனுடைய தாய்க்குப் புற்றுநோய். அடிக்கடி மாது கல்கத்தாவுக்கு வர நேரும். அவன் சியாமிடம் எவ்வளவோ தடவை சொல்லியிருக்கிறான்: "எனக்குக் கல்கத்தா விலேயே ஒரு வேலை பார்த்துக் கொடு, சியாம்! அந்தச் சின்ன ஊர்லே பொழுதே போகவில்லை. தவிர, என் அம்மாவுக்குப் புற்றுநோய்." மாதுவைப் பார்த்தாலே அவன் மிகவும் சிரமப் படுகிறான் என்று தெரியும். அவன் சியாமுடன் நண்பன் என்ற உரிமையோடு தாராளமாகப் பழக மாட்டான். ஒரு வேலைக் காரன் போலத் தாழ்மையுடன் நடந்து கொள்வான். சிரித்து மழுப்பிவிட்டு மாதுவிடமிருந்து விலகிக் கொள்வான் சியாம்.

17

டிராம் கூட்டத்துக்குள் கைப்பிடியைப் பிடித்தவாறு நின்று மாதுவைக் கவனித்துக்கொண்டு வந்தான் சியாம். மாது மிகவும் திருப்தியடைந்தவனாகக் காணப்பட்டான். கிழிந்த செருப்புக் காக மட்டும் சற்றுக் கவலை, அவ்வளவுதான்.

சியாமின் சுபாவம் கடன் கொடுத்தாலும் நினைவிருப்ப தில்லை, வாங்கினாலும் நினைவிருப்பதில்லை. ஆனால் ஓர் ஆச்சரியம், மாது அவனிடம் ஒரு தடவை இருபத்தைந்து ரூபாய் கடன் வாங்கியது சியாமுக்குத் திடீரென்று நினைவு வந்து விட்டது. மாதுவைப் பார்த்தால் நல்ல நிலைமையில் இருக்கிறானென்று தெரிகிறது. இப்போது அவன் முன்னால் போய் பணத்தைத் திருப்பிக் கேட்டால் எப்படி இருக்கும்?

நினைக்கவே சிரிப்பு வந்தது அவனுக்கு.

சியாம் கூட்டத்தை இடித்துத் தள்ளிக்கொண்டு மாதுவை நோக்கி முன்னேறினான். சட்டென்று வழியில் நின்றுகொண்டு மனத்துக்குள் மாதுவைத் திட்டிக்கொண்டான்: 'மோசக்கார ராஸ்கல்!'

காரணம், மாதுவுக்குப் பக்கத்தில் ஜன்னலோரமாக உட்கார்ந்திருக்கிறாள் ஓர் இளம் பெண்; மாதுவின் புது மனைவிதான், சந்தேகம் இல்லை! இவ்வளவு நேரம் கூட்டம் அவளை மறைத்திருந்தது. அவளுடைய முழங்கையை ஜன்னல் கட்டையின்மேல் வைத்திருக்கிறாள். உள்ளங்கையால் முகத்தைத் தாங்கிக் கொண்டிருக்கிறாள். முகம் ஜன்னல் பக்கம் திரும்பியிருக்கிறது. சியாம் கழுத்தை நீட்டிப் பார்த்தான். பக்கத்தில் நின்றிருந்த ஒரு பருமனான பிரயாணியின் கழுத்தில் அவனுடைய தாடை மயிர் குத்தியது. பிரயாணி சற்றுத் திரும்பி மௌனமாக அவனை உற்றுப் பார்க்கவே அவன் கொஞ்சம் பின்வாங்கினான்.

மாதுவின் திருப்தியான முகத்தோற்றத்திலிருந்து தெரிந்தது, அவனுடைய நோயாளித் தாயார் உயிருடன் இல்லை என்று. அந்தப் புது மனைவி மாதுவின் தாயின் கடைசி விருப்பமாக இருக்கலாம். மருமகளின் முகத்தைப் பார்க்காமல் கண்ணை மூடமாட்டேன் என்று அவள் அடம் பிடிக்க, மாது அவளைத் திருப்தி செய்வதற்காக அவசர அவசரமாகக் கல்யாணம் செய்து கொண்டு குடித்தனம் செய்ய முடியாது. தாயார் இறந்து போயிருந்தால் மாதுவுக்குச் செலவு கொஞ்சம் குறையும். தாயார் இறந்து போய்விடுவாள்

என்று தெரிந்தே அவன் ஒருவேளை கல்யாணம் செய்துகொள்ளத் துணிந்திருக்கலாம்.

சியாம் மனத்துக்குள் மறுபடி சொல்லிக் கொண்டான், 'மோசக்கார ராஸ்கல்!' என்று காரணம் இல்லாமலே அவனுக்கு மாதுவின்மேல் கோபம் வந்தது. இப்போது மாதுவை நன்றாக இக்கட்டில் மாட்டிவிடலாம். நேரே அவனிடம் போய் அவனைக் கூப்பிடலாம், "அடடே! மாதுவா?"

திடுக்கிட்டு அவனைத் திரும்பிப் பார்த்துச் சங்கடப்பட்டுக் கொண்டு சிரித்து வைப்பான் மாது—"சியாமா! அடே, உன்னை அடையாளமே கண்டுபிடிக்க முடியலியே! என்ன விசேஷம்?"

"நீ கொஞ்சம் பருத்துப் போயிருக்கே" என்று சொல்லிச் சிரித்துவிட்டுச் சியாம் கண்ணால் ஜாடை காட்டிக்கேட்டான், அது 'யாரு?' என்று.

"ஓ... அடேடே, உனக்கு அழைப்பு அனுப்பலே போலிருக்கு. இதுதான் மாதுரி, என் சம்சாரம்!" பிறகு வேறு வழியில்லாமல் தன் மனைவி பக்கம் திரும்பிக் குனிந்துகொண்டு சொல்வான்; "மாதுரி, இதுதான் என் நண்பன், சியாம்." பிறகு சியாம் பக்கம் திரும்பிச் சொல்வான். "ஒருநாள் உன் ஆபீசுக்குப் போயிருந் தேன். உனக்கு வேலை போயிடுச்சுன்னு சொன்னாங்களே!"

மாது தன்னை அவமானப்படுத்திவிட்டதாகச் சியாம் நினைப்பதற்கு இது போதுமே! அவனுக்கு வேலைபோய்விட்ட சமாசாரத்தை இவ்வளவு பேருக்கு முன்னால் சொல்லி விட்டானே!

சியாம் மெதுவாகச் சிரித்துக்கொண்டு சொல்வான்: "ஆமாப்பா. வேலை போயிடுச்சு. ரொம்பச் சிரமப்படறேன் இப்போ..." பிறகு அவன் தன் குரலைச் சற்றே தாழ்த்திக் கொண்டு, ஆனால் மாதுவின் மனைவியும் பக்கத்திலிருக்கும் மற்றவர்களும் கேட்கும்படியாகச் சொல்வான், "மாது, எனக்குக் கொடுக்கணுமே அந்தப் பணம்". . .

மாது அதிர்ந்து போய்விடுவான். "எந்தப் பணம்?"

"அதுதான், போன குளிர் காலத்திலே 'சரக்கு' சாப்பிட ணும்னு எங்கிட்டே கடன் வாங்கினியே, ஞாபகமில்லே?"

இதைக் கேட்டதும் ஸ்ரீமதி மாது சற்றே நிமிர்ந்து உட்காருவதைக் கவனிப்பான் சியாம்.

மாது பயந்து போய்விடுவான். "நானா?"

"ஆமாமா, நீதான்! அன்னிக்குச் சனிக்கிழமை. நீ குதிரைப்

பந்தயத்திலே அறுபத்தஞ்சு ரூபாயைத் தொலைச்சுட்டே! 'பவன் நந்தன்' மேலேயும் 'டிடானி' மேலேயும் 'டபிள்' கட்டியிருந்தே; ஞாபகமில்லே? அப்புறம் கலாசிடோலா ..."

மாது ஒருபோதும் கள் குடித்திருப்பான் என்று தோன்ற வில்லை. இந்த மாதிரி பேச்சு, அதுவும் தன் மனைவிக்கு முன்னால், அவனுக்குச் சங்கடமாக இருக்கும். அவன் உணர்ச்சியில்லாமல் சிரிக்க முயற்சி செய்துகொண்டு பேச்சை மாற்றப் பார்ப்பான். "அது சரி, ஏம்ப்பா இவ்வளவு மெலிஞ்சு போயிட்டே சியாம்? ஒருநாள் வீட்டுக்கு வாயேன். இப்போ நான் கல்கத்தாவிலேதான் இருக்கேன். இங்கேயே வேலை கிடைச்சிடுச்சு."

உடனே சியாம் சொல்வான்: "வரேன், விலாசம்?"

வேறு வழியில்லாமல், வேண்டா வெறுப்பாக மாது விலாசத்தைச் சொல்வான். "ஓய்வு நேரத்திலே டியூஷன் வேறே சொல்லிக்கொடுக்கப் போறேன். ஆகையாலே லீவு நாளிலே வா. முன்னாலேயே சொல்லிவச்சுட்டு வா. இல்லாவிட்டால் சினிமா கினிமாவுக்குப் போயிருப்போம் நீ வரும்போது..."

விலாசத்தைக் கொடுத்தது மாதுவுக்கு இன்னொரு விதத்தில் ஆபத்து. ஆளை மெதுவாகக் கொல்லும் விஷத்தைப் போன்றது அந்த ஆபத்து. சியாம் பெண்களை வசப்படுத்து வதில் எவ்வளவு கெட்டிக்காரன் என்று மாதுவுக்குத் தெரியும். தவிர, சியாம் விவஸ்தை கெட்டவன்; 'இதைச் செய்யலாம், இதைச் செய்யக்கூடாது' என்ற சட்டதிட்டங்களை எல்லாம் அவன் பொருட்படுத்துவதில்லை. நண்பனின் மனைவியைக் கூட மயக்கத் தயங்க மாட்டான். மனைவி உண்மையிலேயே பதிவிரதையாக இருந்தாலும் மாதுவுக்கு நிம்மதி இருக்காது. மனைவியை நம்பக்கூடிய அளவுக்கு மன உறுதி மாதுவுக்கு இல்லை. இதையெல்லாம் நினைத்தபோது சியாமுக்குச் சிரிப்பு வந்துவிட்டது. பக்கத்திலிருந்த பிரயாணிகள் அவனைத் திரும்பிப் பார்த்தார்கள்.

மாது காளிகாட்டில் இறங்கிவிட்டான். ஸ்டீமர் தண்ணீரை விலக்கிக்கொண்டு முன்னேறுவதுபோல அவன் அறுந்த செருப்பும் கையுமாக, கூட்டத்தை விலக்கிக்கொண்டு சங்கோசத்துடன் நடந்தான். பின்னால் அவன் மனைவி, அவன் சியாம் பக்கம் திரும்பிக்கூடப் பார்க்கவில்லை. இறங்கும்போது ஸ்ரீமதி மாதுவின் புடைவைத் தலைப்பு சியாமின் மோவாயை

உரசிக்கொண்டு போயிற்று. சியாம் தலையை நீட்டிப் பார்த்தான். ஸ்ரீமதி மாது கணவனைப் போலவே உயரம்!

ஸ்டாப்பிலிருந்து டிராம் புறப்பட்டது. இப்போது ஏதாவது செய்யவேண்டுமென்று சியாமுக்குத் தோன்றியது. அந்தப் பருமனான ஆள் இன்னும் சியாமை உரசிக்கொண்டு நின்று கொண்டிருந்தான். மறுபடியும் அவனுடைய கழுத்தில் தாடியால் உரச ஆசையாயிருந்தது சியாமுக்கு. அவன் மாதுவுக்கு மானசீமாக விடுதலை அளித்துவிட்டான். 'நீ இன்னும் சௌக்கியமாயிரு, மாது; இன்னும் பருத்துப்போ! அந்த இருபத்தஞ்சு ரூபா உனக்கு இனாம் கொடுத்துட்டேன். உனக்கு ஆசிர்வாதம் பண்றேன்; நீ அறுந்த செருப்போட ரொம்பத் தூரம் நடக்க வேண்டாம்! கிட்டவே உனக்கு ஒரு சக்கிலி கிடைப்பான்.'

சியாமுக்கு இப்போது ஓர் அலாதித் திருப்தி ஏற்பட்டது.

ஒருநாள் சியாம் 'டபுள் டெக்கர்' பஸ்ஸில் போய்க்கொண்டிருந்தான். பஸ் காலேஜ் தெருவைத் தாண்டிக் கொண்டிருந்தது. மேல் தட்டிலிருந்த சியாம் ஆர்ப்புலி சந்தின் ஆரம்பத்தில் மினு ஒரு சுவரின்மேல் சாய்ந்து கொண்டு நிற்பதைப் பார்த்தான். மினு அணிந்திருந்தவை ஒரு பழுப்பு நிறக் கம்பளிச்சட்டை, கறுப்பு நிற டைட் பேண்ட், காலில் ஹாக்கி பூட்ஸ். மினு மார்பின் மேல் கைகளை மடக்கி வைத்துக் கொண்டிருந்தான். ஒரு காலை மடக்கிச் சுவரின் மேல் வைத்திருந்தான்; முகம் தரையை நோக்கியிருந்தது. சட்டென்று பார்த்தால் அவன் தூங்கிக் கொண்டிருக்கிறான் என்று தோன்றும். ஆனால் சியாமுக்குத் தெரியும், மினுவால் ஒரு நிமிஷத்தில் அந்தப் பாவத்தை மாற்றிக் கொள்ள முடியும். சற்றே குனிந்திருந்த உடலை நிமிர்த்திக் கொண்டு அவன் நின்றால் அவனுடைய நீண்ட கறுத்த முகம் ஜொலிக்கும்.

சியாமின் மனசு மினுவை உரக்கக் கூப்பிடத் துடித்தது. கீழே இறங்கும் நோக்கத்துடன் அவன் தன் சீட்டிலிருந்து எழுந்திருக்க முற்பட்டான். ஆனால் பஸ்ஸில் ஏகக்கூட்டம். அவன் இறங்குவதற்குள் பஸ் இரண்டு ஸ்டாப்புகளைத் தாண்டிவிடும். இறங்கித் திரும்பி வரும்வரையில் மினு அங்கேயே நின்று கொண்டிருப்பான் என்ற நிச்சயம் இல்லை.

அதைத் தவிர மினுவைச் சந்தித்தாலும் எல்லாச் சமயங்களிலும் பயன் இருப்பதில்லை. மினு ஏதாவது காரியத்தில் முனைந்திருந்தால் சியாமைத் தெரிந்ததாகவே காட்டிக்கொள்ள மாட்டான். அதிகமாகப் போனால் சற்றுப் புன்சிரிப்புடன் 'என்ன சியாம், சௌக்கியமா?' என்று கேட்பான். பிறகு ஏதோ தூக்கக் கலக்கத்தில் பார்ப்பதுபோல அவனை அலட்சியமாகப் பார்த்துவிட்டு, 'சரி, அப்புறம் பார்க்கலாம்; இன்னிக்குப் போயிடு! எனக்குக் கொஞ்சம் வேலை இருக்கு' என்று சொல்லி விடுவான். 'என்ன வேலை?' என்று கேட்டால் அவன் தன் தலைமயிரைக் கையால் அளைந்து கொண்டே அமைதியான குரலில் சொல்வான்; 'இப்போ ஒரு ரகளை நடக்கப்போகிறது! நீ ஓடிப்போயிடு!' இதைச் சொல்லும் போது மினுவின் குரலில் ஒரு திடுக்கிடவைக்கும் தன்மை தோன்றுவதைச் சியாம் கவனித்திருக்கிறான். அந்த நேரத்தில் மினுவின் தொண்டையில் மைக்ரோபோன் இணைந்திருக்கிறதோ என்று தோன்றும். அவன் உரக்கப் பேசமாட்டான். ஆயினும் ஆழமான கிணற்றுக் கடியிலிருந்து குரல் வருவதுபோலத் தோன்றும். அந்தக் குரலை யார் கேட்டாலும் அவர்களுக்கு இதயம் படபடவென்று அடித்துக் கொள்ளும்.

ஏழெட்டு வருஷங்களுக்கு முன் ஒரு தடவை சியாம் மினுவைச் சந்தித்தான். அப்போது சியாம் ஏதோ ஒரு கம்பெனியில் ஒரு சாதாரண வேலையில் இருந்தான். சம்பளம் இருநூறு ரூபாய். மாதம் முதல் தேதி ரொம்பக் கூட்டமாயிருந்த ஒரு பஸ்ஸில் அவன் 'ஃபுட் போர்டி'ல் கைப்பிடியைப் பிடித்துத் தொங்கிக் கொண்டு வந்தான். காளிகாட் ஸ்டாப்பில் பஸ் நின்றுவிட்டுப் புறப்படும் சமயம் யாரோ அவனைக் கூப்பிடுவது போல் கேட்டது. பஸ் கிளம்பிவிட்டது. கூட்டத்தின் நடுவில் ஒரு கை இரும்புப் பிடியாக அவனுடைய முழங்கையைப் பிடித்திருப்பதை அவன் உணர்ந்தான். அடுத்த நிமிஷமே அந்தக் கை அவனுடைய கையைப் பஸ்ஸின் கைப்பிடியிலிருந்து பிரித்து இழுத்தது. யாரோ ஒருவருடைய தலையில் சியாமின் பல் பட்டது. யாருடைய முழங்கையோ அவனுடைய மார்பில் இடித்தது. 'ஃபுட்போர்டி'ல் இருந்த மற்ற பிரயாணிகள் கத்தினார்கள்; பஸ் நிற்கவில்லை. எதையாவது பிடித்துக் கொள்ளும் முயற்சியில் சூனியத்தில் கைகளை நீட்டியவாறே நடைபாதையில் விழவிருந்த சியாமை யாரோ தாங்கி

நிறுத்தினார்கள். வலியால் சியாமுக்குக் கண்ணில் நீர் வந்து விட்டது. தலை சுற்றியது. ஆகையால் தன்னை இப்படிப் பலவந்தமாக இறக்கிவிட்டது யாரென்று சில வினாடிகள் வரை சியாமுக்குப் புரியவில்லை. கடைசியில் அவன் மினுவைப் பார்த்தான்.

மினு தன் வழக்கமான குளிர்கால உடையை அணிந் திருந்தான்—பழுப்பு நிறக் கம்பளிச்சட்டை, கறுப்பு டைட் பேண்ட். மினு சிரித்தான். நடைபாதையில் நடந்துபோய்க் கொண்டிருந்த ஓரிருவர் நின்றுவிட்டார்கள். மினு, சியாமின் கையைப் பிடித்துக் கொண்டு சற்றுத் தொலைவில் அழைத்துச் சென்றான். இரும்புபோல் உறுதியான தன் நீளமான வலது கையைச் சியாமின் தோளின்மேல் அழுத்தாமல் வைத்துக் கொண்டு சிரித்தவாறே கேட்டான், "ரொம்ப வலிக்குதா?"

சியாம் தலையாட்டினான், "இல்லை" என்று.

மினு புன்சிரிப்புடன் மௌனமாகத் தன் வலது கையைச் சியாமின் தோளிலிருந்து எடுத்துத் தன் பேண்டின் பையில் விட்டுக் கொண்டான். அப்படியே கொஞ்ச நேரம் நின்றான். அவன் நிற்கும் தோரணையைப் பார்த்தால், 'அவனுடைய கால்கள் மண்ணுக்குள் புதைந்திருக்கின்றன, அவனை அங்கிருந்து அசைக்க முடியாது' என்று தோன்றும். இயற்கை யிலேயே மினுவின் கண்கள் அழகு—அவை நீண்டு, தண்ணீரில் மிதப்பவைபோல் தோற்றம் அளிக்கும். இமைகள் பாதிக் கண்ணை மூடியிருக்கும். அவன் அந்தத் தூங்குமூஞ்சிக் கண்களால் மிக அலட்சியமாக நாற்புறமும் பார்ப்பான். ஆனால் அவன் திடீரென்று புருவத்தைச் சுளித்துக்கொண்டு சீரியஸாப் பார்க்கும்போது ஒரு விநாடியில் அவனுடைய முகத்தோற்றமே மாறிவிடும். அடையாளம் கண்டுகொள்ள முடியாமல் இப்படி மாறிப்போகும் மினு ஈவிரக்கமற்றவன், கொடூரமானவன். புருவத்தை ஒரு சிறிது சுளிப்பதாலேயே இத்தகைய மாற்றத்தை உண்டாக்கிக் கொள்ளும் இந்திரஜாலம் மினுவுக்குக் கைவந்த கலை. அப்போதெல்லாம் சியாம் ஒழுங்கான பையன். ஆகவே அவன் சற்றுச் சங்கடப்பட்டுக் கொண்டே மினுவின் அமைதியான பாதி திறந்த கண்களைப் பார்த்துக்கொண்டு நின்றான்.

திடீரென்று மினு சொன்னான்: "இன்னிக்கு முதல் தேதி. உன் பாக்கெட்டிலே நிறையப் பணம் இருக்குமே, இல்லையா?"

மினு இந்த ஒரு விஷயத்தைக் கேட்டுத் தெரிந்து கொள்வதற்காகத் தன்னைப் பஸ்ஸிலிருந்து பிடித்து இறக்கிவிடவில்லை என்பது சியாமுக்குப் புரிந்தது. மினுவைச் சந்தித்ததில் சியாமுக்கு ஆர்வமோ மகிழ்ச்சியோ இல்லையென்பது மினுவுக்குப் புரிந்திருக்கலாம். ஆகவே இப்போது அவர்களை நண்பர்களென்று அழைக்க முடியாது. சியாம், மினுவின் நோக்கத்தை அறிவதற்காக அவனை உற்று நோக்கினான். காரணமின்றி ஒரு பயம் ஏற்பட்டது சியாமுக்கு. அவர்களைச் சுற்றிலும் ஜனங்கள் நடமாடிக் கொண்டிருந்தார்கள். ஆயினும் சியாமுக்குத் தான் தனியனாக இருப்பது போன்ற உணர்வு ஏற்பட்டது. எவ்வளவு உயரமாக, கறுப்பாக இருக்கிறான் மினு?

மினுவின் முகத்தைப் பார்த்தபடியே சியாம் பதில் சொன்னான்: "ஆமா, இன்னிக்குச் சம்பளம் வாங்கியிருக்கேன்."

மினு தன் கைகளைப் பேண்டின் இருபக்கப் பைகளிலும் விட்டுக் கொண்டு தோள்களைச் சுற்றிக் குலுக்கிக் கொண்டான். பிறகு சிரித்தவாறே சொன்னான்: "தெரியும். அதனால்தான் உன்னை, அந்தப் பஸ்ஸில் போகவிடவில்லை. பஸ் ரொம்ப 'சூடா' இருக்கு, புரிஞ்சுதா?"

'சூடு' என்ற வார்த்தைக்கு என்ன அர்த்தம் என்று சியாமுக்குத் தெரியாமல் இல்லை. இருந்தாலும் அவன் ஒன்றும் சொல்லவில்லை.

மினு புன்சிரிப்புடன் சொன்னான். "அந்தப் பஸ்ஸிலே எனக்குத் தெரிஞ்ச சில பசங்க போறாங்க; உன் பையிலே இருக்கிறதை அபேஸ் பண்ணிடுவாங்க. உனக்குக் கொஞ்சங் கூடத் தெரியாது."

இதைக்கேட்டுத் திடுக்கிட்ட சியாம் தன் சட்டைப்பையில் பணம் இருக்கிறதா என்று பார்க்கக் கையைத் தூக்கினான்.

மினு அவனைச் சமாதானப்படுத்தினான்: "பயப்படாதே! உன் பணம் இருக்கு. நான் பார்த்துட்டேன்."

மினுவின் சோம்பேறித்தனமான, எதையும் குறிப்பாகக் கவனிக்காத கண்களைப் பார்த்துச் சியாமுக்குச் சிரிப்பு வந்து விட்டது. "நீ என்னைப் பயமுறுத்திட்டியே! உன் கண்ணைப் பார்த்தா என்னமா இருக்கு?"

உண்மையில் மினு அப்போது சியாமைப் பார்த்துக் கொண்டிருக்கவில்லை; எதையுமே பார்த்துக் கொண்டிருக்க

வில்லை. ஆனாலும் சியாமுக்குத் தெரியும், மினு எவ்வளவு தூரம் பார்ப்பான், பார்க்க முடியும் என்று.

மினு சிரித்தான்—வெளிறிப்போன, மௌனமான சிரிப்பு. அந்தச் சிரிப்பில் எவ்வித விருப்பமோ ஆர்வமோ இல்லை, உயிரற்ற சிரிப்பு.

சட்டென்று சியாமுக்குத் தோன்றியது. மினு அவனைப் பஸ்ஸிலிருந்து இறக்கியிராவிட்டால் அவனுடைய பணம் தொலைந்து போயிருக்கும் என்று தோன்றினாலும் அவனுக்கு மினுவிடம் துளிக்கூட நன்றியுணர்வு தோன்றவில்லை. மினுவிடம் தனக்கு அன்பு ஏற்படவில்லை என்பது குறித்துச் சியாம் தனக்குள்ளே வெட்கினான். இது உசிதமில்லை. மினுவிடம் அவனுக்குப் பிரியம் இருக்க வேண்டும்.

இந்தச் சங்கடமான உறவிலிருந்து கத்திரித்துக்கொள்ள விரும்பிய சியாம் அவசர அவசரமாகக் கேட்டான். "வா, டீ சாப்பிடலாம். உன்னோட பேசி ரொம்ப நாளாச்சு!"

மினு அவனுடையப் பேச்சைக் காதில் போட்டுக் கொள்ளவில்லை. அவன் சட்டென்று மின்னலைப்போல் திரும்பித் தன் வலது பக்கமும் இடது பக்கமும் பின்பக்கமும் பார்த்துக் கொண்டான். அவனுடைய பார்வையின் ஒளி பிறருடைய கண்களைச் கூசச்செய்துவிடும். சியாம் அங்கு இருப்பதையே அவன் மறந்துவிட்டதாகத் தோன்றியது. அடுத்த நிமிஷமே அவன் தன் வழக்கமான நிதான நிலையில் நின்று கொண்டு சிரித்தான். அவனுடைய இடுப்பில் அணிந்திருந்த அகல பெல்ட் சற்று வெளியே தெரிந்தது. அவன் தன் கம்பளிச் சட்டையை இழுத்து விட்டு அதை நன்றாக மறைத்துக் கொண்டான். சியாமிடம் சொன்னான்: "நான் தனியா இல்லைப்பா, சியாம். என்னோட இன்னும் வேறே ஆளுங்க இருக்காங்க."

சியாமின் மார்பு படபடவென்று அடித்துக் கொண்டது. மினுவுக்குப் பின் பக்கம் மஞ்சள்நிற மாதாகோவில், முன்பக்கம் பஸ் ஸ்டாப்பில் ஜனக்கூட்டம், சற்றுத் தள்ளி ஒரு பார்க். குளிர்காலமானதால் இலைகளெல்லாம் உதிர்ந்து போய்விட்ட ஒரு மரத்தின்மேல் ஒரு காகம் உட்கார்ந்திருக்கிறது. அழுக்கும் தூசியும் படிந்த களைத்துப்போன மனிதர்கள் நடமாடிக் கொண்டிருக்கிறார்கள். இங்கே மினுவின் தோழர்கள் எங்கே இருக்கிறார்களென்று சியாமுக்குப் புரியவில்லை.

அவன் கேட்டான், "உன் ஆளுங்க எங்கே?" என்று.

மினு சிரித்தான். "அவங்க கூட்டத்தில கலந்திருக்காங்க. உன்னாலே பார்க்க முடியாது. சரி, வா, உன்னைக் கொஞ்ச தூரம் கொண்டு போய்விட்டுட்டு வரேன். 'சூடு இல்லாத' பஸ் எதிலேயாவது ஏறிக்கிட்டு போய்ச் சேரு."

சியாமுக்குப் புரிந்தது; மினுவுக்குச் சொந்தமாக ஒரு தனிச் சமூகம் இருக்கிறது. சட்டத்துக்கும் ஒழுங்குக்கும் கட்டுப்பட்ட சியாம் போன்றவர்களுக்கு அந்தச் சமூகத்தில் இடமில்லை. அந்த நிலையில் மினுவின் முன்னால் சியாம் ஒரு குழந்தை. சிறு வயதில் அவனும் மினுவும் எவ்வளவோ ரகசியங்களைத் தங்களுக்குள் பகிர்ந்து கொண்டிருக்கிறார்கள். அவர்கள் பெரியவர்களான பிறகு, இந்த நீண்ட இடைவெளியில், அவர்களிடம் எவ்வளவோ புதிய ரகசியங்கள் சேர்ந்திருக் கின்றன. ஆனால் இவற்றை அவர்கள் முன்போல் பகிர்ந்து கொள்ள முடியாது. சியாம் அங்கிருந்து நகர்ந்து போக விரும்பவில்லை. மினுவின் நன்மைக்காக அவனிடம் சில நல்ல வார்த்தைகள் சொல்லவேண்டுமென்று நினைத்தான் சியாம். அவன் சொன்னான்: "உன்னோட கொஞ்சம் பேசணும்."

மினு புருவத்தைச் சுளித்தான்; "என்ன விஷயம்?"

அமைதியான குரலில் சியாமிடமிருந்து பதில் வந்தது. "விஷயம் இருக்கு. சொல்றேன்."

மினு சியாமின் கண்களின் ஆழத்தில் உற்றுப் பார்த்தான். "சரி, ஒருநாள் உன் அறைக்கு வரேன். மாமிசம் சமைச்சுச் சாப்பிடுவோம். அப்புறம் பகல் முழுதும் நீ சொல்றதைக் கேக்கறேன்."

சற்றுத் தொலைவில் மாதாகோவிலுக்கு வெளியே அதன் கம்பிவேலியின் மேல் சாய்ந்துகொண்டு இரண்டு பேர் நிற்பதைச் சியாம் கவனித்தான். அவர்கள் ஒரு தடவைகூட மினுவையோ சியாமையோ திரும்பிப் பார்க்கவில்லை. அவர்கள் எப்படி அங்கே திடீரென்று தோன்றினார்கள்? அவர்கள் சிகரெட்டைப் பிடித்துக்கொண்டு அலட்சிய பாவத்துடன் ரஸ்தாவைப் பார்த்தவாறே நின்றார்கள். அவர்கள் அணிந்திருந்தது சாதாரண வேஷ்டியும் சட்டையும்; சட்டையின் கை மேலே மடித்து விடப்பட்டிருந்தது. மேலெழுந்த வாரியாகப் பார்த்தால் அவர்களிடம் ஒன்றும் விசேஷமாகத் தோன்றவில்லை. ஆனாலும் அவர்கள் நிற்கும் நிலையையும்

பார்வையின் அலட்சியபாவத்தையும் கவனித்த சியாமுக்கு அவர்கள் கொஞ்சமும் ஈவிரக்கமற்றவர்கள் என்று தோன்றியது. இவர்களுக்கும் மினுவுக்குமிடையே ஏதோ ஒரு உறவு இருக்கிறது. இவர்களுடைய அலட்சியத் தோற்றம் பார்ப்பவர் களை ஏமாற்றுவதற்காக. ஒரு சில காரியங்களில் இவர்கள் மிகவும் கெட்டிக்காரர்கள்.

சட்டென்று சியாம் மினுவைப் பார்த்துச் சிரித்தான். "உன்னோட ஆளுங்க அந்த ரெண்டு பேர்தானே?" அவர்களை மினுவுக்குச் சுட்டிக்காட்டினான்.

மினு மின்னல் வேகத்தில் அவனுடைய கையை இழுத்து விட்டுச் சொன்னான், "விரலை நீட்டிக் காண்பிக்காதே!"

மினு சற்றுப் பரபரப்படைந்ததாகத் தோன்றியது. இருந்தாலும் அவன் புன்சிரிப்பை வலுவில் வரவழைத்துக் கொண்டு பதில் சொன்னான். "ஆமா, அவங்க ரெண்டு பேர். இன்னும் நாலு பேர் இருக்காங்க. தேவலையே, உனக்கு நல்ல கழுகுப் பார்வைதான். இப்போ நீ வீட்டுக்குப் போ."

சியாமுக்குக் குஷி பிறந்துவிட்டது. அவன் சிரித்துக் கொண்டே சொன்னான்: "கொஞ்சம் பொறு! நான் அந்த நாலுபேரையும் கண்டுபிடிக்கறேன்!" மினு போட்ட ஒரு சிக்கலான புதிருக்கு விடைகாண முயற்சி செய்பவன் போல் அவன் நாற்புறமும் ஜாக்கிரதையாகக் கவனிக்கத் தொடங்கினான்.

மினு தன் இரும்புக் கையை அவனுடைய தோளின்மேல் வைத்து அழுத்தினான். "நீ ஒண்ணும் அவங்களைத் தேடிக் கண்டுபிடிக்க வேண்டாம். என் கூடவே நடந்துவா, அவங்களைக் காண்பிக்கறேன்."

மினு சியாமுக்கு முன்னால் மிகவும் நிதானமாக நடந்தான். சில அடிகள் நடந்த பிறகு நின்றான். பின்புறம் திரும்பிச் சியாமிடம் சொன்னான்: . "பாரு!" என்று.

"எங்கே?"

மினு தலையை ஆட்டி சாலையின் மறுபக்கத்து நடை பாதையைக் காண்பித்துச் சொன்னான்: "அந்தப் பக்கம் டீக்கடைக்குப் பக்கத்திலே ரெண்டுபேர் நின்னுகிட்டிருக்காங்க, பாரு! ஒருத்தன் சிவப்பு ஸ்வெட்டர் போட்டுட்டு குட்டையா, கையைப் பேண்ட் பாக்கெட்டிலே போட்டுக்கொண்டிருக்கான். இன்னொருத்தன் ஆஜானுபாகுவா, வட்டக்கழுத்து வச்ச

பனியனும் என் மாதிரி கறுப்புப் பேண்டும் போட்டுக் கொண்டிருக்கான்."

யாரோ ஒரு முக்கியமான நபருக்காக இந்த வலை விரிக்கப்பட்டிருக்கிறது என்று சியாமுக்குப் புரிந்தது. அவனுக்கு உள்ளூரத் திகில். அவன் அதைச் சிரமப்பட்டு மறைத்துக் கொண்டு தன் இயற்கையான குரலில் கேட்டான், "பாக்கி இரண்டுபேர்?"

"இங்கே வா?" மினு நகர்ந்தான். ஒரு புதிய விருந்தாளிக்குத் தன் வீடு வாசலைச் சுற்றிக் காண்பிக்கும் பாவம் அவனிடம் காணப்பட்டது.

பார்க்குக்குப் பக்கத்தில் ஒரு சந்து. அதைக் காண்பித்தான் மினு. அவர்கள் பிடிக்கப்போகிற ஆள் அந்தச் சந்தில்தான் வசிக்கிறான். சந்து முனையில், மீட்டர் இறக்கப்பட்ட ஒரு டாக்ஸி. அதன் பின்சீட்டில் ஓர் ஆள். இங்கிருந்து அவன் முகம் நன்றாகத் தெரியவில்லை.

ஆழமாக மூச்சை இழுத்துக்கொண்டு சியாம் கேட்டான். "இன்னோர் ஆள்?"

"இன்னோர் ஆள் இங்கே இல்லை. அவன் எங்க 'வேட்டை'யைப் போக்குக் காட்டி இங்கே கூட்டிக்கிட்டு வர்றதுக்காகப் போயிருக்கான்."

சியாமுக்குத் தலை சுற்றுகிறது, கால் வெடவெடவென்று நடுங்குகிறது. இந்தக் கூட்டத்தில், ஆனால் ஒருவர் கண்ணுக்கும் தெரியாமல், மினு ஒரு நாடகமேடை தயார் செய்கிறான். சீக்கிரத்தில் இங்கு ஒரு நாடகம் நடக்கப்போகிறது. வெறும் நாடகம் அல்ல; மினு சம்பந்தப்பட்ட விவகாரங்களில் ரத்தமும் சிந்தும். செயற்கையாகச் சிரிக்க முயன்று கொண்டு சியாம் கேட்கிறான், "நீங்க யாரைப் பிடிக்கப் போறீங்க?"

மினுவின் புன்சிரிப்பு மறைந்துவிடுகிறது. அவனது புருவம் சற்றே சுளிக்கிறது. பார்வை தீவிரமாகிறது. ஆயினும் இப்போது அவனைப் பார்க்கப் பயங்கரமாக இல்லை. ஏதோ ஒரு நிர்ப்பந்தத்துக்கு உட்பட்டவன்போல் அவன் உதட்டைப் பிதுக்கிக் கொண்டு சொல்கிறான். "எனக்கு என்ன தெரியும்! அந்த ஆளைப்பார்த்ததே இல்லை நான்."

"அப்போ?"

மினு தன் நெற்றியில் வந்து விழுந்த ஒரு மயிர்க்கற்றையை விரலில் சுற்றிக் கொள்கிறான். அவன் வேறு எதையோ

நினைத்துக் கொண்டிருப்பதுபோல் தோன்றுகிறது. பிறகு அவன் சியாமின் பக்கம் திரும்பிச் சொல்கிறான்: "நீ வீட்டுக்குப் போ, அப்புறம் பார்ப்போம்."

சியாம் வேறொன்றும் பேசாமல் நடக்க ஆரம்பிக்கிறான். சற்றுதூரம் சென்ற பிறகு சட்டென்று திரும்பிப் பார்க்கிறான். மினு தன்னையே பார்த்துக் கொண்டிருப்பதைக் கவனிக்கிறான். அந்தப் பார்வையில் ஒரு கலக்கம் தெரிகிறது.

சியாம் மினுவிடம் திரும்பி வந்து கேட்கிறான்: "இவங்க எல்லாம் உன் சிநேகிதங்களா மினு?"

அவனும் மினுவும் ஒரு காலத்தில் சிநேகிதர்களாக இருந்ததுபோல் இவர்கள் இப்போது மினுவின் சிநேகிதர்களா என்று அறிய அவனுக்கு ஆவல்போலும்.

மினு வேடிக்கையாக அவனைப் பார்த்துவிட்டுப் பதில் சொல்கிறான், "ஆமாம்!" என்று.

சியாமுக்கு வாந்தியெடுக்கும்போல் இருந்தது. எல்லா வற்றையும் கூர்ந்து கவனிக்கும் மனநிலையில் இல்லை அவன். இருந்தாலும் அவன் கவனித்தான், மினுவின் முகத்திலும், கண்களிலும், ஒரு தயக்கம் தவழ்வதை.

சியாம் புரிந்துகொண்டதற்கு அடையாளமாகத் தலையை அசைத்தான். பிறகு சொன்னான், "அப்போ நான் வரேன்."

"சரி."

"ஒரு நாள் வருவியோல்லியோ? லீவு நாளிலே வா!"

"சரி" என்று சொன்ன மினு வேடிக்கையாகச் சிரித்துக் கொண்டே, "அதாவது, அதுவரை உசிரோடு இருந்தால்!" என்றான்.

இந்தக் கடைசி வாக்கியம் சியாமை மினுவின் அருகிலிருந்து துரத்தியது. அவன் வேகமாகப் பஸ் ஸடாப்பை நோக்கி நடந்தான்; பின்னால் திரும்பிப் பார்க்கவில்லை.

மாதாகோயிலின் வேலியின்மேல் சாய்ந்தவாறு அலட்சியமாக நின்று கொண்டிருந்த இருவரும் இன்னும் அப்படியேதான் நின்று கொண்டிருந்தார்கள். அவர்கள் அதே அலட்சிய பாவத்துடன் அவனை ஒரு தடவை திரும்பிப் பார்த்தார்கள். சியாம் அவர்கள் பக்கம் திரும்பிப் பார்க்காமல் பஸ் ஸ்டாப்புக்கு வந்து அங்கிருந்த கூட்டத்தில் சேர்ந்து கொண்டான்.

குளிர் அதிகமில்லை. ஆனால் சியாமின் கை, கால், கழுத்து எல்லாம் சில்லிட்டுப் போயிருந்தன. நெஞ்சுக்குள்ளே தடதட வென்ற சப்தம். அங்கே யாரோ ஓடிக்கொண்டிருப்பது போல அவனுக்கு மூச்சுத் திணறியது.

அப்போதெல்லாம் இடையிடையே சியாமுக்கு இம்மாதிரி நேர்வது உண்டு. நெஞ்சு படபடவென்று அடித்துக் கொள்வது அவனுடைய நெடுங்கால வியாதி.

பஸ் ஸ்டாப்பின் கூட்டம், பின்பக்கம் கடைகளிலிருந்து வந்த வெளிச்சம். வலது பக்கமும் இடது பக்கமும் இருந்த ஒரு சில தூசி படிந்த மரங்கள் எல்லாமே உயிரற்றவையாகத் தோன்றின சியாமுக்கு. சற்றுநேரம் முன்புதான் அவன் ஆபீசிலிருந்து வெளியே வந்தான். கூட்டத்தில் இடித்துப் புகுந்து கொண்டு பஸ்ஸில் ஏறினான். அதன்பிறகு மினு அவனைப் பஸ்ஸிலிருந்து இறக்கி விட்டான். அதுவரை எல்லாமே இயற்கையாகத்தான் இருந்தது. ஆனால் இப்போது காலும் கையும் குளிரில் மரத்துப் போய் விட்டன; நெஞ்சு படபடத்தது; விவரிக்க இயலாத சஞ்சல உணர்வு அவனை ஆட்கொண்டது. ஊரே அறிமுகமில்லாத புதிய ஊராகத் தோன்றியது. அவனுடைய பிள்ளைப் பிராயத்துத் தோழன் மினு இன்று அவனுக்கு அந்நியனாக ஆகிவிட்டதுபோல்.

அந்த மாலைநேரம் ருசியில்லாமல் போனதற்குக் காரணம் மினுதான். பஸ்ஸில் ஏறியபிறகும் அவன் ஜாக்கிரதையாக இருக்க முயற்சி செய்யவில்லை. அவன் கைப்பிடியைப் பிடித்துக் கொண்டு தொங்கிக் கொண்டிருந்தான். அவனைச் சுற்றிலும் எவ்வளவோ கைகள். எந்தக் கைக்கு என்ன நோக்கம் என்று அறிய அவன் முயற்சி செய்யவில்லை.

அதன் பிறகு பல நாட்கள் அவன் கூட்டத்துக்குள் நிற்கும் போது பயத்துடன் இங்குமங்கும் பார்ப்பதுண்டு. கொடுமையான முகமும் ஈரமில்லாத நெஞ்சுமாக யாரோ ஒருவன் கூட்டத்தில் மறைந்துகொண்டு தன்னைக் கூர்ந்து கவனித்து வருகிறான் என்று அவனுக்குத் தோன்றும். நெஞ்சில் யாரோ ஓடும் தடதட சப்தம் கேட்கும். அருகிலேயே எங்கோ மினுவின் அந்த ஆறு கூட்டாளிகளும் காற்றோடு காற்றாக மறைந்துகொண்டு அவனுக்காகக் காத்திருப்பதுபோலத் தோன்றும். இந்தப் பயத்துக்குக் காரணமே இல்லை என்பது அவனுக்குத் தெரியும். அவனுடைய வாழ்க்கை உப்புசப்பற்ற, சர்வசாதாரணமான

வாழ்க்கை. யாருக்கும் எவ்விதமான பெரிய தீங்கும் செய்யக் கூடிய வலிமை அவனுக்கு இல்லை. அப்படியிருக்கும்போது அவனைப் பழிவாங்க யாருக்கு என்ன காரணம் இருக்க முடியும்?

அந்த இருபத்து மூன்று-இருபத்து நான்கு வயது நிறைந்த சியாம் பயந்த சுவாபமுடையவனாக, இரக்கம் நிரம்பியவனாக இருந்தான். அந்தச் சியாமை இனி ஒருநாளும் காணமுடியாது. இதை நினைக்கச் சியாமுக்குச் சற்றுச் சிரிப்பு வந்தது. பஸ்ஸில் பயணம் செய்துகொண்டிருந்த அவன் ஜன்னல் வழியே எட்டிப் பார்த்தான். அவன் மனக்கண்ணுக்குத் தெரிந்தது. அந்தப் பழைய சியாம் தெருவில் நடந்து போகிறான்; தெரு முனையில் உட்கார்ந்திருக்கும் பிச்சைக்காரனின் குவளையில் இரண்டு பைசா போடுகிறான். டன்டனே காளிகோயிலைக் கடந்து செல்லும்போது யாருமறியால் தலையைச் சற்றுக் குனிந்துகொண்டு வணங்கும் பாவனையில் கைகளைக் குவித்து விட்டு உடனேயே விலக்கிக் கொள்கிறான். பஸ்ஸில் ஒரு ஜேப்படிக்காரன் பிடிபட்டு அவனைச் சுற்றி ஒரு கூட்டம் கூடிவிடுகிறது. கோழையான சியாம் அந்தக் கூட்டத்திலிருந்து அவசர அவசரமாக நகர்ந்து போய் விடுகிறான்

இன்றைய சியாமுக்கு நினைக்க நினைக்கச் சிரிப்பு வருகிறது. அவன் சொல்லிக்கொள்கிறான், 'ஆகா, சியாம், தி கைண்ட் ஹார்ட்டட்!'

மினுவைச் சந்தித்து வெகு காலமாயிற்று. ஏனென்றால் நாளடைவில் சியாமின் வேலை மாறியது. அவனுடைய நடமாட்டம் ஒருசில குறிப்பிட்ட சாலைகளின் எல்லைக்குள்ளே நின்றுவிட்டது. ஆபீஸ், ரெஸ்டாரெண்ட், பார், நகரத்தின் கண்ணியமான தென்பகுதியிலிருந்த சிறிய ஃபிளாட் ஆகிய வற்றிலேயே சுகமாக அடைபட்டுப் போய் விட்டான் சியாம். மினு குப்பையும் அசுத்தமும் நிறைந்த சந்து பொந்துகளில் சுற்றுவான்; கள்ளுக்கடை, சூதாட்ட கோஷ்டி, பாருல் அல்லது சம்பா போன்ற வேசி வீடு ஆகியவற்றில் நடமாடுவான். அவர்கள் இருவரும் அருகருகேதான் இருந்தார்கள். இருந்தாலும் அவர்கள் வாழ்ந்தது வெவ்வேறு நகரங்களில்.

கல்கத்தா என்ற பெயருள்ள நகரத்துக்குள்ளே ஒன்றுக்குள் ஒன்றாக எவ்வளவோ நகரங்கள் மறைந்திருக்கின்றன. பஸ்ஸின்

வலது பக்கம் உட்கார்ந்திருப்பவன் வெளியே பார்க்கும்போது அவன் காணும் காட்சி வேறு. ஐந்தாம் மாடியிலிருப்பவன் காணும் காட்சிக்கும் சாக்கடைப் பள்ளத்தில் நின்று கொண்டிருப்பவன் காணும் காட்சிக்கும் எவ்வளவோ வித்தியாசம். இந்த வித்தியாசங்கள் பக்கத்தைப் பொறுத்தவை, உயரத்தைப் பொறுத்தவை. ஒருவகைக் கல்கத்தா இன்னொரு வகைக் கல்கத்தாவில் நுழைந்து கொண்டிருக்கிறது.

இப்போது ஒருநாள் மினுவைச் சந்திக்க வேண்டுமென்ற ஆசை ஏற்பட்டது சியாமுக்கு. அவன் முதுகிலே தட்டி, "என்ன மினு! சௌக்கியமா, வாத்தியாரே?" என்று கேட்க வேண்டும். அப்புறம் குரலைத் தாழ்த்திக்கொண்டு, "என்னையும் உன்னோட கூட்டத்துலே சேத்துக்கிறியா வாத்தியாரே?" என்று கேட்க வேண்டும். "ரெண்டு கையாலேயும் கும்கும்முனு குத்துவிடறேன், பாக்கிறியா வாத்தியாரே! அடிவயத்திலே கத்தியை நுழைப்பேன், வெண்ணெயிலே நுழைக்கிற மாதிரி! மடார் மடார்னு சோடா பாட்டில் எறிவேன், தெரியுமா?"

அதன்பிறகு அவர்கள் டீக்கடைக்குப் பின்னால் இருட்டுச் சந்தில் உள்ள ஓர் அறையில் சந்திப்பார்கள். அங்கே இளம் பெண்களின் படங்களைக் கொண்ட காலண்டர்கள் தொங்கிக் கொண்டிருக்கும். 'நொய்' என்று ஈக்கள் பறக்கும் சப்தம் கேட்கும். அவன் மினுவுக்கு நேர் எதிரில் உட்கார்ந்துகொண்டு அந்தரங்கமான குரலில் அவனைக் கேட்பான், "என்ன வாத்தியாரே, 'ஜிட்'டா 'ரன்டிக்'கா?"

இந்த மொழி மினுவுக்குப் புரியும். ஏனென்றால் இது மினுவின் கோஷ்டி உபயோகிக்கும் மொழி. 'ஜிட்' என்றால் கஞ்சா, 'ரன்டிக்' என்றால் நாட்டுச் சாராயம்.

போதை ஏற ஏறத் தலையை மெதுவாக ஆட்டுவான் சியாம்; "வாத்தியாரே, நீ ரொம்பத் தளர்ந்து போயிட்டே. உனக்குக் கிழட்டுத்தனம் வர ஆரம்பிச்சுடுச்சு! நீ என்னைவிட ஆறு வயசு பெரியவன். எனக்கு இப்போ முப்பத்திரண்டு வயசு. அப்போ உனக்கு... அது போகட்டும். இப்போ என்ன தொழில் செய்யறே ஜேப்படியா, கேப்மாரி சமாசாரமா? உன் பேரையும் படத்தையும் நோட்டீஸ் போர்டுலே போட்டுட்டாங்களா? உன்னோட எவ்வளவு பணம் சம்பாவோட பெட்டிக்குப் போய்ச் சேர்ந்திருக்கு? அவங்கள்ளாம் ரசீது கொடுக்கறதில்லே. கொடுத்திருந்தாங்கன்னா அதையெல்லாம் கூட்டிப்பார்த்தா

எவ்வளவு ஆயிரம் வரும்? கவலைப்படாதே மினு, உனக்கு மறுபடி நல்லகாலத்தைக் கொண்டுவர நான் இருக்கேன். வளர்ற பையன் மாதிரி என் ரத்தம் சூடா இருக்கு; கிழவனுக்கு இருக்கற மாதிரி மூளை குளிர்ச்சியா இருக்கு; துப்பறியறவனோட கண்ணு மாதிரி கூர்மையான கண்ணு எனக்கு. எந்தவிதமா உசிரோட இருக்கவும் நான் தயார், எந்தவிதமாகச் சாகவும் தயார். வாத்தியாரே, என்னத்தைச் சொல்லுவேன், போ! நான் ஒரு 'வீக் பாயிண்ட்'டிலே அடிபட்டுப் போயிட்டேன். அப்பா அம்மாவைச் சம்பந்தப் படுத்தின ஒரு வசவை என்னாலே பொறுத்துக்க முடியல்லே!"

பஸ்ஸில் பக்கத்தில் நின்று கொண்டிருந்தவர் சற்றுக் குனிந்து சியாமைக் கேட்டார், "என்ன சொன்னீங்க?"

சியாம் திடுக்கிட்டான். தன்னையறியாமல் அவன் வாயைத் திறந்து ஏதோ பேசியிருக்கிறான். அருகில் உட்கார்ந் திருந்த ஓரிருவர் அவனைத் திரும்பிப் பார்த்தார்கள்.

விவேகானந்தா ரோடுக்கருகில் கூட்டத்துக்குள் நுழைந்து கீழே இறங்கிவிட்டான் சியாம்.

## 2

அதிகாலையில் கதவு தட்டப்படும் சப்தம் கேட்டுச் சியாமின் உறக்கம் கலைந்தது. எழுந்து கதவைத் திறந்தான். இதூ!

"இதூ"

"சியாம்!"

வெண்மையின் நடுவே நின்று கொண்டிருக்கிறாள் இதூ. அவளுடைய புடைவை வெள்ளை, ரவிக்கை வெள்ளை, கையிலிருந்த பை வெள்ளை, நெற்றியிலும் வெள்ளைச் சந்தனத்தாலான பொட்டு.

அந்த வெள்ளை சியாமின் தூக்கக் கலக்கம் கலையாத கண்களைக் கூசச் செய்தது. கண்களை மூடி மூடித் திறந்த அவன் சிரித்துக் கொண்டே கேட்டான், "வீணை எங்கே?"

ஜன்னல் வழியே அறைக்குள்ளே வெயில் வருகிறது. அதன் ஒளியில் இதூ அழகாகவும் சீரியஸாகவும் காணப்

படுகிறாள். இதூ அறையின் நிலைப்படியைத் தாண்டிக் கொண்டு உள்ளே வரவில்லை. வெளியிலிருந்தே சொல்கிறாள். "உன் அறையைக் கொஞ்சம் சரி பண்ணு, சியாம்! இவ்வளவு அலங்கோலமான இடத்துக்கு ஒரு கண்ணியமான பெண் வரமுடியாது."

சியாம் அவசர அவசரமாகத் தன் நாற்காலியை இழுத்து அறையின் நடுவில் போடுகிறான். தரையில் குவிந்து கிடக்கும் புத்தகங்களைத் தன் காலாலேயே ஓரத்துக்கு நகர்த்துகிறான். படுக்கையில் கிடக்கும் போர்வையைச் சுருட்டிக் கால்பக்கத்தில் வைக்கிறான். "நீ வருவேன்னு தெரிஞ்சிருந்தா முன்னாலேயே ஒழுங்குபடுத்தி வச்சிருப்பேன். இந்த நாற்காலியிலே உக்காரு."

இதூ நாற்காலியில் உட்காரவில்லை. தன் கைப்பையைப் படுக்கையின் மேல் வீசி எறிகிறாள். தலையணையை எடுத்து முழங்கால்களின் மேல் வைத்துக்கொண்டு படுக்கையின் மேல் சாய்ந்தாற்போல் உட்காருகிறாள். "முகத்தை அலம்பிக்கிறதானா அலம்பிக்கிட்டு வா. நான் இன்னிக்கு நாள் முழுதும் இங்கே தான் இருக்கப்போறேன்."

சியாம் சிரிக்கிறான்.

புருவத்தைச் சுளித்துக்கொண்டு இதூ கேட்கிறாள். "நீ என்னைக் கல்யாணம் பண்ணிக்க ஆசைப்படறேன்னு டெலிபோன்லே சொன்னியா?"

சியாம் தலையை அசைக்கிறான், "ஆமாம்."

"நான் ஒப்புக்கொண்டேனா?"

"ஆமாம்."

"பாதிப்பேச்சிலே நீ டெலிபோனை வச்சுட்டியா?"

சியாம் சங்கோசத்துடன் பதில் சொல்கிறான்: "ஆமாம்."

இதூ ஒரு பெருமூச்சு விடுகிறாள். "உனக்கு என்னதான் வேணும்?"

பதில் பேசாமல் சியாம் ஷெல்ஃபிலிருந்து டூத்பிரஷ்ஷை எடுத்துக் கொள்கிறான். பாத்ரூமில் நுழைந்துகொண்டே சொல்கிறான்: "உக்காந்திரு, இதூ! நான் உனக்கு டீ போட்டுக் கொடுக்கிறேன்." பாத்ரூமின் கதவு மூடிக்கொள்கிறது.

பாத்ரூமில் நுழைந்த சியாம் சூனியப் பார்வையுடன் எதிரிலிருந்த சுவரைப் பார்த்தவாறு நிற்கிறான். உடம்பில் ஒரே அலுப்பு. கொஞ்சங்கூட விறுவிறுப்பே தோன்றவில்லை. என்ன

ஆச்சரியம்! அவன் குழாயைத் திறந்து குளிர்ந்த நீரில் கையை வைக்கிறான், சிரிக்கிறான். தண்ணீர் களகளவென்று விழும் சப்தத்தைக் கூர்ந்து கேட்கிறான். பிறகு மெதுவாகப் பற்பசையை எடுக்கிறான்.

அரைமணி நேரத்துக்குப் பிறகு அவன் பாத்ரூமிலிருந்து வந்து ஸ்டவ்வைப் பற்றவைக்கிறான். இவ்வளவு நாளாக உபயோகிக்காத சர்க்கரை டப்பாவை ஷெல்ஃபிலிருந்து எடுத்து வைக்கிறான். பால்பவுடர் டின்னைக் குலுக்கிப் பார்க்கிறான். பிறகு அதன் மேலேயுள்ள துவாரத்தில் கண்ணை வைத்து உள்ளே பார்க்கிறான். இதூவின் பக்கம் திரும்பிச் சிரித்துக் கொண்டு தலையை அசைக்கிறான். "டீ போட முடியாது. பால் பவுடர் காஞ்சு போயிடுச்சு."

"என்ன காஞ்சு போச்சு?"

சியாம் பால் பவுடர் டின்னைக் காட்டுகிறான். "பால்."

இதூ சற்றுச் சிரிக்கிறாள். "தி மில்க் ஆஃப் ஹ்யூமன் கைண்ட்நெஸ் (மனித இனத்தின் அன்பு எனும் பால்) இல்லையா?"

உரக்கச் சிரிக்கத் தோன்றினாலும் சியாம் சிரிக்கவில்லை. சொல்கிறான். "ஆகா! உன் மூளை ரொம்ப வளந்துருச்சு."

"நீ ஒண்ணும் டீ போடவேண்டாம். எங்கிட்ட வந்து உக்காரு."

சியாம் பால் பவுடர் டின்னை தடாரென்று தரையில் எறிந்து விட்டுத் திரும்பி நிற்கிறான். மெதுவாக ஜன்னல் பக்கம் நகர்ந்து போகிறான்.

"வா, சியாம்!" இதூவின் குரலில் சலனமே இல்லை.

சியாம் ஜன்னல் கட்டையில் கை வைத்துக்கொண்டு வெயிலுக்கு முதுகைக் காட்டியவாறு இதூவின் பக்கம் திரும்பி நின்று சொல்கிறான்: "இதூ, உன்னைப் பார்த்தால் புனிதமே உருவெடுத்து வந்திருக்கிற மாதிரி இருக்கு."

"எனக்குத் தெரியும்."

"இன்னும் கொஞ்ச நேரம் இந்த மாதிரியே புனிதமா இரு. அப்புறம்..."

இதூ பல்லைக் கடித்துக் கொள்கிறாள். "அப்புறம் என்ன?"

சியாம் மெதுவாகச் சிரிக்கிறான். "அப்புறந்தான் நாள் பூரா இருக்கப் போறியே!"

இதூ தலையை ஆட்டுகிறாள். "இல்லை, இன்று காலைக்

காட்சி. நீ கிட்டே வா, சியாம்! எனக்கு உன்னைப் பத்திய எல்லா விஷயமும் தெரியணும்."

சியாமின் முகத்தில் ஒரு வறட்டுப் புன்னகை. "நீ ரொம்பப் புத்திசாலியாப் போயிட்டே."

"கிட்டே வா, சியாம்! உன்னை ஒரு தடவை தொட்டுப் பார்த்தா எனக்குப் புரியும், உனக்கு என்ன ஆயிடுச்சுன்னு."

இதூவின் குரலில் கெஞ்சலும் கொஞ்சலும்—ஒரு தாய் தன் குழந்தையை அருகில் அழைப்பது போல! 'உன்னோட போக்கிரித் தனத்தைக் கண்டுபிடிச்சுட்டேன்!' என்ற பாவம் அவள் முகத்தில்.

சியாம் அருகில் வரவில்லை. ஜன்னல் அருகில் நின்றவாறே கேட்கிறான். "எப்படிப் புரியும்?"

"நீ கிட்டே வா. உன்னைத் தொடவிடு. அப்பறம் பாரு, நான் சரியாச் சொல்றேனா இல்லையான்னு."

சியாம் மெதுவாக இரண்டடி முன்னே வருகிறான். புன்சிரிப்புடன் கையை நீட்டிக்கொண்டு சொல்கிறான். "தொடு!"

இதூ கையை நீட்டியதும் அவன் தன் கையைப் பின்னுக்கு இழுத்துக் கொள்கிறான். "தொடு!"

"இதென்ன?" இதூ மறுபடி கையை நீட்டுகிறாள்.

சியாம் சட்டென்று வேறுபக்கம் கையை நீட்டிக்கொண்டு சொல்கிறான். "இப்போ தொடு!"

"என்ன இது!" சிரிப்பை அடக்கிக்கொண்டு கேட்கிறாள் இதூ. படுக்கையிலிருந்து எழுந்திருக்கத் தொடங்குகிறாள்.

சியாம் சற்று முன்னால் வருகிறான். "எழுந்திருக்காதே, இதூ! இப்பத் தொடு!"

இதூ உட்கார்ந்து கொள்கிறாள். சட்டென்று குனிந்து சியாமின் சட்டையைப் பிடிக்க முயற்சி செய்கிறாள்.

மின்னல் வேகத்தில் நகர்ந்து கொண்டு சிரிக்கிறான் சியாம். மறுபடி ஜன்னல் பக்கம்போய் நின்றுகொண்டு சொல்கிறான். "பிடிச்சுடுவியா? பிடி, பார்ப்போம்!"

"நீ கிட்டே வா!"

"நீ வாயேன்!"

"சியாம், உனக்கு என்ன பயம்? நீ எவ்வளவோ பெண்களைத் தொட்டிருக்கே! நீ ஒரு ஸ்திரீ லோலனாச்சே!"

"உண்மை."

மெதுவாக எழுந்து நிற்கிறாள் இதூ. "பின்னே என்ன பயம்?" இதூ அருகில் வந்து அவனுடைய தோள்பக்கம் கையை நீட்டுகிறாள். சியாம் புன்சிரிப்புடன் மெதுவாகத் தோளைத் தாழ்த்திக் கொள்கிறான்.

இதூ கிசுகிசுக்கிறாள். "உனக்கு என்ன பயம், சியாம்? என்ன பயம்?"

இதூவின் கை மெதுவாக அவனுடைய தோளை நெருங்குகிறது. இதோ தொட்டுவிடப் போகிறது. சியாம் இன்னும் குனிந்து கொள்கிறான். பிறகு வழுக்கிக் கொள்வது போல் அவளுடைய கைக்கு அடியிலிருந்து நகர்ந்துபோய் அறையின் நடுவே நிற்கிறான். இதூவின் கை சூனிய வெளியைத் துழாவுகிறது. வளையல்கள் கலகலக்கின்றன. அவள் புருவத்தைச் சுளித்துக் கொண்டு அவன் பக்கம் திரும்பிப் பார்க்கிறாள். "பிடி, பார்ப்போம்!" சியாம் சிரிக்கிறான். விளையாட்டாக அவள் பக்கம் தன் கையை நீட்டிச் சொல்கிறான்: "பிடி!"

புருவத்தைச் சுளித்துக் கொண்டிருந்த இதூ சட்டென்று புன்முறுவல் செய்கிறாள். "உனக்கு விளையாட ஆசையா?"

"ஆமாம்."

"சரி." இதூ ஒரு வினாடியில் தன் புடைவைத் தலைப்பை இடுப்பில் இறுகச் சுற்றிக் கொள்கிறாள். "உன்னைத் தொட்டுட்டா நான் ஜெயிச்சேன்!"

"சரி!"

சியாம் வாயிற்கதவைச் சாத்துகிறான்.

ஒருவரையொருவர் பார்த்துக் கொண்டு சற்று நேரம் நிற்கிறார்கள் அவர்கள். இதூ முன்னைக்கு இப்போது பருமனாகி விட்டாள். அவள் தன் தலைப்பை இறுகக் கட்டிக் கொண்ட பிறகு அவளுடைய அடிவயிற்றில் உபரிச்சதை மேடாகத் தெரிகிறது. கையிலும் கழுத்திலும் சதை மடிப்புக்கள். இருந்தாலும் இதூ நடனம் கற்றுக் கொண்டவள் என்பது சியாமுக்குத் தெரியும். ஆகவே அவன் ஜாக்கிரதையாக இருக்கிறான்.

இதூ நேரே முன்னேறவில்லை. மெதுவாக சுவரோரமாகச் சுற்றிக்கொண்டு வருகிறாள். சிரிக்கிறாள். சியாம் வெகு லாகவக மாக எதிர்ப்பக்கம் போய்ச் சொல்கிறான். "நடந்து பிடி, இதூ!"

இதூ சிரிக்கிறாள்; சுற்றிக்கொண்டே இருக்கிறாள். சியாமும் சுற்றுகிறான்.

அறையில் எல்லாமே சியாமுக்குப் பரிச்சயமானது. கதவுப் பக்கம் போனால் வலப்பக்கம் கட்டில், நடுவில் நாற்காலி. இடப்பக்கம் ஸ்டவ் எரிந்து கொண்டிருக்கிறது. ஜன்னல் பக்கம் போனால் இதற்கு நேர்மாறாக இருக்கும். ஒரு பக்கம் மலையாகக் குவிந்திருக்கும் புத்தகங்கள். ஒரு தடித்த புத்தகம் அந்தக் குவியலிலிருந்து தனித்து வந்து கிடக்கிறது. சியாம் அந்தப் புத்தகத்தைக் கடக்கிறான். கட்டிலின் பக்கமாக மெதுவாக நடக்கிறான். நாற்காலியின்மேல் ஒரு தடவை கையை வைக்கிறான். வலது பக்கமாகச் சுற்றிக்கொண்டு வந்த இதூ சட்டென்று மின்னல் வேகத்தில் திசையை மாற்றிக்கொண்டு நேராக வருகிறாள். பாம்பின் படம்போல் அவளது கை சியாமின் மார்பை நோக்கி நீளுகிறது. சியாம் மயிரிழையில் நழுவிக்கொண்டு, கட்டிலின்மேல் ஏறி, கதவுப்பக்கமாகக் குதித்து விடுகிறான். சிரிக்கிறான்; இடப்பக்கமாகச் சுற்றி வருகிறான். இதூவும் சிரித்தவாறு அவனைத் தொடர்கிறாள்.

திடீரென்று இதூ நின்றுவிடுகிறாள். “சீ! இதென்ன சிறுபிள்ளைத்தனம்!”

சியாம் தூரத்திலிருந்துகொண்டு சொல்கிறான்: “நீ என்னைத் தொட்டுட்டா உனக்கு வெற்றி.”

“எனக்கு வெற்றி வேண்டாம், நீ கிட்டே வா!”

“விளையாட்டு ரூலை மீறாதே, இதூ! ஜெயிக்கப்பாரு!”

இதூ படுக்கையில் உட்கார்ந்துகொண்டு கால்களை ஆட்டுகிறாள். “உன்னை நான் தொடல்லே, போ!”

சியாம் சுவரின் மேல் சாய்ந்துகொண்டு மௌனமாகச் சிகரெட் பிடிக்கத் தொடங்குகிறான். இதூ உதட்டைக் கடித்துக் கொண்டு சிரிக்கிறாள். எங்கோ பார்ப்பதுபோல் பாவனை செய்கிறாள். திடீரென்று அவன் பக்கம் தாவி வருகிறாள். திடுக்கிட்டுப்போய் நகர்ந்துகொள்ள முயற்சி செய்த சியாம் ஸ்டவ்வின்மேல் விழவிருந்த தன்னைக் கடைசி நிமிஷத்தில் சமாளித்துக் கொள்கிறான். ஜன்னல் கட்டையில் சாய்ந்து கொண்டு சொல்கிறான். “ஆகா, இதூ, நீ ரொம்பப் புத்தி சாலியாயிட்டே! சீக்கிரமே முன்னேறிடுவே.”

பேசும்போது சிகரெட் அவனுடைய வாயிலிருந்து விழுந்து விடுகிறது. இதூ அதை எடுத்துச் சியாமின் மேல் வீசி எறிகிறாள்.

படுக்கையின் மேல் விழுந்த அதை எடுத்துக்கொண்டு, "தாங்க் யூ" என்கிறான் சியாம்.

எதற்கும் துணிந்துவிட்ட பாவனையில் இதூ நாற்காலியை உதைத்து நகர்த்துகிறாள். நெற்றியின்மேல் விழும் மயிர்க் கற்றையைத் தள்ளிவிட்டுக் கொள்கிறாள். நேரே முன்னேறு கிறாள். சியாம் குனிந்துகொண்டு அவளுக்கு வெகு அருகில் அவளைக் கடந்து எதிர்ப்புறத்தில் சென்று விடுகிறான். "இதூ, நிதானமாக, பதற்றப்படாமல் விளையாடு. இல்லாவிட்டால் சும்மா சுத்திச் சுத்திச் சாகவேண்டியதுதான்."

இதூ அவன் பேச்சைக் கேட்கவில்லை. இங்குமங்கும் தாவிக் குதித்து அவனை அணுக முயற்சி செய்கிறாள். குருடி போலத் திரும்பத் திரும்ப நாற்காலியிலும், கட்டிலிலும், சுவரிலும் இடித்துக் கொள்கிறான். புத்தகக் குவியலில் இடறி விழவிருந்தவள் சமாளித்துக் கொள்கிறாள்; கோபத்தில் உதட்டைக் கடித்துக் கொள்கிறாள். அவளுடைய முகம் சிவந்து போகிறது. முகத்தில் வேர்வைத் துளிகள் பளபளக்கின்றன.

சியாமுக்குச் சற்று விறுவிறுப்புத் தோன்றுகிறது. விளையாட்டு வெறியில் அவன் ஆழ்ந்து போகிறான். பரிகாசமாகச் சொல்லுகிறான்: "விளையாடு, இதூ, விளையாடு! இப்போ நீ இன்னும் ரொம்ப அழகாயிருக்கே."

இதூ படுக்கையருகில் சற்று நிற்கிறாள். கைப்பையை எடுத்து அவன்மேல் எறிகிறாள். சியாம் தலையைக் குனிந்து கொள்ளவே அது சுவரில் மோதி, கீழே ஸ்டவ்வின்மேல் விழுந்து, அதிலிருந்து கெட்டிலைக் கவிழ்த்துவிடுகிறது. ஸ்டவ்வின் ஜ்வாலை 'குப்'பென்று பெரிதாக எரிகிறது. கெட்டில் நீர் தரையில் ஓடுகிறது. சியாம் அறையின் ஆபத்தில்லாத மூலையில் ஒதுங்கிக் கொள்கிறான்.

இதூ ஒரே இழுப்பில் நாற்காலியை நகர்த்திக் கொள்கிறாள். ஒரே தாவில் கொட்டிக்கிடக்கும் வெந்நீரைத் தாண்ட முனைகிறாள். ஆனால் முடியவில்லை. சுவரைப் பிடித்துக் கொண்டு மூச்சு இரைக்க இரைக்கச் சொல்கிறாள்: "சியாம், இன்னும் என்னைக் கஷ்டப்படுத்தாதே!"

சட்டென்று அவள் முகம் வெளிறிப்போகிறது. புடைவைத் தலைப்பு அவிழ்ந்து ஸ்டவ் நெருப்பின்மேல் தொங்குகிறது.

"நிற்காதே! விளையாடு!" தன் கையை நீட்டிக் கொண்டு சியாம் சொல்கிறான்: "இதோ நான்! தொடு என்னை!"

சியாம் சிரித்துக்கொண்டே தூரப் போகிறான். கட்டிலின் மேல் தாவி ஏறுகிறான். "வா இதூ. விளையாடு! இல்லாட்டா நான் அப்படியே தூங்கிப் போயிடுவேன்."

இதூ நின்று விடுகிறாள். "இனிமே என்னால முடியாது, சியாம்!"

"ஏன் முடியாது? நிச்சயம் முடியும். அசந்துபோய் உக்காந்திருந்தா என்ன லாபம்? விளையாடு."

இதூ நிதானமாக அடியெடுத்து வைத்து முன்னேறுகிறாள். சியாம் நகர்ந்து நகர்ந்து போகிறான். அவர்கள் நாற்காலியைச் சுற்றிச் சுற்றி வருகிறார்கள். அவர்களுடைய பெருமூச்சின் அரவம் அறையை நிரப்புகிறது. சியாம் சிரிக்கிறான். அவன் இதூவை நிற்க விடவில்லை. இதூ முழு மூச்சுடன் முனைகிறாள். சியாம் சுற்றிச் சுற்றிக் கட்டிலின்மேல் ஏறுகிறான், ஓடுகிறான், சுவரின் பக்கம் நகர்கிறான், கொட்டிக்கிடக்கும் வெந்நீரைத் தாண்டிக் கடக்கிறான். இதூ குருடிபோல் சியாம் நிற்கும் பக்கத்துக்கு எதிர்ப்பக்கத்தில் கைகளை நீட்டிக்கொண்டு போகிறாள். சியாம் சீட்டியடித்துத் தான் இருக்குமிடத்தைக் காட்டிக் கொள்கிறான்.

சியாம் சிரிக்கிறான், மூச்சோடு மூச்சாக முணுமுணுக்கிறான்: "விளையாடு, இதூ! விளையாடு! கொஞ்சநேரம் என் கண்ணுக்கு அழகா இரு. நான் ரொம்ப நாளாக் குளிர்ந்து போயிட்டேன், இதூ! உடம்பிலே சூடே இல்லே எனக்கு. விளையாடு, இதூ! விளையாடு, என்னைத் தொடு! அப்போ உனக்கு வெற்றி! த்சொ, த்சொ! நீ பருமனாயிட்டே. இதூ! வயற்றிலே சதை ஏறிடுச்சு, வயசும் ஆயிடுச்சு. நேரம் இருக்கற போதே விளையாடிடு! கிழவியாறதுக்கு முன்னாலேயே விளையாடிடு. செத்துப்போறதுக்கு முன்னாலேயே விளையாடி விடு. எதையுமே சுலபமா அடைஞ்சுடக் கூடாது. அடையறது உசிதமில்லே. இவ்வளவு நாள் உன்னை நான் சுலபமாவே அடைஞ்சுட்டேன். அதனாலே எனக்கு லாபமில்லாமே போச்சு. ஹா, ஹா! இதூ, நான் அங்கேயில்லை, ஜன்னல் பக்கம் நகர்ந்து வந்துட்டேன். அடடே! விழுந்துடாதே, இதூ! விளையாட்டு மண்ணாப்போயிடும். அவ்வளவு சீக்கிரமாக முயற்சியைக் கைவிட்டுடாதே, ஓஞ்சு போகாதே. ஓஞ்சு போனா நீ அவுட். ஓஞ்சு போனா நீ மண்ணாங்கட்டி! சுத்து, சுத்து, சுத்திக்கிட்டே இரு! சுத்திச் சுத்தி நெழலாப் போயிடு, இதூ!

மாயாவியா, மர்மமானவளா, அடையமுடியாதவளாப் போயிடு. நான் பிச்சைக்காரன் மாதிரி உனக்காக ஏங்கணும். நான் முழங்காலிட்டு உன்னைக் கெஞ்சணும். நான் உனக்காகப் பைத்தியமாயிடணும். ஐயையோ! நீ ஸ்டவ்வுக்கு ரொம்பக் கிட்டே போயிட்டியே, இதூ! உன் நடை தளர்ந்து போச்சே! அடடே! உன் புடைவைத் தலைப்பு நெருப்புக்கு மேலே தொங்குதே?"

நிராசையுடன் நிற்கிறான் சியாம். இதூவின் சேலைத் தலைப்பில் நெருப்புப் பிடித்துக் கொள்வதைப் பார்க்கிறான்.

"ஐயோ, சியாம்! நான் என்ன பண்ணுவேன்?" இதூ அழுகிறாள். எரியும் தலைப்பை எட்டிப்பிடித்துக் கொண்டு சியாம் இருக்கும் பக்கம் வருகிறாள். சியாம் நகர்ந்துவிடுகிறான்.

"ஐயோ, சியாம்!"

சியாம் தலையை ஆட்டுகிறான்: "நான் விளையாட்டு ரூலை மீற மாட்டேன், இதூ?"

"நான் என்ன செய்வேன்?"

சியாம் படுக்கையிலிருந்து பெட்ஷீட்டை எடுத்து அவள் பக்கம் தூக்கி எறிகிறான். "இதைப்போட்டு அழுத்தி நெருப்பை அணைத்துவிடு."

இதூ தரையில் குனிந்து உட்கார்ந்து தலைப்பைப் போர்வையால் மூடி நெருப்பை அணைக்கிறாள். அது அப்போதுதான் தீப்பிடித்துக் கொண்டிருந்ததால் அணைப்பது அவ்வளவு கஷ்டமாக இல்லை. சியாம் தூரத்திலிருந்தே பார்த்துக் கொண்டிருக்கிறான்.

மெதுவாக முகத்தை நிமிர்த்துகிறாள் இதூ. சூனியத்தை வெறித்துப் பார்க்கிறாள். கருகிப்போன தலைப்பைக் கையில் சேர்த்து எடுத்துக்கொண்டு படுக்கையில் உட்காருகிறாள். அவளுக்கு மூச்சு இரைக்கிறது.

சியாம் அவளுடைய கைப்பையைக் கீழேயிருந்து எடுத்துப் படுக்கையின் மேல் எறிகிறான். இதூ திடுக்கிடுகிறாள். பிறகு உறக்கத்திலிருந்து விழித்தவள் போலப் பையை எடுத்துக் கொண்டு எழுந்து நிற்கிறாள். வாசலுக்குப் போய்ச் சற்று நிற்கிறாள்; சொல்கிறாள்: "உன் படுக்கை நனைஞ்சு போச்சு, சியாம். வெயில்லே போடு!"

"சரி."

"நீ ரொம்ப நாளா ஷேவ் பண்ணிக்கலே."

"ஆமா."
"நீ ரொம்ப இளைச்சுப் போயிட்டே."
"ஆமாம்."
"சரி, நான் வரேன்."
"சரி."

இதூ மாடிப்படியை நோக்கி நடக்கிறாள். அவளுக்குப் பின்னால் கருகிப்போன புடைவைத் தலைப்பு தொங்குகிறது.

இதூவைக் கூப்பிட்டுப் புடைவையைத் திருப்பிக் கட்டிக் கொள்ளச் சொல்லலாமா என்று தோன்றுகிறது சியாமுக்கு. அடுத்த நிமிஷமே நினைத்துக் கொள்கிறான்: 'இருக்கட்டும்.'

ஏனென்றால், இதூ இப்போது ரொம்ப அழகாக இருப்பதாக அவனுக்குத் தோன்றுகிறது.

### 3

"நீங்கள் நல்ல விளையாட்டுக்காரராக இருந்தீர்களா?"
"ஆமாம்."
"என்ன விளையாடுவீர்கள்."

நாற்காலியிலிருந்து எழுந்து நிற்கிறான் சியாம். "பாகாடெலியும் கேரமும்."

கேள்வி கேட்டவர் அவசர அவசரமாகத் தம் மூக்குக் கண்ணாடியில் கையை வைத்துக்கொண்டு தம் முன்னே மேஜையின் மேலிருக்கும் காகிதங்களைப் பார்க்கிறார். "என்ன! கிரிக்கெட்டும் ஃபுட்பாலும் விளையாடியதாக அல்லவா இதில் எழுதியிருக்கிறீர்கள்!"

சியாம் மேஜையின் மேல் சற்றுக் குனிந்து கேட்கிறான். "பின்னே ஏன் கேட்கிறீர்கள்?"

அந்த ஆள் திகைத்துப் போய்ச் சியாமை உற்றுப் பார்க்கிறார். "ஓ! சரி, உட்காருங்கள்."

சியாம் மறுபடி உட்காருகிறான். அவனுக்குக் கழுத்திலும் கன்னத்திலும் ஒரே அரிப்பு. வெகு நாட்களுக்குப் பிறகு ஷேவ் செய்து கொண்டதில் பிளேடுபட்ட இடமெல்லாம் எரிகிறது. அவன் கன்னத்தைத் தடவிவிட்டுக் கொள்கிறான்.

நீண்ட மேஜையின் அந்தப் பக்கத்தில் மூன்று பேர். இந்தப் பக்கம் தனியாகச் சியாம். சியாம் இரண்டு ஓரங்களிலும் இருந்தவர்களைப் பார்க்கவில்லை. நடுவில் உட்கார்ந்திருக்கும் இளைஞரையே பார்த்துக்கொண்டிருக்கிறான்.

அந்த மனிதர் காகிதங்களிலிருந்து பார்வையை நிமிர்த்தி அவனைக் கேட்கிறார். "கவர் பாயின்ட் என்றால் என்ன என்பதைப் படம் போட்டுக் காட்டாமல் விளக்க முடியுமா?"

சியாம் மேஜைக்கடியில் தன் கால்களை மெதுவாக ஆட்டுகிறான். சலனமற்ற குரலில் சொல்கிறான்: "மறந்து விட்டேன்."

அந்த ஆள் ஏதோ சொல்ல வாயைத் திறக்கிறார். அவர் பேசுவதற்குமுன் சியாம் குறுக்கிடுகிறான். "நான் சிவில் ட்ராஃப்ட்ஸ்மேன். என் விளையாட்டுத் திறமையை வைத்துக் கொண்டு என்ன செய்யப் போகிறீர்கள்?"

அந்த மனிதர் குழம்பிப்போய் நாற்காலியில் நன்றாகச் சாய்ந்து கொள்கிறார். பென்சிலை எடுத்து உதட்டில் வைத்துக் கொள்கிறார். யோசனையுடன் அவனைப் பார்த்துக்கொண்டே இருக்கிறார்.

இப்போது வலப்பக்கத்திலிருந்து ஆங்கிலத்தில் கேள்வி வருகிறது. "டூன் ரஸ்க் யார்?"

சியாம் இப்போதுதான் கேள்வி கேட்டவரைக் கவனிக்கிறான். அரைக்கிழம், வழுக்கைத்தலை, தடித்த மீசை. முகத்தில் ராஜதந்திரிக்கு உரிய நிதானமான புன்சிரிப்பு.

சியாம் நிதானமாகப் பதில் சொல்கிறான். "நான் ரிப்போர்ட்டர் அல்ல." அவன் தன் டிராயிங்குகள் அடங்கிய ஃபைலை எடுத்து மேஜையின் மேல் வைக்கிறான். "நீங்கள் என் டிராயிங்கைப் பார்த்தீர்களா?"

அந்த மனிதர் புன்சிரிப்பு மாறாமல் பதில் சொல்கிறார். "நாங்கள் வேண்டுவது ஒரு அப்-டு-டேட் பேர்வழியை; வெறும் ட்ராஃப்ட்ஸ்மேனை அல்ல. நீங்கள் செயின்ட் அண்ட் மில்லரில் நிர்வாகப் பகுதியில்தான் வேலை செய்ததாகத் தெரிகிறது. ட்ராஃப்ட்ஸ்மேனாக அல்ல. கேள்விக்குப் பதில் சொல்லுங்கள்."

சியாம் பரபரப்புடன் யோசித்துப் பார்க்கிறான். ஒன்றும் நினைவுக்கு வரவில்லை. மூளைக்குள்ளே கலங்கிய தண்ணீர் தளும்பி நிற்பதுபோல் ஒரு குழப்பம். அப்படியும் அவன்

நிதானம் இழக்காமல் அலட்சியமாகப் பதில் சொல்கிறான். "டூன் ரஸ்க் என்று மூன்று பேர் இருக்கிறார்கள். நீங்கள் யாரைப் பற்றிக் கேட்கிறீர்கள்?"

கேள்வி கேட்டவர் சற்றுத் திடுக்கிடுகிறார். "பாக்கி இரண்டு பேர் யார்?"

சியாம் கண்களை மூடிக்கொண்டு பதில் சொல்கிறான். "ஒருவன் நியூஸிலாந்தைச் சேர்ந்த வாலிபால் விளையாட்டுக் காரர், இன்னொருவர் ஆஸ்திரேலியாவைச் சேர்ந்த ஒரு கெமிஸ்ட்."

"மூன்றாவது?"

என்ன சொல்வதென்று தெரியாமல் சியாம் சற்றுநேரம் அவரையே பார்த்துக் கொண்டிருக்கிறான். பிறகு நிதானமாகச் சொல்கிறான்: "எனக்குத் தெரியாது. மூன்றாவது டூன் ரஸ்க் முக்கியமானவர் இல்லை."

"ஆனால் நீங்கள்தானே சொன்னீர்கள், மூன்றுபேர் இருக்கிறார்கள் என்று! ஆகையால் மூன்றாவது ஆளைப் பற்றியும் உங்களுக்குத் தெரிந்திருக்க வேண்டுமே! உங்களுக்குத் தெரியவில்லை என்று ஒப்புக் கொள்ளுங்கள்."

"டூன் ரஸ்க் என்ற பெயருடன் யாராவது இருக்கிறாரா இல்லையா என்று எனக்குத் தெரியாது. சியாம் சக்கரவர்த்தி என்ற பெயருடன் நான் ஒருவன் இருப்பது அவருக்கும் தெரியாது. இட் இஸ் மியூச்சுவல் இக்னரன்ஸ், சார்!"

பிறகு சில நிமிஷங்கள் நிசப்தம். சியாம் மூவரையும் மௌனமாகக் கவனிக்கிறான். இடது பக்கத்தில் கறுப்பாக, ஒல்லியாக, நடுத்தர வயதுள்ள தென்னிந்திய ஆபீசர்; நடுத்தரப் பதவியில் இருப்பவர் போலும்; தலையைக் குனிந்து கொண்டு பவ்யமாக உட்கார்ந்து கொண்டிருக்கிறார். அவர் எதுவுமே பேசவில்லை. எதிரில் உட்கார்ந்திருந்த வங்காளி இளைஞர் துடிதுடிப்புள்ளவர்; அகங்காரம் நிறைந்தவர். வெகு விரைவில் பதவி ஏணியின் உச்சியை அடைய விரும்புகிறவர். அவன் மாதிரி. வலது பக்கத்திலிருந்த அரைக்கிழவர் எல்லோரையும் விட மிகவும் நிதானம். அவர் முகத்தில் புன்சிரிப்பு. ஆனால் முகம் கல் மாதிரி உணர்ச்சியற்று இருக்கிறது. தசைநார்களில் எந்தவிதச் சலனமும் இல்லை. நாட்டின் எந்தப் பகுதியைச் சேர்ந்தவர் அவர் என்று புரியவில்லை.

சியாமுக்குக் கொட்டாவி வருகிறது. உடம்பு அலுப்பாக

இருக்கிறது. நாயைப்போல் ஜாக்கிரதையான, முயலைப்போல் கூர்ந்து கவனிக்கிற மனிதர்களையே இவர்கள் விரும்புவார்கள் என்பது சியாமுக்குத் தெரியும். தெரிந்தும்கூட அவன் அலட்சியமாக இருக்கிறான். நாற்காலியில் நன்றாகச் சாய்ந்து கொள்கிறான், கொட்டாவி விடுகிறான், கண்களைக் கசக்கிக் கொள்கிறான்.

எதிரில் உட்கார்ந்திருந்தவர் சொல்கிறார். "சரி, நீங்கள் போய் வரலாம்."

சியாம் மெதுவாக எழுந்திருக்கிறான்; வாயிற்பக்கம் முன்னேறுகிறான். பிறகு நடுவழியில் நின்றுவிடுகிறான். வாயிற் கதவு வலது பக்கம் நகர்ந்து போய்விட்டது. சியாம் சற்றுத் தயங்கி விட்டு வலது பக்கம் திரும்பி முன்னேற முயற்சி செய்கிறான். ஊஹூம். இந்த முயற்சி வீண்தான். ஏனென்றால் கதவு மெதுவாக இடப்பக்கம் நகர்ந்து போவது ஆச்சரியமா யிருக்கிறது. அவன் நிற்கிறான். உடம்பில் மயிர் குத்திட்டு நிற்கிறது. அவன் கண்களை மூடிக்கொண்டு சில அடிகள் வைக்கிறான். கண்களைத் திறந்தபோது அந்த மேஜைக்கு முன்னால் நிற்கிறான். அந்தப் பக்கத்திலிருந்த மூவரும் அவனை ஒரு மாதிரியாகப் பார்க்கிறார்கள். அவனுக்குச் சற்று வெட்கமாக இருக்கிறது. அவர்களைப் பார்த்து அசட்டுச் சிரிப்புடன் அநாவசியமாகப் பேசுகிறான். "என்னுடைய டிராயிங்குகளைப் பார்த்தீர்கள். என் சர்ட்டிபிகேட்டுகளையும் என்னையும் பார்த்துவிட்டீர்கள். இப்போது கேட்கிறேன், இந்த வேலையை எனக்குத் தருவீர்களா?" பேசிக்கொண்டே அவன் ஒவ்வொரு அடியாகப் பின்னால் போகிறான்.

நடுவிலும் இடப்பக்கமும் இருப்பவர்கள் ஒன்றும் பேச வில்லை. அவனுடைய நிலையைப் பார்த்துச் சங்கடத்துடன் பார்வையைத் திருப்பிக் கொள்கிறார்கள். வலது பக்கத்திலுள்ள அரைக்கிழவர் சலனமற்ற பார்வையுடன் அவனை நோக்கி மெதுவாகத் தலையை அசைக்கிறார். நிதானமான குரலில் சொல்கிறார். "ஸைகலாஜிகலி யூ ஆர் அன்ஃபிட் ஃபார் தி ஜாப்."

சியாம் பின்பக்கம் கையை நீட்டிக் கதவின் உருண்டை யான கைப்பிடியைப் பிடித்துக் கொள்கிறான். பிறகு, ஹோ, ஹோ என்று சிரிக்கிறான். அவனுக்கு ஒரு ஆசை தோன்றுகிறது. அந்த மனிதரின் முதுகில் தட்டிக்கொடுத்துச் சொல்ல

வேண்டும்; 'உங்கள் மூவரில் நீங்கதான் கெட்டிக்காரர். நானாக இருந்தா உங்களையே என் கம்பெனியிலே வேலைக்கு எடுத்துக்குவேன்.'

சட்டென்று கதவைத் திறந்துகொண்டு அவன் வெளியே வருகிறான். வராந்தாவில் சற்றுநேரம் நிற்கிறான். இப்போது திசைத் தடுமாற்றம் ஏற்படவில்லை. காலடி வைப்பதில் எந்த விதச் சிரமமும் இல்லை. உண்மையில் வேலை கிடைக்காதது அவனுக்கு மனச்சாந்தியாக இருக்கிறது. அவன் கவலையற்ற சுதந்திர உணர்வை அனுபவிக்கிறான்.

அதை அவனால் உணர முடிகிறது. இனி அவன் செய்யக் கூடியது ஒன்றும் இல்லை.

## 4

டிசம்பர் இருபத்து மூன்று. அன்று அவனுடைய பிறந்த நாள். அன்றோடு அவனுக்கு வயது முப்பத்தொன்று முடிகிறது. காலையில் விழிப்பு ஏற்பட்டதுமே அவனுக்கு நினைவு வந்தது. 'இன்று என் பிறந்தநாள்!' என்று. அப்போது அவன் படுக்கையை விட்டு எழுந்திருக்கவில்லை. கண்களில் தூக்கக் கலக்கம் இருந்தது. போர்வையின் கதகதப்புக்குள்ளிருந்து கொண்டே அவன் பல தடவைகள் சொல்லிக் கொண்டான். "ஹையா! இன்னிக்கு என்னோட பிறந்தநாள்!"

இவ்வளவு காலம் அவன் தன் பிறந்த நாளைப் பொருட் படுத்தியதில்லை. பிறந்த நாளைக் கொண்டாடுவதால் வாழ்க்கையின் வேகம் குறைந்துவிடுகிறது என்பது அவனுடைய எண்ணம். 'வைத்துக் கொள்ளேன், நீ மாடிப்படிகளில் ஏறுகிறாய் அல்லது இறங்குகிறாய். லிஃப்ட்டின் கதவைத் திறக்கவோ மூடவோ கையை நீட்டுகிறாய். ஷூவின் நாடாவை அவிழ்த்துக் கொண்டோ கட்டிக்கொண்டோ இருக்கிறாய். முத்தம் கொடுக்க உதட்டைக் குவித்திருக்கிறாய். ஷேவ் செய்து கொள்ள ஆரம்பித்து அப்போதுதான் கிருதாவுக்குக் கீழே பிளேடை வைத்திருக்கிறாய். இந்த நேரத்தில் வயதாகிவிட்ட நினைவு ஏற்பட்டால் காலும் கையும் அயர்ந்து வரும், மனசு

அலுப்பில் சோர்ந்துவிடும். கொட்டாவி விடத் தோன்றும். இதெல்லாம் செய்து என்ன பிரயோசனம்? கடைசியில் ஒன்றுமே நிலைக்கப் போவதில்லையே? என்ற எண்ணம் தோன்றும்.' ஆகையால்தான் சியாம் ஒருபோதும் தன் பிறந்த நாளைக் கொண்டாடுவதில்லை. டிசம்பர் இருபத்து மூன்று அவனறியாமலேயே கழிந்துவிடும்.

மற்ற நாட்களைவிடச் சற்றுத் தாமதமாகவே படுக்கையை விட்டு எழுந்தான் சியாம். முகத்தைக் கழுவிக்கொண்டு கண்ணாடியில் பார்த்துக்கொண்டான். இப்போதெல்லாம் அவனைப் பார்த்தால் ஒரு சன்னியாசி மாதிரி இருக்கும். தலைமுடி வளர்ந்து கழுத்துவரையில் சுருண்டு தொங்குகிறது.

கையில் கண்ணாடியுடன் அவன் ஜன்னல் அருகில் வந்து நின்றான். ஜன்னல் வழியே வெயில் வருகிறது. முன்னால் ஒரு மாமரம். இலைகளின் நிழலில் ஒரு சிலந்திக்கூட்டில் இப்போதும் சில பனித்துளிகள் பளபளத்துக் கொண்டிருக் கின்றன. அவனுடைய கண்ணாடியில் பிரதிபலித்த வெயில் சிலந்திக் கூட்டின்மேல் பட்டதும் அவன் கண்ணாடியைத் திருப்பினான். மின்னல் வேகத்தில் பாய்ந்து சென்ற ஒளி எதிர்ப்பக்கத்து வீட்டின் இரண்டாம் மாடியில் ஒரு ஜன்னலில் விழுந்தது. ஓரளவு ஆவலுடன் அவன் கவனித்துப் பார்த்தான். ஒளி ஓர் ஓவியத்தின் மேல் விழுந்திருந்தது. ஒரு கிழட்டு முகம்; அதில் ஒரு விஷமச் சிரிப்பு. புருவத்தைச் சுளித்துக் கொண்டு அவன் 'கள்ளமார்க்கெட் ஆசாமி' என்று முணுமுணுத்தான். பிறகு கண்ணாடியைத் திருப்பினான். சிவப்பு நிறக் கதவைக் கொண்ட ஒரு காரேஜுக்கு எதிரில் குப்பைத் தொட்டிக்குப் பக்கத்தில் நடமாடிக் கொண்டிருந்த மூன்று நாய்க் குட்டிகளின் மேல் ஒளியை வீசினான். ஆனால் பிரயோசனம் இல்லை. சாலையில் நிறைய வெளிச்சம். அதில் கண்ணாடி பிரதிபலித்த ஒளி மங்கிப் போய்விட்டது. அவன் சற்றுக் குனிந்து நிழலைத் தேடுகிறான்.

சிறு வயதில் இந்த விளையாட்டை அவன் எவ்வளவோ தடவை விளையாடியிருக்கிறான். இப்போது வயதாகிவிட்டது. இன்று அவனுக்கு வயது முப்பத்தொன்று நிரம்பிவிட்டது. இதை நினைத்ததும் அவனுக்குச் சற்றுச் சிரிப்பு வந்தது. அவன் ஆறாவது ஏழாவது வகுப்பில் படித்துக் கொண்டிருந்தபோது சிரித்த சிரிப்பு.

அவன் கழுத்தை நீட்டி எட்டிப் பார்த்தான். இடது பக்கத்து முனையைக் கடந்து கொண்டு ஒரு ரிக்ஷா மெதுவாக வந்து கொண்டிருக்கிறது. அதில் ஒரு பெண்; அவள் கையில் ஒரு கிதார். சியாம் ஜாக்கிரதையாகக் கண்ணாடியை எடுத்து வைத்துக் கொண்டான். யார் கண்டார்கள், வெளிச்சத்தை அவள்மேல் பாய்ச்சினால் அவள் ரிக்ஷாவை நிறுத்திவிட்டு மாடிக்கு வந்தாலும் வரலாம். சற்று நாணம் கலந்த சிரிப்புடன் சொல்லலாம், 'கூப்பிட்டீங்களே, அதுதான் வந்தேன்!' என்று.

சியாம் இன்னொரு பெண்ணையும் விட்டுவிட்டான். அவள் குங்கும நிறத்தில் புடைவை அணிந்திருந்தாள். கையில் ஒரு கைப்பை. அவள் நேரே வெகுதூரம் நடந்து போய் கண்ணுக்குத் தெரியாமல் மறைந்துவிட்டாள்.

சியாம் பல தடவை ஒளியைத் தத்தா வீட்டுச் சுவர்மேல் பாய்ச்சினான். சுவருக்குப் பின்னால் ஒரு 'லான்'. அதில் சில காகங்கள் உட்கார்ந்திருக்கின்றன. படிகளுக்குக் கீழேயிருந்த இடைவெளியிலிருந்து கிளம்பி வந்த ஒரு வெள்ளைப் பூனை தேகத்தை வளைத்து நிமிர்த்தித் தேகப் பயிற்சி செய்து கொண் டிருக்கிறது. அவன் அதன் முகத்தில் ஒளியைப் பாய்ச்சினான். ஒரு பலனும் இல்லை. பூனை ராஜா, ராணி மாதிரி அலட்சிய மாக முகத்தைத் திருப்பிக் கொண்டு படிகளில் ஏறிப்போய் வீட்டுக்குள் நுழைந்துவிட்டது. அவன் வெளிச்சத்தைத் திருப்பினான். ஒரு காகம் பறந்துபோய்விட்டது. லானுக்கு மறு பக்கத்தில் தூரத்தில் ஒரு வீட்டின் ஜன்னலில் தற்செயலாக ஒளி விழுகிறது. அங்கே அடுக்கி வைக்கப்பட்டிருந்த கோப்பை களும் சாஸர்களும் அந்த ஒளியில் மின்னுகின்றன.

சியாம் கண்ணாடியை இப்படியும் அப்படியும் ஆட்டி அதன் ஒளியின் போக்கைக் கட்டுப்படுத்த முயற்சி செய்து கொண்டிருந்தான். மித்ராவின் கிழட்டுத் தந்தை மார்க்கெட் டிலிருந்து திரும்பி வந்து கொண்டிருக்கிறார்; அவருக்குப் பின்னால் வேலைக்காரன். சியாம் அவர்கள் இருவரையும் விட்டுவிட்டான். ஒரு டாக்சி மிக வேகமாகப் போகிறது. டாக்சியின் ஜன்னலில் ஒரு சிறு பையனின் முகம் தெரிகிறது. வங்காளி இல்லை. சியாம் அவனுடைய முகத்தில் ஒளியைப் பாய்ச்சுகிறான். டாக்சியின் வேகத்தோடு ஒளியையும் நகர்த்திக் கொண்டே போகிறான். சற்றுத் தூரம் சென்றதும் சியாமுக்குத் தன் நாக்கை நீட்டிக் காட்டிவிட்டுப் போய்விடுகிறான் பையன்.

பிறகு அவனுக்கு இந்த விளையாட்டில் அலுப்பு ஏற்பட்டு விடுகிறது. ஒரு குழந்தை, ஒரு கிழவி, ஒரு சினிமாப்போஸ்டரில் காணப்பட்ட கதாநாயகி, ஆகியவர்களின் மேல் ஒளியைப் பாய்ச்சிவிட்டு, கண்ணாடியை வைத்து விடுவதற்காக உள் பக்கம் திரும்புகிறான்.

அதே நேரததில் ஒரு மோட்டார் சைக்கிள் வரும் அரவம் கேட்கிறது. வலப்பக்கத்து முனையின் அந்தப் பக்கத்திலிருந்து அது வருகிறது. உடனே அவனுடைய கால் கைகளின் தசை நார்கள் முறுக்கிக் கொள்கின்றன. வெகு காலமாகவே அவனுக்கு மோட்டார் சைக்கிள்காரர்கள் மேல் ஆத்திரம். அவன் திரும்பவும் ஜன்னலுக்கு ஓடிவருகிறான்.

மூன்று சாலைகள் சந்திக்கும் முனை அது. மோட்டார் சைக்கிள், இதோ முனைக்கு வந்து திரும்பப் போகிறது. ஒரு மாடு நிதானமாகப் பெரிய சாலையைக் கடந்து கொண்டிருப் பதை சியாம் காண்கிறான். முனையில் மோட்டார் சைக்கிளின் முன்புறமும் சவாரி செய்பவனின் கறுப்புத் தலையும் தெரிந்ததுமே சியாம் ஒளியை அவனுடைய முகத்தில் சரியாகப் பாய்ச்சுகிறான். புயல்போல் பெருத்த சப்தத்துடன் திரும்பத் தொடங்குகிறது மோட்டார் சைக்கிள். ஒளியைத் தவிர்க்க மோட்டார் சைக்கிள்காரன் ஒரு பக்கமாகச் சாய்வதைக் கண நேரத்துக்குச் சியாமால் பார்க்க முடிந்தது. அடுத்த கணம் மாடு ஒரேயடியாகத் தாவிக் குதிக்கும் காட்சியைத் தவிரப் பார்ப்பதற்கு ஒன்றும் இல்லை. மின்னல் வேகத்தில் அவன் தரையில் உட்கார்ந்து கொண்டு விட்டான். மோட்டார் சைக்கிள் தடாரென்று சாலையில் விழுந்து நொறுங்கும் சப்தம் அவன் காதில் விழுந்தது. அவன் மண்டியிட்டவாறே ஜன்னல் பக்கத்திலிருந்து நகர்ந்து அறை நடுவே வந்தான். கண்ணாடி யைப் படுக்கை மேல்எறிந்துவிட்டு அவசர அவசரமாகக் கதவைப் பூட்டிக்கொண்டு வெளியே கிளம்பினான். சாலையில் ஜனங்கள் கூடிக்கொண்டிருந்தார்கள். சியாம் அந்தக் கூட்டத்தை அணுகவில்லை. அவன் அந்தப் பகுதியை விட்டே தூரப்போய்விட்டான். இன்று நல்ல இதமான வெயில். கூடவே நல்ல குளிர். இங்குமங்கும் தேடி அவன் கூட்டமோ அரவமோ இல்லாத ஒரு டீக்கடையைக் கண்டுபிடித்தான். ரொம்ப மட்டமான கடை. ஒரு மூலையில் உட்கார்ந்து கொண்டான்.

அவனுக்கு மோட்டார் சைக்கிள்காரர்கள் மேல் ஏன்

இவ்வளவு கோபம் என்பது அவனுக்கு நினைவில்லை. நினைவு படுத்திக்கொள்ள முயற்சி செய்தபோது அவன் மூளையில் கலங்கிய தண்ணீர் சலசலக்கும் உணர்வு ஏற்பட்டது. தரையில் ஒரு செய்தித்தாள் கிடந்தது. அவன் அதைப் பொறுக்கி எடுத்துக் கொண்டான். பேப்பர் படித்து எவ்வளவோ நாளாயிற்று. வேறு நினைவுகளை மறப்பதற்காக அவன் பேப்பர் படிக்கத் தொடங்கினான். விளையாட்டுப் பகுதி. ஒரு கிரிக்கெட் பாட்ஸ்மேன் நேற்றிலிருந்து தொண்ணூற்றெட்டு ரன்னில் அவுட் ஆகாமல் இருக்கிறானாம்! பாவம்!

நேற்று இரவு முழுவதும் அவன் தூங்கியிருக்க மாட்டான். குறைந்த ரன்களை எடுத்து அவுட் ஆகியிருந்தால் நன்றாகத் தூங்கியிருக்கலாம். இரண்டே ரன்கள்! அந்த இரண்டு ரன்களும், இருபத்திரண்டும் இருபத்திரண்டும் மொத்தம் நாற்பத்து நான்கு கஜங்கள்தாம். அவை ஒரு பிசாசைப்போல் அந்தக் கிரிக்கெட் வீரனைப் பயமுறுத்திக் கொண்டிருக்கும்! தானே அந்த நாற்பத்து நான்கு கஜங்கள் ஓடி இரண்டு ரன்களையும் அவனுக்குக் கொடுத்து விடலாமே என்று தோன்றியது சியாமுக்கு.

இந்த அற்ப விஷயத்தால், இரவு முழுதும் உறக்கமின்மை, சாப்பாட்டில் வெறுப்பு, பெண்கள் விஷயத்தில் ஆர்வமின்மை இவையெல்லாம் நேர வாய்ப்பு இருக்கிறது. அந்த ஆள், பாவம், அந்த இரண்டு ரன்களை எடுக்க முடியாவிட்டால்! நினைத்துப் பார்க்கவே முடியவில்லை அவனால். விதியின் மேல் பாரத்தைப் போட வேண்டியதுதான். அந்த இரண்டு ரன் களையும் எடுத்துவிட முடியுமென்று எந்த மனிதனாலும் உறுதியாகச் சொல்ல முடியாது. நினைக்க நினைக்க மிகவும் சங்கடமாக இருந்தது அவனுக்கு. அவன் பேப்பரை எறிந்து விட்டுக் காசைக் கொடுத்துவிட்டு வெளியே வந்தான். திறந்தவெளியில் மனம் போன சாலைகளில் எல்லாம் சுற்றத் தொடங்கினான்.

அன்று நடுப்பகலில் தன் வாடிக்கை ஹோட்டலில் தனக்கு ஒரு விருந்து வைத்துக்கொண்டான். இறைச்சியிலிருந்து எலும்புத் துண்டுகளைக் 'கடக், கடக்' என்று கடித்தான். தயிரை நக்கி நக்கிச் சாப்பிட்டான். சுபோத் மித்ரா காலை ஒன்பது மணிக்குச் சாப்பிட்டுவிட்டு ஆபிஸ் போய்விடுவதால் அவனைப் பார்க்க முடியவில்லை. இரவில் அவனைச்

சந்தித்தால் விருந்து கொடுக்க வேண்டுமென்று தீர்மானித்தான். இன்று சாப்பாட்டுக்குப் பிறகு அவன் சோம்பு எடுத்துக் கொள்ளவில்லை. வெளியே வந்து ஒரு கடையில் வெற்றிலை வாங்கிப் போட்டுக் கொண்டான். விலையுயர்ந்த சிகரெட் பாக்கெட்டும் வாங்கிக் கொண்டான்.

இப்போது மாதக் கடைசி. இருந்தாலும் அவனுக்கு எந்தக் கவலையும் இல்லை. வங்கிக் கணக்கில் இன்னும் சுமார் இரண்டாயிரத்தைந்நூறு ரூபாய் இருக்கிறது. அவன் விரும்பினால் மாதத்தின் எந்த நாளையும் முதல் தேதியின் மாலை நேரமாகக் கொண்டாட முடியும். இந்தப் பிறந்த நாளில் எல்லா பந்தங்களிலிருந்தும் விடுபட்டுவிட்ட உணர்வு ஏற்பட்டது அவனுக்கு. இந்த நாள் நன்றாகக் கழியும் என்றும் தோன்றியது.

அடுத்த நிமிஷமே அவன் தன் மனத்தைக் கட்டுப்படுத்திக் கொண்டான். எதிர்காலத்தைப் பற்றிய கவலைதான் தனி மனிதனின் சுதந்திர உணர்வுக்கு இடையூறு. கடந்தகாலக் கவலையும் அப்படியே. ஆகையால் அவன் காலை நேரத்துச் சம்பவங்களை மறந்தான்; மாலையைப் பற்றிய சிந்தனையையும் தவிர்த்தான். கடுமையான வெயிலும் குளிர்ந்த வடக்குக் காற்றும் கலந்த அந்த நண்பகல் வேளையை அவன் ஆனந்தமாக அனுபவித்தான்.

கிறிஸ்துமஸுக்குச் சில நாட்களே இருந்தன. கடைகளில் சிவப்புப் பானர்களில் 'ஹாப்பி கிறிஸ்துமஸ்' என்று எழுதித் தொங்க விட்டிருந்தார்கள். ஷோ கேஸ்களில் அடுக்கி வைக்கப்பட்ட விதவிதமான கிறிஸ்துமஸ் கேக்குகள், பஞ்சால் சிருஷ்டிக்கப்பட்ட பனி நிலத்தில் கிழ சாந்தா கிளாஸின் பொம்மைகள்; முன்னாலே ஒரு ரொட்டி வண்டி. திறந்திருந்த அதன் பின் பக்கக் கதவு வழியே அழகாக அடுக்கி வைக்கப் பட்ட ரொட்டி பாக்கெட்டுகள் தெரிகின்றன.

உலகத்துக்குத் திடீரென்று நல்ல காலம் வந்துவிட்டது என்று சியாமுக்குத் தோன்றுகிறது. இந்தத் தடவை வயல்களில் அமோக விளைச்சல். உழவர்களின் மனைவிகள் கர்ப்பவதி களாகியிருக்கிறார்கள். கிராமங்களுக்கெல்லாம் அரசாங்கத்தின் வேண்டுகோள் பரவுகிறது.

'தாய்மார்களே, இன்னும் நிறையக் குழந்தைகளைப் பெற்றுக் கொள்ளுங்கள்! தந்தைமார்களே, உங்கள் மனைவி

களின் கர்ப்பப் பைகளைத் தரிசாக விட்டுவைக்காதீர்கள்! நல்ல மக்களைப் பெற்று நாட்டை நிரப்புங்கள்! நம் தொழிற் சாலைகளில் உற்பத்தி பெருகுகிறது. வயல்களில் விளைச்சல் பெருகுகிறது. இவ்வளவையும் அனுபவிக்க ஆட்கள் எங்கே? சாப்பிட ஆள் இல்லாததால் நாம் இலிஷ் மீன் கூட்டத்தைப் பிடிக்காமல் சமுத்திரத்துக்குப் போக விட்டு விட்டோம். கன்றுக்குட்டி குடித்துத் தீர்க்க முடியாமல் மாடுகளின் காம்புகளிலிருந்து பால் தானாக மண்ணில் விழுந்து வீணாகிறது. நன்றாக விளைந்திருக்கும் வயலில் நாம் எருமை மாடுகளை மேய விடுகிறோம். எடுக்க ஆள் இல்லாமல் தேன்கூடுகளிலிருந்து தேன் கொட்டிக் கொண்டிருக்கிறது. தாய்மார்களே, குழந்தைகளைப் பெற்று நாட்டை நிரப்புங்கள்! தந்தைமார்களே, உங்கள் குழந்தைகள் எங்களுக்குத் தேவை!'

நிரம்பிய வயிறும் முகத்தில் புன்சிரிப்புமாகச் சியாம் இதமான குளிர்கால வெயிலில் மெதுவாக நடந்தான். கடந்த கால நினைவு ஒன்றும் இல்லை, எதிர்காலத்தைப் பற்றிய எந்தக் கவலையும் இல்லை. அவன் மனத்தில் திருப்தியும் சாந்தியும் நிறைந்திருந்தன.

நடைபாதையில் தபால் பெட்டிக்குப் பின்னால் ஒரு கந்தல் துணிக்குடும்பம். அக்குடும்பத்தைச் சேர்ந்த ஒரு குழந்தை தவழ்ந்து கொண்டே நடைபாதையின் நடுவுக்கு வந்துவிட்டது. சியாம் ஒரே தாவலில் அதைத் தாண்டிவிட்டு நடந்தான். நடைபாதை வியாபாரி ஒருவன் அவனைப் பார்த்துவிட்டு, 'பனியன், பனியன்!' என்று கத்தினான். அந்தத் திடீர்ச் சத்தத்தில் சியாம் திடுக்கிட்டுப் போனான். பிறகு வேகமாக அந்த வியாபாரியைக் கடந்து சென்றான். இன்னும் கொஞ்சம் அஜாக்கிரதையாக இருந்திருந்தால் கடந்த கால நினைவுகள் வந்திருக்கும்.

அவன் தெரு முனையில் திரும்பினான். சாலையில் ஜனங்களே இல்லை. களைத்துப் போயிருக்கும் ஒரு கை வண்டிக்காரன் மந்த நடையில் வண்டியைத் தள்ளிக்கொண்டு போகிறான். சியாம் கண்களை மூடிக்கொள்கிறான். மூடிய கண்களின் முன்னே காட்சி விரிகிறது. வரிசை வரிசையாகக் கடைகள்; அவற்றில் சத்தியசந்தர்களான கடைக்காரர்கள் பவித்திரமான பார்வையுடன் உட்கார்ந்திருக்கிறார்கள். அழகும் கண்ணியமும் வாய்ந்த குடும்பப் பெண்கள் சாலையில்

நடமாடுகிறார்கள். சாந்தமான, அழகிய குழந்தைகள் இங்கு மங்கும் செல்கிறார்கள். பேராசையற்ற, வினயமுள்ள, ஆரோக்கியமான இளைஞர்கள் சுறுசுறுப்பாக வேலைக்குப் போகிறார்கள். செயல் திறமையும் அறிவும் பொருந்திய கிழவர்கள் வராந்தாவிலோ பால்கனியிலோ உட்கார்ந்து கொண்டு தங்கள் ஓய்வு நேரத்தை ஆனந்தமாகக் கழிக்கிறார்கள். எங்கும் கண்ணுக்குத் தெரியாத ஒரு விளம்பரம், 'எல்லாரும் நன்றாக வாழுங்கள்! உங்கள் வாழ்வு எங்கள் செல்வம்!'

தெருவில் தண்ணீர்க் குழாய்க்கு அருகில் தண்ணீர் தேங்கியிருந்தது. அதில் அவனுடைய வலது குதிகால் சப்பென்று அமுங்கிவிட்டது. சியாம் சிரித்துக் கொண்டான். இப்போது சற்றுக் களைப்பாக இருந்தது அவனுக்கு. வழக்கத்துக்கு விரோதமாக நிறையச் சாப்பிட்டதில் வயிற்றில் ஒரே களேபரம். அப்படியும் வீடு திரும்ப அவனுக்கு மனம் இல்லை. நடந்து கொண்டே அவன் பெரிய சாலைக்கு வந்து சேர்ந்தான். சௌரங்கிப் பக்கம் போனால் நன்றாயிருக்கும். கிறிஸ்துமஸ் சீஸனில் அங்கே எங்கும் அலங்காரமாக இருக்கும்.

பஸ் ஸ்டாப்பில் பல்வேறு வயதுப் பிச்சைக்காரர்கள் சுற்றிக் கொண்டிருக்கிறார்கள். கறுப்புக்கண்ணாடி அணிந்திருந்த ஒரு பெண் தன் கைக்குட்டையால் வாயை மூடிக்கொண்டு பஸ் வரும் வழியைப் பார்த்தவாறு நிற்கிறாள். டெரிலின் உடையணிந்த இரண்டு பையன்கள் கம்பிச் சுவரின்மேல் சாய்ந்து நின்று கொண்டிருக்கிறார்கள்.

பஸ் வந்துவிட்டது. பிரயாணிகள் இடித்துத் தள்ளிக் கொண்டு இறங்கினார்கள், ஏறினார்கள். அந்தக் கூட்டத்தில் தன்னையும் நுழைத்துக் கொண்டான் சியாம். பிறகு பஸ்ஸின் கைப்பிடியைப் பிடித்துக் கொள்வதற்குச் சற்று முன்னால் தன் சட்டைப் பையில் கைவிட்டு அதிலிருந்து கைநிறையச் சில்லறையை எடுத்துச் சாலையில் விட்டெறிந்தான். காசுகளின் 'டண், டண்' சப்தத்தில் சாலையின் மற்ற அரவங்கள் அமுங்கிப் போய்விட்டன. அவனுக்குப் பக்கத்திலிருந்தவர்கள் திடுக்கிட்டுப் போனார்கள். ஏற அல்லது இறங்க இருந்தவர்கள் ஒரு கணத்துக்கு அப்படியே நின்று விட்டார்கள். அந்தச் சப்தத்துக்கு அவ்வளவு வலிமை! சியாம் சிரிப்பை அடக்கிக் கொண்டு பார்த்தான். ஃபுட்போர்டில் நின்றிருந்த ஒரு கிழவர் கைப்பிடியை விட்டுவிட்டு, கூட்டத்தில் தள்ளாடியவாறே

கவலையோடு தம் சட்டையின் மூன்று பைகளிலும் கையை விட்டுத் துழாவிப் பார்க்கிறார். "காசு! அடே, யாரோட காசு விழுந்துடுச்சு?" எங்கும் ஒரு பரபரப்பு பரவியது.

மீன் கொத்தி போல் கூட்டத்துக்கு நடுவே காசைப் பொறுக்கக் குனிந்தார்கள் இரண்டுபேர். சியாம் கவலை யில்லாமல் பஸ்ஸில் ஏறினான். பஸ்ஸை நிறுத்தி வைத்திருந்த கண்டக்டர் சற்று நேரம் தயங்கிவிட்டுப் பஸ் புறப்படுவதற்கான மணியை அடித்தான். ஃபுட்போர்டில் நின்றுகொண்டு, சியாம் பின்னால் திரும்பிப் பார்த்தான். பஸ் ஸ்டாப்பில் பிச்சைக் காரர்களிடையே ஒரு யுத்தம் நடந்து கொண்டிருந்தது. இதற்குள் ஒரு கூட்டமும் சேர்ந்துவிட்டது. சியாம் பஸ்ஸுக்குள்ளே நுழைந்து மேலே இருந்த கைப்பிடியைப் பிடித்துக்கொண்டு நின்றான். உண்ட மயக்கத்தில் தூக்கமாக வந்தது அவனுக்கு.

பஸ் என்ஜின் ரோடு தாண்டிய பிறகு அவனுக்கு உட்கார இடம் கிடைத்தது. தியேட்டர் சாலைக்கருகில் வந்தபோது கண்டக்டர் அவனிடம் டிக்கெட்டுக்குக் காசு கேட்டான். பையில் கையைவிட்ட சியாம் சற்றுத் திடுக்கிட்டான்! பையில் ஒரு பைசாகூட இல்லை. உள் பையில் இரண்டு பத்து ரூபாய் நோட்டுக்கள் இருந்தன. சியாம் அவற்றில் ஒன்றையெடுத்துக் கண்டக்டரிடம் நீட்டினான். கண்டக்டர்—அவனுக்குத் தலைமயிர் நீளமாக வளர்ந்திருந்தது, சொரசொரப்பான முகம், அதில் நரம்புகள் புடைத்துக் கொண்டிருந்தன—தலையைப் பலமாக ஆட்டிக் கொண்டு சொன்னான்: "சில்லறையாகக் கொடுங்கள்!" பஸ் ஒரு ஸ்டாப்பில் நின்றது. சியாம் நிதான மாகச் சொன்னான்: "சில்லறை இல்லை." கண்டக்டர் டிக்கெட்டுக்களை விரல்களால் விசிறி 'டிரிக்' ஒலியை எழுப்பி விட்டுப் பின்பக்கம் திரும்பி இரண்டாவது கண்டக்டரைக் கேட்டான், "கிளம்பலாமா?" என்று. பிறகு பஸ் புறப்படுவதற் கான மணியை அடித்துவிட்டுச் சியாமின் பக்கம் மறுபடியும் திரும்பினான். "சில்லறை இல்லையா?"

"இல்லை." மறுபடியும் டிக்கெட்டுகளின் 'டிரிக்' ஒலி. கண்டக்டர் எரிச்சலுடன் தலையை ஆட்டினான்: 'நோட்டுக்குச் சில்லறை கிடைக்காது!'

சியாம் அவனை நேராகப் பார்த்துக் கொண்டு கேட்டான்: "அப்படீன்னா. . . ?"

கண்டக்டர் அலட்சியமாக முகத்தைத் திருப்பிக் கொண்டு

ஏளனமாகச் சொன்னான்: "அப்படின்னா என்ன பண்றது? டிக்கெட் வாங்காமலேயே போங்க!" பிறகு கண்டக்டர் பிரயாணிகளின் கூட்டத்துக்குள் நுழைந்துவிட்டான். அவன் குரல் மட்டும் கேட்டது. "எவ்வளவோ தடவை நோட்டீஸ் போட்டாச்சு, பஸ்ஸிலே அஞ்சு ரூபா நோட்டு, பத்து ரூபா நோட்டுக்கெல்லாம் சில்லறை கிடைக்காதுன்னு!"

கோபத்தாலும் அவமானத்தாலும் சியாமின் முகம் சிவந்தது; உடல் சிலிர்த்தது. எல்லாரும் கேட்கும்படி கூச்சல் போடத் தோன்றியது அவனுக்கு. 'சகோதரப் பிரயாணிகளே, கொஞ்ச நேரத்துக்கு முன்னாலே கரியாஹாட் முனையிலே ஒரு கைநிறையச் சில்லறையை விட்டெறிஞ்சது நானாக்கும்!' என்று. ஆனால் சியாம் ஒன்றும் சொல்லவில்லை. நிதானமாக சீட்டிலிருந்து எழுந்தான். கண்டக்டர் அவன் பக்கம் முதுகைத் திருப்பிக் கொண்டிருந்தான். சியாம் அவன் முதுகில் விரலால் குத்திவிட்டுச் சொன்னான்: "நான் இறங்கிப் போகிறேன்." அந்த ஆள் திரும்பிப் பார்த்துவிட்டு, சற்றும் வருத்தம் இல்லாமல் சொன்னான்: "உங்க இஷ்டம்!"

பஸ்ஸில் இருந்த எல்லாரும் சியாமைப் பார்த்துக் கொண்டிருந்தார்கள். வக்கீலைப்போல் கறுப்பு உடை அணிந்திருந்த ஒரு கிழவர் பக்கத்தில் நின்று கொண்டிருந்தார். அவர் சியாமைத் தடுத்து நிறுத்திச் சொன்னார். "இருங்க, எங்கிட்டே சில்லறை இருக்கான்னு பார்க்கறேன்." அவர் தன் கைப்பையைச் சியாமிடம் கொடுத்தார். "இதை வச்சுக்குங்க. என் உள் பாக்கெட்டிலே இருக்கான்னு பாக்கறேன்."

சியாம் பணிவுடன் அவருடைய பையை வாங்கிக் கொண்டான். கிழவர் ஓடும் பஸ்ஸில் அசைந்து கொண்டே தன் கோட்டின் மூன்று பொத்தான்களை அவிழ்த்தார். உள்பையில் கையைவிட்டு ஒரு பெரிய பாக்கெட் நோட்டை வெளியே கொண்டுவந்தார். அவர் விழுந்துவிடாமல் இருப்பதற் காகச் சியாம் அவருடைய தோள்களைப் பிடித்துத் தாங்கிக் கொண்டான். பின் பக்கத்திலிருந்த ஒருவன் இரக்கம் கொண்டு அவரைப் பின்பக்கமாகத் தாங்கிக் கொண்டான்.

கிழவர் பாக்கெட் நோட்டைத் திறந்ததும் அதிலிருந்து ஒரு கத்தை காகிதத் துண்டுகள் கீழே விழுந்தன. "அடடே!" என்று சொல்லிக்கொண்டே கிழவர் கீழே குனிந்து காகிதங ்களைப் பொறுக்கினார். சியாமும் அந்த ஆளும் அவரைத்

தாங்கிக்கொண்டே நின்றார்கள். கிழவர் பாக்கெட் நோட்டிலிருந்து ஜாக்கிரதையாக ஒரு ரூபாய் நோட்டுக்களை எடுத்து எண்ணிப் பார்த்துவிட்டு, சியாமிடம் கொடுத்தார். சியாம் அவற்றை வாங்கிக்கொண்டு கிழவரின் கைப்பையையும், பத்து ரூபாய் நோட்டையும் அவரிடம் கொடுத்துவிட்டுப் புன்சிரிப்பால் தன் நன்றியைத் தெரிவித்துக் கொண்டான். உதவி செய்ய முடிந்ததில் கிழவருக்குத் திருப்தி.

சியாம் கூட்டத்தை இடித்துத் தள்ளிக்கொண்டு வெளிப் புறம் போக ஆரம்பித்தான். பின்பக்கம் திரும்பிக்கூடப் பார்க்கவில்லை. கண்டக்டரின் கரகரத்த குரல் கேட்டது, "டிக்கெட்டுக்குக் காசு" என்று. சியாம் பதில் சொல்லவில்லை. டிக்கெட் வாங்கும் எண்ணமே இல்லை அவனுக்கு. அவன் பஸ்ஸை நிறுத்த மணியை அடித்தான். தான் இறங்குவதற்கு முன்பே பஸ் புறப்படுவதற்கான மணியையும் அடித்துவிட்டு மைதானத்துக்கு அருகில் இறங்கி விட்டான். ஓடத் தொடங்கிய பஸ்ஸிலிருந்து ஏதோ ஓர் ஆரவாரம் அவன் காதில் விழுந்தது. அதைப் பொருட்படுத்தாமல் அலட்சியமான புன்சிரிப்புடன் மைதானத்தின் பிரகாசமான வெயிலில் நடக்கத் தொடங்கினான்.

அவன் ஒரு கல்லைப் பொறுக்கி இலக்கில்லாமல் வீசி எறிந்தான். ஒரு புல்லை எடுத்து வாயில் மென்று கொண்டே மெதுவாக நடந்தான்.

மோட்டார் சைக்கிள் ஓட்டுபவர்கள் மேல் அவனுக்கு ஏன் கோபம்? காரணத்தை நினைவுக்குக் கொண்டுவரும் முயற்சியில் புருவத்தைச் சுளித்துக் கொண்டான் அவன். சட்டைப் பையில் கையைவிட்டுச் சிகரெட் பாக்கெட்டை எடுத்தான். வயிற்றில் பகல் சாப்பாடு ரகளை செய்து கொண்டிருந்தது. இலேசாக மார்பு வலி. சிகரெட் பற்றவைக்கும்போது தன் விரல்கள் சற்று நடுங்குவதை அவன் கவனித்தான்.

இந்தச் சில மாதங்களில் அவனுடைய தேகம் மிகவும் வற்றிப் போய்விட்டது. ஒரு காலத்தில் ஒவ்வொரு மாதமும் நான்காம் தேதி தன் எடையை சரிபார்த்துக் கொள்ளும் வழக்கம் வைத்துக் கொண்டிருந்தான். அப்போது சில சமயங்களில்

மெலிந்து விட்டதாகவும், சில சமயங்களில் பருத்து விட்டதாகவும் அவனுக்குத் தோன்றுவதுண்டு. அவன் தன்னை எடைபார்த்துக்கொண்டு வெகு காலமாயிற்று. இருந்தாலும் தன்னுடைய எடை ரொம்பக் குறைந்துவிட்டதென்று அவனுக்குத் தெரியும். அநாவசியக் கவலைகளும் கொழுப்பும் அவனிடமிருந்து உதிர்ந்து போய்விட்டன.

கவலையற்ற மனத்துடன் அவன் மைதானத்தில் வெகு தூரம் நடந்தான். எண்ணெய் தேய்க்கப்படாமல் உலர்ந்து கிடந்த தலைமயிர் காற்றில் பறந்து நெற்றியின் மேல் விழுந்தது. விரலைத் தலையில் வைத்தால் மயிர் சடையாகப் போயிருப்பது தெரியும். சீப்பால் வாரினால் வலிக்கிறது, கண்ணில் தண்ணீர் வந்துவிடுகிறது. சியாம் வெள்ளையுடை அணிந்த ஒரு கிரிக்கெட் கோஷ்டியைக் கடந்து சென்றான். திடீரென்று எங்கிருந்தோ இலைகள் பொசுங்கும் நாற்றம் வீசுகிறது. மைதானம் எங்கும் வெயில். அவன் தன் மனம் போனபடி நடந்தான். இடப்பக்கம் வெண்மையான நிறத்தில் பளபளக்கிறது விக்டோரியா மெமோரியல். கங்கையின் மடியில் முழங்காலை மடித்துக்கொண்டு உட்கார்ந்திருக்கும் ஹௌராப் பாலம் வெகு தூரத்தில் வலப் பக்கத்தில் தெரிகிறது. இடிந்துபோன பழங்கோட்டை ஒன்றின் பழுதுபட்ட தூணைப் போல் நிறங்கள் கரைந்து, தன்னந் தனியாக நிற்கிறது ஆக்டர்லோனி நினைவகம்.

கொஞ்ச நேரத்துக்குப் பிறகு அவனுக்குத் தான் எந்தத் திசையில் போய்க்கொண்டிருக்கிறோம் என்பதே புரியவில்லை. ஹௌராப்பாலம் அவனுக்கு இடப்பக்கமும் விக்டோரியா மெமோரியல் வலப்பக்கமும் நகர்ந்துவிட்டதாக அவனுக்குத் தோன்றுகிறது! இன்னும் கொஞ்ச தூரம் நடந்த பிறகு வலப்பக்கத்திலோ இடப்பக்கத்திலோ ஒன்றுமே கண்ணுக்குத் தெரியவில்லை. பிறகு அவன் ஹௌராப் பாலத்தையும் விக்டோரியா மெமோரியலையும் தனக்கு முன்னேயும் பின்னேயும், வலப்பக்கத்திலும் இடப்பக்கத்திலும் மாறி மாறி எதிர்மாறான திசைகளில் காண்கிறான்.

அவன் மைதானத்தில் வெகுதூரம் நடந்துவந்து விட்டான். தொலைவில் சாலையில் செல்லும் மனிதர்களை அங்கிருந்து பார்க்கமுடியவில்லை. விசாலமான மைதானம் வெயிலில் அயர்ந்து கிடக்கிறது, பிசாசு பிடித்த ஜீவனைப்போல. கிழிந்த

காகிதத் துண்டுகளைப் பறக்கவிட்டு விளையாடுகிறது காற்று. எங்கோ இலைச் சருகுகள் எரியும் மணம்.

தன் நாடி நரம்புகளில் ரத்த ஓட்டத்தின் வேகம் மெது வாகக் குறைந்து வருவதை அவன் உணர்கிறான். ஒரு மரத்தின் நிழலை நோக்கி அவன் எப்படியோ நடக்கிறான். மரம் அவனைவிட்டு நகர்ந்து கொண்டே போகிறது. அவனுக்கு மூச்சு இரைக்கிறது. அவன் குழம்பிப்போய் நிற்கிறான். விஷயம் என்ன என்று அவனுக்குப் புரியவில்லை. அவன் மறுபடி அந்த மரத்தை அணுக முயற்சி செய்கிறான். மரத்தின் அக்கம் பக்கத்தில் அலைகிறான். சில சமயம் கண்ணை மூடிக் கொண்டு, சில சமயம் திறந்துகொண்டு நடந்து எப்படியோ மர நிழலை அடைய முயலுகிறான். வெகு நேர முயற்சிக்குப் பிறகு அடைந்தும் விடுகிறான். அவன் தன் சாதனையைக் குறித்துத் திருப்தியுடன் சற்றுச் சிரித்துக் கொள்கிறான். பிறகு அங்கேயே மல்லாந்து படுத்துக்கொள்கிறான்.

திறந்து கிடந்த விசாலமான எல்லையற்ற வானவெளி அவனுடைய உணர்வை அழுத்துகிறது. கொஞ்சங் கொஞ்ச மாகக் கண்களிலிருந்து ஒளி விலகுகிறது. சியாம் கையை நீட்டிக்கொண்டு எதையாவது—புல்லோ, மண்ணோ, மரத்தின் நிழலோ, எதையாவது—பிடித்துக்கொள்ள முயலுகிறான். ஆனால் விழிப்பாகிய கரையில் தூக்க அலைகள் வந்து மீண்டும் மீண்டும் மோதுகின்றன. அந்த அலைகள் அவனை இழுத்துச் செல்கின்றன. அவன் கடைசியாக ஒரு தடவை சிரமப்பட்டுக் கண்களைத் திறந்து பார்க்கிறான். விழிப்பு, தூக்கம் இரண்டுமே அவனுடைய விருப்பத்துக்குக் கட்டுப்பட்டவையல்ல என்ற உணர்வு மின்னலொளியாக அவனுக்கு ஏற்படுகிறது. பயங்கர சக்தி வாய்ந்த ஒருவன் அவனைத் தன்னிஷ்டப்படி ஆட்டி வைக்கிறான். அவனை மந்திரக் கோலால் தொட்டுத் தூங்க வைக்கிறான். மந்திரக்கோலால் தட்டி விழிக்க வைக்கிறான். அவன் இங்கேதான் எங்கோ—இந்த வெயிலில், இந்த மைதா னத்தில், இந்தப் புல்லில், நிழலில், அல்லது நிர்வாணமான வானவெளியில்—மறைந்திருக்கிறான். கடைசியாகப் பார்த்த பிறகு அவன் உணர்வு மரத்துப் போகிறது. அவனது தலை மிருதுவான புல்தரையில் சாய்ந்து உறக்கத்தில் ஆழ்கிறது.

மோட்டார் சைக்கிளின் 'தடதட' சப்தத்தில் அவன் உறக்கம் கலைகிறது. அவன் திடுக்கிட்டு விழிக்கிறான். நாற்புறமும் திரும்பிப் பார்க்கிறான். மோட்டார் சைக்கிளின் சப்தம் மெதுவாக மங்குகிறது. அந்தச் சப்தம் அவனுடைய மூளையிலிருந்து வந்ததுதான் என்பது அவனுக்குப் புரிகிறது. சர்க்கஸிலும் சியால்தாவில் ரத ஜாத்ரா திருவிழாவிலும் பார்த்திருக்கிறான், கம்பியால் செய்யப்பட்ட உருண்டையான கூண்டை. அதற்குப் பெயர் மரணக் கிணறு. ஒருவன் மோட்டார் சைக்கிளைவிட்டுக் கொண்டு அதற்குள் சுற்றுவான், ஏறுவான், இறங்குவான், குட்டிக்கரணம் போடுவான். அதேமாதிரி ஒரு மோட்டார் சைக்கிள் அவனுடைய மூளைக்கு உள்ளே சுற்றிக் கொண்டிருக்கிறது.

அவன் விழித்ததும் அதன் ஒலி கொஞ்சம் கொஞ்சமாக மங்கி ஆழ்ந்த மௌனத்தில் மறைந்துவிட்டது. அதன் பிறகு இதயம் படபடவென்று அடித்துக் கொள்வதை உணர்ந்தான். கொஞ்ச நேரம் அவன் முட்டாளைப்போல், ஆட்டைப்போல் நாற்புறமும் இருண்ட மைதானத்தையும் பனி படர்ந்த சூனிய வெளியையும் பார்த்துக் கொண்டிருந்தான். இரவுத் தேவதைகள் அவனைத் தூக்கிக்கொண்டு வந்து இந்த மைதானத்தில் கிடத்தி விட்டுப் போய்விட்டதாக அவனுக்குத் தோன்றியது. அந்தத் தேவதைகள் அவனுடைய நினைவுகள், கனவுகள், எதிர்காலத்தைப் பற்றிய கவலைகள் எல்லாவற்றையுமே தூக்கிச் சென்றுவிட்டன. இப்போது அவனுக்குத் தான் யார், தன் பெயர் என்ன என்பதுகூட நினைவுக்கு வரவில்லை. பனியில் அவனுடைய வேஷ்டி, சால்வை, செருப்பு எல்லாமே ஈரமாகிவிட்டன. திடீரென்று வீசும் வடக்குக் காற்றின் குளிர் நடுக்குகிறது. அவனுடைய கை முஷ்டியில் இன்னும் அந்தப் பத்து ஒரு ரூபாய் நோட்டுக்கள் இருப்பதை உணர்கிறான். அவன் பஸ் டிக்கெட் வாங்கவில்லை என்பதும் நினைவுக்கு வருகிறது. கூடவே ஞாபகம் வருகிறது இன்று அவனுடைய பிறந்தநாள் என்பதும், அவன் சியாம் என்பதும்.

அவன் எழுகிறான். மெதுவாக அந்த இருண்ட மைதானத்தைக் கடக்கிறான். பனியில் நனைந்த உள்ளங்காலிலிருந்து குளிர் அலைகள் சரீரத்தில் பரவுகின்றன. சாலைக்கு வந்து ஒரு பஸ்ஸில் ஏறிக் கொள்கிறான். அவனுக்குக் கொஞ்சமும்

புரியவில்லை. அவன் ஏன் மைதானத்தில் தூங்கி விட்டான். ஏன் பஸ்ஸில் டிக்கெட் வாங்கவில்லை? ஏன் சாலையில் சில்லறையை வீசியெறிந்தான்? ஏன் மோட்டார் சைக்கிள் ஓட்டியின் முகத்தில் கண்ணாடி ஒளியைப் பாய்ச்சினான்?

## 5

ஹோட்டல் வாசலில் அவன் சுபோத் மித்ராவைச் சந்தித்தான். மித்ரா அவனைக் கண்டதும் 'ஹோ ஹோ' என்று சிரிக்கத் தொடங்கினான். "ஏழரை மணிக்கே சாப்பிட வந்துட்டீங்களே! நான் இப்போதுதான் சாயங்காலத்துக்கு மூன்றாவது கப் டீ சாப்பிட்டுட்டு வெளியே வரேன். பத்து மணிக்குச் சாப்பிட வருவேன். இப்பவே சாப்பிடாதீங்க. மிஸ்டர்! இப்போ சாப்பிட்டா நடு ராத்திரியிலே பசி எடுக்கும். வாங்க என்னோட."

இதற்குள் சியாமின் மந்த உணர்வு மறைந்துவிட்டது. உடலில் வெப்பம் தோன்றிவிட்டது. அவன் அன்று முழுதும் மிகவும் குறைவாகவே பேசியிருக்கிறான் என்பது நினைவுக்கு வந்தது. கணக்குப் பார்த்ததில் அவன் நான்கு பேர்களுடன் தான் பேசியிருக்கிறான் என்று தெரிந்தது. முதலில், டீக்கடைப் பையனிடம்; பிறகு ஹோட்டல் சர்வரிடம் இறைச்சியும் தயிரும் கொடுக்கச் சொல்லியது; வெற்றிலைபாக்குக் கடைக்காரனிடம் வெற்றிலையும் சிகரெட்டும் கேட்டது. கடைசியில் கண்டக்டரிடம் பேசியது, 'சில்லறை இல்லை, நான் இறங்கிப் போகிறேன்' என்று.

அவன் சிரித்துக் கொண்டே மித்ராவைக் கேட்டான்: "எங்கே கூட்டிட்டு போறீங்க?"

"நம்ம ஆசிரமம் பக்கத்திலேதான் இருக்கு. வந்துதான் பாருங்களேன்!"

அவன் மித்ராவுடன் நடந்தான். இந்த நேரத்தில் எவருடைய சேர்க்கையும் இன்பமாகத் தோன்றியது அவனுக்கு. அவன் பக்கவாட்டில் மித்ராவைப் பார்த்துவிட்டு நினைத்தான் 'மித்ரா நிஜமாகவே அதிக வயதாகாதவனாகவும் இருக்கலாம்' என்று.

போகும் வழியில் மித்ரா ஒரு லாண்டிரியில் துணிகளை வாங்கிக் கொண்டான். பலசரக்குக் கடையிலிருந்து சர்க்கரைப் பொரியும், பூக்கடையிலிருந்து வாழையிலையில் மடித்த துலுக்க ஜவந்திப்பூ மாலையும் வாங்கிக் கொண்டான். கூடவே பேசிக் கொண்டே வந்தான். “நீங்க பெரிய போக்கிரி! (சியாமுக்குக் குளிர் நடுக்குகிறது.) நீங்க வேலையில்லாம திண்டாடறவர்னு நான் நினைச்சிக்கிட்டிருந்தேன். இன்னிக்குத்தான் ஹோட்டல் மானேஜர் சொன்னார், நீங்க பெரிய ஆபீசர் வேலை பார்த்தீங்கன்னு! டைரக்டரோட மோசடித்தனத்தை அம்பலப் படுத்தினீங்கன்னு உங்க சீட்டைக் கிழிச்சுட்டாங்களாம். ஹா, ஹா! நெசந்தானே? (சியாம் புன்முறுவல் செய்கிறான்.) அப்ப நீங்க வாழ்க்கையிலே லட்சியம் கிட்சியம் எல்லாம் இன்னும் வச்சிக்கிட்டு இருக்கீங்க. எனக்குக்கூட இந்த மாதிரி லட்சிய மெல்லாம் ஒரு காலத்துலே இருந்தது ‘ராஜயோகம்’, ‘திவ்ய வாழ்க்கை’ இந்த மாதிரி புஸ்தகமெல்லாம் தினம் படிப்பேன். கீதை நெட்டுரு. ஆனால் மிஸ்டர், (மித்ராவோடு சேர்ந்து கொண்டு சியாமும் தலையை ஆட்டுகிறான். ‘அதெல்லாம் உபயோகமில்லை’ என்ற பாவனையில்). அதெல்லாம் உபயோக மில்லை. நான்கூட ஒரு காலத்திலே யோக சாதனையிலே கொஞ்சம் முன்னேறியிருந்தேன். தியானத்துலே உக்காந்தா உடம்பெல்லாம் சிலிர்க்கும்; தேகம் லேசாப் போயிட்டமாதிரி தோணும்; முன்னாலே ஜோதி மாதிரி ஏதோ தெரியும். அப்போ என் வயசு ஜாஸ்தியில்லே. இருபது வயசு இருக்கலாம். முதுகெலும்பைச் சால மரம் மாதிரி நேரா வச்சுக்கிட்டு நடப்பேன். மார்பு மேலே ரெண்டு கையையும் மடக்கி வச்சிக்கிட்டு விவேகானந்தர் மாதிரி நிற்பேன். என் மனசுக் குள்ளேயே சொல்லிப் பார்த்துக்குவேன், ‘மை டியர் பிரதர்ஸ் அண்ட் சிஸ்டர்ஸ்!’ ஹாஹாஹா...! அந்தக் காலத்திலே, அதாவது எனக்கு இருபது இருபத்தொரு வயசா இருக்கறபோது, சாலையிலே, வீட்டு ஜன்னல்களிலே, மொட்டை மாடிகளிலே, பஸ், டிராம்களிலே, காலண்டர் படங்களிலே, சினிமா போஸ்டர்களிலே, நினைவுகளிலே, சொப்பனங்களிலே இத்தனை பெண்கள் இல்லே, மிஸ்டர்! இப்போ பாருங்க, தடதடன்னு எங்கேயிருந்து இத்தனை பொம்பளைகள் வந்து நாட்டையே ரொப்பிட்டாங்க!”

பேசிக்கொண்டே மித்ரா வெளிறிய முகத்துடனும் குழம்பிய கண்களுடனும் இங்குமங்கும் பார்த்தான்.

அவனுடைய இடக் கட்கத்தில் லாண்டிரித் துணி. இடக்கையில் சர்க்கரைப் பொரிப் பொட்டலம், வலக்கையில் வாழையிலையில் பூ. இந்த நேரத்தில் அவனுக்குத் திடீரென்று கழுத்திலோ, மூக்கிலோ அரித்தால் சியாமைக் கூப்பிட்டு, 'மிஸ்டர் கொஞ்சம் கழுத்தை (அல்லது மூக்கைச்) சொறிஞ்சு விடறீங்களா?' என்று கேட்பான். இந்த நினைவு வந்ததும் சியாம் பவ்யமாகக் கையை நீட்டி, "பூப் பொட்டலத்தை இங்கே கொடுங்க!" என்று சொன்னான்.

மித்ரா தலையை ஆட்டினான். "இல்லை இல்லை, இதை எடுத்துட்டு வர்றது ஒண்ணும் கஷ்டமில்லை. இது என்னோட தினசரி வழக்கம், மிஸ்டர்! என்னோட அம்மா ஒரு மரப் பீடத்துலே சாமி விக்ரகம் வச்சிருந்தாங்க. சாகிற சமயத்துலே சொல்லிட்டுப் போனாங்க, 'சாமிக்குப் புஷ்பம் போட்டுச் சர்க்கரைப் பொரி நைவேத்யம் பண்ணு'ன்னு. நானும் செஞ்சுட்டு வரேன். நாலணா ஆறணா செலவிலே ஆயிடறது. நெசத்திலே எனக்குச் சாமி, பூதம் இதிலெல்லாம் அவ்வளவா நம்பிக்கை கிடையாது. பகவான் இருக்கார்னு நீங்க நினைக்கறீங் களா?" மித்ரா மிக்க ஆவலுடன் சியாமைப் பார்த்தான். பிறகு தானே தொடர்ந்தான். "ஏதோ ஒண்ணு இருக்குன்னுதான் தோணுது. ஆனா..."

பேசிக்கொண்டே அவர்கள் சந்தின் கடைசியில் மித்ராவின் வீட்டுக்கு முன்னால் வந்து சேர்ந்தர்கள். மித்ரா பூட்டைத் திறந்து கொண்டு உள்ளேபோய் விளக்கைப் போட்டு விட்டுச் சொன்னான்: "இதுதாங்க என்னோட ஆசிரமம்."

சுவரில் அநேக தெய்வங்களின் படங்கள், இரண்டு மூன்று காலண்டர்கள், சாய்வு நாற்காலி, மேஜை, இங்குமங்கும் குவியல் குவியலாகப் புத்தகங்கள், காகிதங்கள், படுக்கையின் மேல் பிரித்தபடி கிடந்தன சில ஜோசியப்பத்திரிகைகள். மேஜையின் மேல் ரவீந்திரநாத் தாகூரின் படத்துக்கு மாலை அணிவித் திருந்தது. அதற்கு முன்னால் ஒரு ஊதுவத்தி ஸ்டாண்டு. எங்கும் ஒரே தூசி. அறையில் ஒரே ஒரு ஜன்னல்தான். அறையின் பின்புறம் இன்னொரு கதவு. மித்ரா இடக்கையால் சட்டைப் பொத்தான்களை அவிழ்த்தவாறே வலக்கையால் பின்புறக் கதவின் தாழ்ப்பாளை அகற்றினான். "உள்ளே வந்து பாக்கறீங்களா,"

"வேண்டாம், வேண்டாம்."

மித்ரா பெருமூச்சு விட்டான். "சமையலறை ஒண்ணு இருக்கு, இத்தனூண்டு. இருட்டு ஸ்டோர் ரூம் ஒண்ணும் இருக்கு. குடும்பம் நடத்த ஓர் அசௌகரியமும் இல்லை. ஆனா இப்போ களையே இல்லை, பாருங்க!"

மித்ரா உடையைக் கழற்றி வைத்துவிட்டு ஒரு லுங்கியை எடுத்துக் கட்டிக்கொண்டான். ஒரு நிமிஷத்தில் உள்ளேபோய் முகத்தையும் கைகால்களையும் அலம்பிக்கொண்டு வந்தான். பிறகு சற்றுக் காத்திருக்கும்படி சியாமுக்குச் சைகை காட்டி விட்டு, மேஜைக்கு முன்னால் ஒரு மரப்பலகையின் மேல் உட்கார்ந்து கொண்டான்.

இப்போது சியாம் கவனித்தான். மேஜைக்குக் கீழே ஒரு சிறிய மரப்பீடம். அதில் வீற்றிருந்தன கிருஷ்ணரின் பித்தளைச் சிலை, மண்ணாலான காளியின் சிலை, ராமகிருஷ்ணர், சாரதா தேவியின் படங்கள். இன்னொரு பித்தளைச் சிம்மா சனத்தில் ஒரு சிவலிங்கம் பளபளத்தது.

மித்ரா சர்க்கரைப் பொரியை ஒரு தட்டில் போட்டு அதையும் ஒரு டம்ளர் தண்ணீரையும் பீடத்தின் முன்னால் வைத்தான். பூவைச் சிலைகளுக்கும் படங்களுக்கும் பங்கு போட்டு வைத்தான். பிறகு சில விநாடிகள் கண்களை மூடிக் கொண்டு உட்கார்ந்திருந்தான்.

மித்ரா எழுந்ததும் சியாம் கேட்டான்: "என்ன மந்திரம் ஜபிச்சீங்க?"

"சாமி, சாப்பிடுன்னு சொன்னேன். இந்த மந்திரம்தான் என் அம்மாவும் ஜபிச்சா." பிறகு மித்ரா சகஜமாகச் சிரித்துக் கொண்டே சொன்னான்: "இதெல்லாம் பார்க்கப்போனா ஒண்ணுமில்லே, வெறும் பழக்கந்தான்! எவ்வளவோ நாள் தவறுதலா முதல் நாள் நைவேத்யம் பண்ணின பொரியையே மறுநாளும் பண்ணியிருக்கேன். ஜுரமாயிருந்தா படுக்கையிலே படுத்துட்டபடியே சாமி, சாப்பிடுன்னு சொல்லிவிடுவேன். என்னத்தைத்தான் சாப்பிடுவாரோ, யாருக்குத் தெரியும்? நைவேத்யம் பண்ணின பொரியை டப்பாவிலே போட்டு வச்சிருப்பேன். சாயங்கால வேளையிலே முட்டைப் பொரி யோடே கலந்து சாப்பிடுவேன். ஹா, ஹா!"

மித்ரா மிகுந்த அக்கறையுடன் தாகூரின் படத்துக்கு முன்னால் ஓர் ஊதுவத்தியைக் கொளுத்தி வைத்தான். படத்துக்குப் போட்டிருந்த மாலை இன்னும் வாடாமல்

இருப்பதைக் கவனித்தான் சியாம். காலையில் வாங்கிப் போட்டதாயிருக்கலாம். அவன் கேட்டான், "அந்த மாலை எதுக்கு?" என்று.

மித்ரா சற்றுச் சங்கோசத்துடன் சிரித்தான். "இதுவும் ஒரு பழக்கம்னு வச்சுக்கங்களேன்! ஆனா..." சற்றுத் தயங்கிவிட்டுத் தொடர்ந்தான் மித்ரா. "எனக்குச் சாமி, பூதத்துலே எல்லாம் நம்பிக்கை இல்லேன்னு சொன்னேன், இல்லையா? ஆனாலும் எங்கேயோ ஏதோ ஒண்ணு இருக்கு, மிஸ்டர். ரவி தாகூர். . . ரவி தாகூர்." மறுபடியும் தயக்கத்துடன் தொடர்ந்தான். "இதுலே ஒரு விஷயம் இருக்கு. ஆனால் உங்களுக்கு அது புரியாது."

"ஏன்?"

மித்ரா தன் பார்வையைச் சியாமிடமிருந்து தவிர்த்தவாறு சொன்னான். "நெசமாவே எனக்கு தாகூர் மேலே ரொம்பப் பக்தி."

"ரொம்பப் பேருக்கு அது உண்டே!" சியாம் சிரித்தான்.

"இல்லே இல்லே. என்னோட பக்தி அந்தமாதிரி இல்லே. நான் ரவீந்திர ஜயந்தி விழாக்களுக்கெல்லாம் போறதில்லே. சாந்தி நிகேதன் பார்த்ததில்லே. ஜோராசாங்கோ எங்கே இருக்குன்னுகூடத் தெரியாது. ரவீந்திரரோட கவிதையும் நெறையச் படிச்சதில்லே நான், பாடப் புத்தகத்துலே வந்ததைத் தான் படிச்சிருக்கேன்; அதைத் தவிர ஒண்ணு ரெண்டு கூடப் படிச்சிருப்பேன். முழுசா ஒரு கவிதைகூட மனப்பாடம் இல்லே. நாலு வரி, ரெண்டுவரி பார்க்காமே சொல்லத் தெரியும், அவ்வளவுதான்! உதாரணமா 'ரமணீர் மன் சஹஸ்ர பொர்ஷேரி சகா சாதனார்தன்' அல்லது 'ஓகோ பொதூ சுந்தரீ . . . ஹா ஹா! என்னோட தாகூர் பக்தி உங்க பக்தி மாதிரி இல்லே. நான் தாகூரை வேற விதமாப் பார்க்கறேன், கம்ப்ளீட்டா வேற விதம்!"

மித்ரா வந்து கட்டிலில் சியாமுக்குப் பக்கத்தில் உட்கார்ந்து கொண்டான். பிறகு குரலைச் சற்றுத் தாழ்த்திக்கொண்டு சொன்னான். "ஏதாவது ஆபத்துன்னா நான் தாகூரைக் கூப்பிடுவேன்!" அவனுடைய பேச்சில் நம்பிக்கை தொனித்தது. "சின்னப் பையனா இருந்ததிலேருந்து எனக்கு இந்த வழக்கம். அந்தக் காலத்திலே ஒருநாள் என் தலை மேல ஒரு பல்லி விழுந்துடுச்சு. பயந்து ஓடினேன். அப்பாவோட மேஜையிலே மடார்னு இடிச்சுக்கிட்டேன். அழுதுகிட்டே எழுந்திருந்தேன்.

மேஜை மேலே தாகூரோட இந்தப் படம் இருந்தது. அதுக்கு மாலை போட்டிருந்தது, முன்னால் ஊதுவத்தி பொகைஞ்சிட்டிருந்தது. நான் அழுதுகிட்டே தாகூரை வேண்டினேன்: 'தாகூர் சாமி, என் தலையிலே பல்லி! அதை விரட்டி என்னைக் காப்பாத்து'ன்னு. என் தலை மயிருக்குள்ளே இருந்த அந்தப் பல்லிக்குட்டி உடனே மேஜை மேலே விழுந்து, அப்புறம் சுவத்திலே ஏறி ஓடிப்போயிடுச்சு. திகைச்சுப் போயிட்டேன் நான். சிரிக்காதீங்க, மிஸ்டர்! தாகூரோட முகத்துலே ஒரு புன்சிரிப்பு தோன்றி மறைஞ்சதா எனக்குத் தோணிச்சு. என் உடம்பெல்லாம் மயிர் குத்திட்டு நின்றது. நான் ஓடிப் போயிட்டேன். அதிலிருந்து எனக்கு ஒரு நம்பிக்கை ஏற்பட்டுச்சு, தாகூர் என்னை எப்போதும் காப்பாத்துவார்னு.

"இந்த தாகூர் எனக்கு மாத்திரந்தான், நான் என் ரகசியத்தை எனக்குள்ளே பத்திரமா வச்சுக்கற மாதிரி, ஜுரம் வந்தா அதை அம்மாவுக்குத் தெரியாம ஒளிக்கிற மாதிரி. இந்தத் தாகூரை எனக்காகத் தனியா, ரகசியமா வச்சுட்டிருக்கேன். ராத்திரியிலே ஓர் இருட்டு அறையைக் கடக்கணுமா? தாகூரைக் கூப்பிடுவேன். 'தாகூர் துணைக்கு வா!' என்று. உடனே எனக்குத் தோணும், யாரோ எனக்கு வேண்டியவர் ஒருத்தர் என் கையைப் பிடிச்சுக் கூட்டிட்டு போறாப்பலே. பட்டம் விடறபோது ஒரு தடவை கலாஸிபாரா பையன்களோட சண்டை வந்துருச்சு. அடி வாங்கின நான் பலக்கக் கத்தினேன்: 'தாகூர், தாகூர் இவங்க என்னை அடிக்கறாங்க! என்னைக் காப்பாத்து'ன்னு! அவங்களுக்கு ஒரே வேடிக்கை. விழுந்து விழுந்து சிரிக்க ஆரம்பிச்சுட்டாங்க. அந்தச் சமயம் பார்த்து நான் ஓடிப்போயிட்டேன். என்னுடைய இந்த தாகூரோட எவ்வளவோ நாள் பார்க்கிலே உலாவியிருக்கேன். தூரத்திலே இருந்த தோப்பிலே பழம் பறிக்கப் போயிருக்கேன். நடந்து ரெயில் பாலத்தைத் தாண்டிச் சம்புகஞ்ச் திருவிழாவுக்குப் போயிருக்கேன். சணல் மூட்டை ஏத்திட்டு போற பெரிய படகிலே படகோட்டிகளுக்குத் தெரியாமே ஏறி உக்காந்து மூட்டைகளுக்கு நடுவில் ஒளிஞ்சிகிட்டு புதுப்புது ஊர்களுக்கெல்லாம் போயிருக்கேன். நான் தனியாப் போயிருக்கேன்னு எல்லாரும் நினைச்சுப்பாங்க. ஆனால் எப்போதும் என்னோட இருப்பார் தாகூர், ஆஜானுபாகுவா. தலையிலே பெரிய கறுப்புத் தொப்பி, மேலே ஜிப்பா, பால்மாதிரி வெள்ளை

வெளேர்னு தாடி. கொஞ்சம் குனிஞ்சு அவரோட பெரிய கையாலே என் கையைப் பிடிச்சுட்டு இருப்பார். நான் கவலை யில்லாம எங்கே வேணும்னாலும் போவேன்.

"வழி தவறிப்போகுமோங்கற பயம் இல்லை. தாகூர் என்னைச் சரியாகக் கொண்டு போய்ச் சேர்த்துடுவார்னு எனக்குத் தெரியும். மழையிலேயும் புயல்லேயும் அவர் என்னைத் தன் ஜிப்பாவாலே மறைச்சுக் காப்பாத்துவார். தூங்கறதுக்கு முன்னாலே எனக்குத் தேவதைக் கதையெல்லாம் சொல்லுவார். பாட்டி, அம்மா, அக்கா எல்லாரும் சொல்லு வாங்க, 'பிசாசு பயம் ஏற்பட்டா உன் மார்பு மேலே ராம், ராம்னு எழுதிக்கோ, பிசாசு ஓடிப் போயிடும்'னு! சாயங்கால வேளையிலே வீட்டுக்குள்ளே நுழையறதுக்கு முன்னாலே நாலு நட்சத்திரத்தைப் பார்த்துட்டு நுழை! ராத்திரியிலே பாம்புன்னு சொல்லிட்டா உடனே மூணு தடவை ஆஸ்திக முனி, ஆஸ்திக முனின்னு சொல்லு!' நான் அப்படியெல்லாம் செய்யறதில்லே. எனக்குத்தான் தாகூர் இருக்காரே! நான் அவர்கிட்ட ரகசியமாச் சொல்லுவேன், 'நீ என் பக்கத்திலேயே இருக் கீங்கன்னு இவங்களுக்குத் தெரியாது. அதனால்தான் இப்படி யெல்லாம் சொல்றாங்க' அப்படின்னு. எங்க ரெண்டு பேருக்கும் சிரிப்பா வரும். நாங்க ரெண்டுபேரும் மத்தவங்களோட கண்ணாமூச்சி விளையாட்டு விளையாடினோம். நான் தாகூர் கிட்டே கேட்டது எல்லாமே கிடைச்சதான்னா, இல்லை. எது கேட்டாலும் கிடைச்சுடாது. ஒரு தடவை ஒரு பையன் நான் வளர்த்து வந்த கிளி மேலே கல்லை விட்டு எறிஞ்சுட்டான். நான் கத்தினேன், 'தாகூர் பாபா, அவன் கண் ரெண்டையும் பொட்டையாக்கிடு!'ன்னு. ரெண்டு நாள் கழிச்சு எங்கண்ணு பொங்கிப் போச்சு. ஒரு தடவை என் தங்கைகிட்டே தற் பெருமை அடிச்சுகிட்டேன், 'என்னாலே ராத்திரி பத்து மணிக்கு மொட்டை மாடிக்குப் போயிட்டு வர முடியும்'னு, அவ 'முடியாது'ன்னா. 'பந்தயம் வை'ன்னேன். அவ தான் சேர்த்து வச்சிருந்த காசைப் பந்தயம் வச்சா. ராத்திரி பத்து மணிக்கு நான் சிரிச்சுகிட்டே மாடிக்குப் போனேன். ஆனா இறங்கி வரப்போ எங்க வீட்டுப்பூனையை இருட்டிலே மிதிச்சுட்டேன். அது என்னைக் கடிச்சுடுச்சு. அன்னிக்கு ராத்திரி தாகூர் பாபா என்னோடே பேசலே. நான் ஏன் தங்கைகிட்ட பந்தயம் வச்சேன்? அவ டிபன் சாப்பிடாமே, பாசி மணி மாலை

வாங்காம சேத்து வச்சிருந்த காசை அவகிட்டே இருந்து ஏன் பிடுங்கிக்கப் பார்த்தேன்? இதுதான் அவருக்கு என் மேலே கோபம் வரக் காரணம். நான் உண்மையா, நியாயமா நடந்துக்கற வரையிலே தாகூரும் என்னைக் காப்பாத்தினார். புயலோ மழையோ, இருட்டோ வெளிச்சமோ, வீட்டிலேயோ வெளியிலேயோ, எங்கேயும் அவர் என் கூடவே இருந்தார்."

பேசும்போது மித்ராவின் கண்களில் நீர் சுரந்துவிட்டது. "உங்களுக்கெல்லாம் தெரிஞ்ச ரவீந்திரநாத் தாகூர் என்ற மனுஷரை நான் பார்த்ததில்லே. அவரை எனக்குத் தெரியாது. உங்களுக்கு என்ன தோணுது, என்னோட தாகூருக்கும் உங்களோட தாகூருக்கும் ஏதாவது ஒற்றுமை இருக்கா?"

"இல்லை."

"கரெக்ட்! ஆனா உண்மையான தாகூரை அடைஞ்சவன் நான்தான். ஆனா அவரைக் கடைசி வரையிலே வச்சுக்க முடியலே. பெரியவனா ஆக ஆக முகத்திலே பரு வந்தது, தூக்கத்திலே ஒழுக்கத்துக்கு விரோதமான சொப்பனங்கள் வர ஆரம்பிச்சது. நடமாட்டத்திலே ஒரு ஜாக்கிரதை வந்தது. பாவம் எனக்குள்ளே நுழைய ஆரம்பிச்சது. அப்போ ஸ்கூல்லே தாகூரோட கவிதை பாடமாயிருந்தது. அதைப் படிக்கறபோது இந்த தாகூர் எனக்குத் தெரிஞ்ச தாகூர் இல்லேன்னு தோணும். ஒருநாள் நான் எங்க வீட்டுத் தோட்டத்திலே இலவ மரத்தடியிலே உட்கார்ந்து ஒரு புல்லை எடுத்துப் பல்லாலே கடிச்சுகிட்டே 'தாகூர் பாபா, தாகூர் பாபா!'ன்னு கூப்பிட்டேன். பதில் இல்லை. மறுபடியும் கூப்பிட்டேன்; பதில் இல்லை. அதுக்கப்புறம் வரவே இல்லை. நடு ராத்திரியிலே தூக்கம் விழிச்சுக் கூப்பிட்டேன்; காலையிலே எழுந்திருந்ததும் கூப்பிட்டேன். மொட்டை மாடியிலே, வெட்ட வெளியிலே, படகிலே உட்கார்ந்துகொண்டு இப்படியெல்லாம் கூப்பிட்டேன். ஆகாசத்தைப் பார்த்துக் கூப்பிட்டேன். ஆற்றுத் தண்ணியைப் பார்த்துக் கூப்பிட்டேன். ஊஹும், அவர் வரலே. ரகசியமா ஒரு மூலையிலே உட்கார்ந்து அழுதேன். தாகூர் போயிட்டார், என்னோட ஆதாரம் போயிடுச்சு, பரிசுத்தம் போயிடுச்சு, என்னோட குழந்தைப் பருவம் போயிடுச்சு!"

குழந்தை தூக்கத்தில் தாயின் மடியிலிருந்து நழுவிப் போவதைப்போல் மித்ராவின் கண்களிலிருந்து நீர்த்துளிகள் அவனுடைய கன்னங்களில் வழிந்து வந்தன.

"அதுக்கப்பறம் என் வாழ்க்கையே ஒரு டிராஜடி, மிஸ்டர்!"

இதைச் சொல்லிவிட்டு மித்ரா தன் மடித்த முழங்காலில் முகத்தை வைத்துக்கொண்டு விம்மி விம்மி அழத் தொடங்கினான்.

சியாம் தான் அறியாமலேயே அவன் அருகில் உட்கார்ந்து அவனுடைய தலையை ஆதரவாகத் தடவிக் கொடுத்தவாறே தெளிவு இல்லாமல் சொல்ல முயற்சி செய்தான். "எனக்குப் புரியுது, புரியுது."

சியாமின் தெளிவற்ற பேச்சு மித்ராவின் காதுகளில் விழுந்தது. "தாகூரை விட்டா எனக்கு வேறே ஒருத்தரும் இல்லே. எனக்கு மறுபடி யார் அவரைக் கொடுப்பாங்க? யார் கொடுப்பாங்க?" என்று அவன் அரற்றினான்.

ஆழ்ந்த வருத்தத்துடன், "உண்மைதான்" என்றான் சியாம். முகத்தை நிமிர்த்தாமலேயே மித்ரா கேட்டான்: "ரொம்ப முக்கியமான விஷயம் என்ன தெரியுமா?"

"என்ன?"

"இனிமே நான் எதிலேயும் அன்பு செலுத்த முடியாது."

"அன்பு செலுத்த முடியாதா?" சியாம் ஒன்றும் புரியாமல் கேட்டான்.

"ஆமாம், நான் எதிலேயும் அன்பு செலுத்தினதில்லே, செலுத்த முடியலே." மித்ரா மீண்டும் பலமாக அழத் தொடங்கினான்.

மித்ராவை அழவிட்டுவிட்டுச் சியாம் மெதுவாக, நிசப்தமாக எழுந்து சாலைக்கு வந்தான். தன்னையறியாமலே பாக்கெட்டிலிருந்து சிகரெட் பெட்டியை எடுத்தான். தீக்குச்சியைப் பற்ற வைத்தபோது அவனுக்குச் சட்டென்று நினைவு வந்தது, அவனுடைய முப்பத்தோராண்டு நிறைவு நாள் கடந்து விட்டதென்று. மித்ராவுக்குச் சாப்பாடு போடுவது என்று நினைத்திருந்தான் அவன். ஆனால் அது முடியவில்லை. தனக்குள் சிரித்துக்கொண்டு அவன் நடக்கத் தொடங்கினான்.

சந்து முனையில் நல்ல உயரமான ஆள் ஒருவன் எதிர்ப் புறமிருந்து நடந்து வருவதைச் சியாம் கண்டான். அவன் திடுக்கிட்டான். மினுவா? இல்லை, அவன் மினு இல்லை. ஆனால் பார்க்க மினு மாதிரியே இருக்கிறான்.

மாடிப்படியில் ஒரு வெள்ளைப் பூனை பந்துபோல் சுருண்டு படுத்திருந்தது. சியாம் ஏதோ நினைவில் அதை

உதைத்தான். அது தாவிக் குதித்தது. அரவம் செய்யாமல் மின்னல் ஒளிபோல் மேலே ஓடிப்போய்ப் படியுச்சியில் நின்றுகொண்டு அவனைத் திரும்பிப் பார்த்தது. கோபத்திலும் வெறுப்பிலும் அதன் கண்கள் ஜொலித்தன. அந்தக் கோபமும் வெறுப்பும் அந்தச் சூழ்நிலையையே விஷமாக்கி விட்டிருப்பதை அவன் உணர்ந்தான். மாடிப் படிகளில் ஏற அவன் காலைத் தூக்கினான். ஆனால் முடியவில்லை. பூனை அவனை உறுத்துப் பார்த்துக்கெண்டிருந்தது.

திடீரென்று அவனுக்குத் தோன்றியது. அவனை அங்கேயே விட்டுவிட்டு அவனுடைய கால்கள் படிகளில் ஏறுகின்றன. காலடிச் சப்தம் அவனுக்குக் கேட்கிறது. பயந்து போய்க் கூச்சலிட வாயெடுத்த சியாம் தன்னைச் சமாளித்துக் கொண்டு மெதுவாகச் சிரித்தான். வெறும் பிரமைதான். உண்மையில் அவனேதான் படிகளில் ஏறிக் கொண்டிருக் கிறான். ஒரு சில விநாடிகள் அவன் தன் உடலிலிருந்து பிரிந்து போயிருந்தான், அவ்வளவுதான்!

இரவு வெகுநேரம்வரை சியாம் தன் அறையின் ஜன்னல் அருகே நின்று கொண்டிருந்தான். வெளியே அடர்ந்த மூடுபனி. மரங்கள் சலனமற்று நிற்கின்றன. தெருவிளக்கின் மங்கிய ஒளிவட்டத்தைக் கடந்து செல்கிறது ஒரு சொறிநாய். தூரத்திலிருந்து போலீஸ் பூட்ஸின் ஒலி கேட்கிறது.

சியாம் காலையில் வாங்கிய சிகரெட்டுகளில் கடைசிச் சிகரெட்டை உதடுகளில் வைத்துக் கொள்கிறான்.

தீக்குச்சி தீப்பெட்டியில் உரசும் சப்தத்தில் அவனே திடுக்கிடுகிறான். அவனுடைய சூனியப் பார்வை பனிப் படலத்தில் நிலைக்கிறது.

சட்டென்று அவனுக்கு நினைவு வருகிறது. “ஓ மை கு . . . ட் . . . நெஸ்! டுடே ஐ கில்டு எ மேன்!”

## 6

ஆள் நிச்சயமாகச் செத்துப் போயிருப்பானென்று சொல்ல முடியாது. அந்த விபத்தை எவ்வளவோ பேர் பார்த்திருக்

கிறார்கள். அக்கம் பக்கத்தில் விசாரித்தால் விவரம் தெரியும். இருந்தாலும் விசாரிக்கத் தயக்கமாக இருந்தது அவனுக்கு. ஏனென்றால் அவன் ஜன்னல் பக்கத்தில் நின்றுகொண்டு கண்ணாடி ஒளியைப் பாய்ச்சியதை யாராவது பார்த் திருக்கலாமே!

மறுநாள் காலையில் எழுந்ததும் சியாம் நியூஸ் பேப்பரை எடுத்துப் பார்த்தான். அதில் எந்த மோட்டார் சைக்கிள் ஓட்டியும் விபத்தில் இறந்துவிட்ட செய்தி இல்லை. 'சித்தூரில் ஒரு சாமான் வண்டி ஒரு சைக்கிள் ஓட்டியின்மேல் மோதியது; ஃப்ரீ ஸ்கூல் தெருவில் சாலையைக் கடந்த ஒரு குழந்தை லாரியில் அடிபட்டு இறந்துவிட்டது; பார்க் தெரு முனையில் ஒரு பெயர் தெரியாத ஆள் (வயது நாற்பது) பஸ்ஸிலிருந்து விழுந்துவிட்டான். இன்னோர் ஆள் ...' ஊஹூம், மோட்டார் சைக்கிள் ஓட்டியைப் பற்றி எந்தச் செய்தியும் இல்லை. நேற்று கல்கத்தாவில் மோட்டார் சைக்கிள் ஓட்டி யாரும் விபத்தில் இறக்கவில்லை.

சியாமுக்கு நிராசை ஏற்பட்டது. அந்த மோட்டார் சைக்கிள்காரன் இறந்து போகாமலிருந்தால் அவனுடைய கைகால் உடைந்திருக்கலாம், அல்லது சில எலும்புகள் முறிந் திருக்கலாம். அப்படியானால் அந்த ஆள் ஆஸ்பத்திரியிலிருந்து வெளியே வந்த பிறகு சுலபமாக அவன் அறையின் ஜன்னலையும் அவனையும் கண்டுபிடித்துவிடலாம். காரணம் இல்லாமல் கண்ணாடி ஒளியைப் பாய்ச்சியதற்கு அந்த ஆளுக்குச் சமாதானம் சொல்ல வேண்டிவரும். சட்டப்படி அந்த ஆள் சியாமை ஒன்றும் செய்ய முடியாதுதான். இருந்தாலும் அந்த ஆள் தடியனாக, கோபக்காரனாக இருக்கலாம். அந்த ஆளைச் சரியாகக் கூடப் பார்க்கவில்லை சியாம். அவனுடைய முகம் கண்ணில் பட்டதும் அதன்மேல் கண்ணாடி ஒளியைப் பாய்ச்சிவிட்டு ஜன்னலுக்குக் கீழே குனிந்து கொண்டுவிட்டான் சியாம். ஏன் ஒளியைப் பாய்ச்சி னான் என்பது அவனுக்கே தெரியவில்லை.

'உங்கள்மேல் எனக்கு எவ்வித விரோதமும் இல்லை, மிஸ்டர். நீங்க யாருன்னுகூட எனக்குத் தெரியாது. ரொம்ப நாளா எனக்கு வேலை கிடையாது. சேர்த்து வச்சிருந்த காசு தீர்ந்து போகப் போகுது. நான் கொஞ்சங் கொஞ்சமா அசந்து ஒடுங்கிப் போயிக்கிட்டிருக்கேன். ஆகையாலே என்னோட

உடம்புக்கும் மனசுக்கும் உற்சாகமூட்டிக்கறதுக்காக, சோர் விலேருந்து தப்பிக்கறதுக்காக, நாள் முழுதும் விதவிதமா விளையாட்டைக் கற்பனை பண்ணிக்கிட்டு விளையாட வேண்டியிருக்கு. இந்த விஷயங்களெல்லாம் காரண காரியம் என்ற சங்கிலியிலே பிணைஞ்சிருக்கு. அம்மாவையும் அப்பா வையும் சம்பந்தப்படுத்தின ஒரு வசவை மட்டும் பொறுத்துக்க முஞ்சுதுன்னா நான் பழைய சியாமாவே இருப்பேன். டெலிபோனைக் கையிலே எடுக்கிறது, மாடிப்படியிலே ஏறி இறங்கறது, இந்த மாதிரி சின்னக் காரியங்களைக்கூட அழகா, நாசூக்காச் செஞ்சுட்டிருப்பேன்; எப்பவும் என்னைப்பத்தியே நினைச்சிக்கிட்டிருப்பேன். அப்போ இந்தக் கண்ணாடி விளையாட்டு விளையாடியிருக்க மாட்டேன். நீங்களும் ஆபத்தில்லாமே சாலை முனையிலே திரும்பியிருப்பீங்க.'

சியாமின் இந்த வாதத்தை அவன் கண்ணோட்டப்படியே அந்த ஆளும் ஏற்றுக் கொள்வான் என்ற நிச்சயம் இல்லை. அப்படியானால் அவன் சியாமைத் தாக்கும் நோக்கத்துடன் இரண்டடி முன்னே எடுத்து வைக்கலாம். அப்போது என்ன செய்ய வேண்டும் என்று சியாம் யோசித்துப் பார்த்தான். அந்த நிலை ஏற்பட்டால் கைக்கு அருகில் ஏதாவது ஆயுதம் இருக்கவேண்டும். ஓடிப்போக உதவியாகச் சுவரில் ஒரு ரகசியக் கதவு இருக்க வேண்டும். ஜன்னல் வழியே கீழே இறங்குவதற்கு ஒரு நூலேணி வேண்டும்; அல்லது, இதூவுடன் விளையாடிய மாதிரி ஓடிப் பதுங்கித் தப்பித்துக் கொள்ளப் பார்க்கலாம்; அல்லது சுபோத் மித்ராவிடம் போய்ச் சொல்லிப் பார்க்கலாம். 'மிஸ்டர், ரொம்ப நாள் ஒரே இடத்துலே இருந்தா 'போர்' அடிக்கும். நான் உங்க ஃபிளாட்டுக்கு வந்துடறேன், நீங்க என் ஃபிளாட்டுக்கு வந்துடுங்க!' என்று.

சியாமுக்குச் சற்றுப் பரபரப்பு ஏற்பட்டது. அவன் அறையின் நான்கு பக்கங்களிலும் வேகமாக நடந்து சுற்றிப் பார்த்தான். ஒரே ஒரு வாசல், அதையடுத்து ஒரு குறுகிய 'பாஸேஜ்'. பிறகு கீழிறங்கும் படி. ஜன்னலுக்கு வந்து வெளியே எட்டிப்பார்த்தான். சுமார் பன்னிரண்டு பதினான்கு அடிக்குக் கீழே கால் பாவிய நடைபாதை.

அவன் திரும்பி அறைக்குள்ளே பார்த்தான். அவனுடைய புருவம் சுளித்துக் கொண்டது. வலப்பக்கச் சுவரில் மிகவும் லேசான பாத்ரூம் கதவு. தன் நிலை பத்திரமாயிருப்பதாகத்

தோன்றவில்லை அவனுக்கு. ஒளிந்துகொள்ளவும் இடமில்லை, ஓடித் தப்பவும் எளிதான வழி இல்லை. அந்த ஆள் பலசாலியாக, கருணையில்லாதவனாக இருந்தால் சியாமும் தன்னைக் காப்பாற்றிக் கொள்ள ஏற்பாடுகள் செய்துகொள்ள வேண்டும். நினைக்க நினைக்க அவன் உள்ளத்தில் பரபரப்பு ஏற்பட்டது. அவன் தன் கற்பனை எதிரியின் தாக்குதலைச் சமாளிப்பதாகப் பாவனை செய்துகொண்டு அறைக்குள் இங்குமங்கும் வேகமாகப் பாய ஆரம்பித்தான்; குதித்துக் கட்டில் மேல் ஏறினான், சில தடவைகள் சுழன்றான், சூனிய வெளியை முஷ்டியால் குத்திக்கொண்டே முன்னேறினான், சுவரில் குத்தினான்.

பிறகு அவன் பெருமூச்சு விட்டுக்கொண்டே தனக்குள் சொல்லிக் கொண்டான். 'இல்லே மிஸ்டர், உங்கமேலே எனக்கு ஒரு கோபமும் இல்லே. முன்னேயும் இல்லை, இப்பவும் இல்லை.' சொல்லிக்கொண்டே அவன் பணிவுடன் கையை நீட்டி, கண்ணுக்குத் தெரியாத அந்தக் கற்பனை மனிதனின் கையைப் பலமாகக் குலுக்கிவிட்டுச் சொன்னான். 'டீ சாப்பிடறீங்களா? வாங்க, வாங்க, படுக்கை மேலேயே உட்காருங்க. இல்லாட்டா . . .' சியாம் அறையிலிருந்த ஒரே நாற்காலியை ஜன்னலுக்கருகில் இழுத்துக் கொண்டு வந்து போட்டான். 'இந்த நாற்காலியிலே உட்காருங்க. வெயில் இதமா இருக்கும். நான் உங்களுக்குச் சுடச் சுட ஒரு கப் டீ போட்டுக் கொடுக்கிறேன்.'

பேசிக்கொண்டே அறைக்குள் இங்குமங்கும் உலாவினான் சியாம். 'உங்களைப் பார்க்க ஒண்ணும் கோரமா இல்லே. முகம் கொஞ்சம் காயம் பட்டுப்போச்சு. கையிலே இன்னும் பாண்டேஜ் போட்டிருக்கு. அப்படியும் உங்களைப் பார்த்தா ஒரு வீரன் மாதரி இருக்கு, யுத்தத்திலே காயம்பட்ட போர்வீரன் மாதிரி! உங்களுக்குக் கல்யாணம் ஆயிடுச்சா? இல்லையா? அப்படியானா ரொம்ப நல்லது. இந்த நிலையிலேதான் நீங்க பெண்களை ரொம்பக் கவரலாம். நம்ம நாட்டிலே பெண்கள் வீரமுள்ள ஆண்களைப் பார்க்கிறதே இல்லை. அவங்க பார்க்கிறதெல்லாம், பெண்கள் பள்ளிக்கூடத்துக்குப் பக்கத்திலும் காலேஜ் வாசல்லேயும், ரோட்டுலேயும் கூட்டம் போட்டுட்டு நிக்கிற பொம்பளைத் தனமுடைய பசங்களைத் தான். அந்தப் பசங்க அழகான பெண்களைக் கண்டா அவங்க

பின்னாலேயே கொஞ்ச தூரம் போவாங்க. எழுத்துப்பிழை நிறைய இருக்கற காதல் கடிதங்களை எழுதுவாங்க. பழக்க மாயிட்டா, அதிகபட்சம் ஏரிக்கரையோ, மைதானமோ, பார்க்கோ எங்கேயாவது கூட்டிக்கிட்டு போவாங்க. அப்புறம் அங்கே உட்கார்ந்துட்டு ... விட்டுத் தள்ளுங்க! நான் சொல்ல வந்தது என்னன்னா, பெண்கள் காயம்பட்ட, அடிபட்ட ஆண்களை ரொம்ப விரும்பறாங்க. தவிர, நீங்க அடிபட்ட விதம் ரொம்ப ஆண்மையானது, கவர்ச்சிகரமானது! உங்களை மாடு முட்டித்தள்ளலே; சாமான் கொண்டுபோற வண்டியோ தள்ளுவண்டியோ இடிச்சுத் தள்ளலே; சாலையிலே எப்பவும் நடக்கற ரகளையிலே எக்கச்சக்கமாய் மாட்டிக்கிட்டு கல்லடி படலே; பள்ளத்திலே கிள்ளத்திலே விழுந்துடலே; உங்களுக்கு அடிபட்டது மோட்டார் சைக்கிள் விபத்துலே. இதுலே ஓர் ஆண்மை, ஒரு வீரத்தனம் இருக்கு, இல்லையா? மோட்டார் சைக்கிள் விபத்துன்னு சொல்றபோதே கண்ணுக்கு முன்னாலே தெரியறது ஒரு சித்திரம். வாட்டசாட்டமான ஒரு வாலிபன், தன்னம்பிக்கை நிறைஞ்சவன், தைரியசாலி, வேகமாப் போய்க் கிட்டிருக்கான் மோட்டார் சைக்கிளிலே. காட்டுக் குதிரை யோட பிடரிமயிரைப் பிடிச்சிக்கிட்டிருக்கற மாதிரி மோட்டார் சைக்கிள் கைப்பிடியைப் பிடிச்சிருக்கான். மார்பை விரிச்சு உட்கார்ந்திருக்கிற அந்தத் தோற்றத்திலே ஓர் அலாதியான கம்பீரம். காத்திலே தலை மயிர் பறக்குது. சட்டைக்காலர் அலங்கோலமா இருக்கு. உதட்டிலே அமுத்தலான ஒரு புன்னகை. ரொம்பக் கவர்ச்சியான காட்சிதான், இல்லே? நான் சின்ன வயசிலேருந்தே மோட்டார் சைக்கிள்காரங்களைப்பத்தி அப்படித்தான் நினைக்கிறேன். ஒரு காலத்துலே என்னோட லட்சியம் என்ன தெரியுமா? மோட்டார் சைக்கிள் ஓட்டறது; வேகமாகப் பாய்ந்தோடற மோட்டார் சைக்கிளிலே கம்பீரமா உட்கார்ந்திருக்கிறது; அவ்வளவுதான்! அதனாலேதான் நான் பதினேழு பதினெட்டு வயசுலே முதல் முதல்லே கல்கத்தாவுக்கு வந்தப்போ போலீஸ் சார்ஜன்ட் மோட்டார் சைக்கிளிலே போறதைப் பார்த்து மோகிச்சுப் போயிட்டேன். இடுப்புலே பழுப்பு நிறப் பிஸ்டல், தலையிலே கறுப்புத் தொப்பி. அப்புறம் அந்தச் சிவப்புக் கலர் மோட்டார் சைக்கிள்! சார்ஜன்ட் வந்துட்டா நான் வேறே யாரையும் பார்க்கமாட்டேன், ரோடிலே போற அழகான பெண்களைக்கூட! ஆமாம்!'

நாற்காலியில் உட்கார்ந்திருந்த கற்பனை மனிதன் சற்று அசைந்தான்.

சியாம் கைகளைத் தூக்கி அவனை அமைதியாக உட்கார்ந்திருக்கும்படி சைகை செய்துவிட்டுத் தொடர்ந்தான். 'நான் இவ்வளவு பேசினது நான் செஞ்ச காரியம் சரின்னு சொல்றதுக்காக இல்லே. விளையாட்டுக்காகக்கூட உங்க மேலே கண்ணாடி வெளிச்சத்தைக் காட்டினது பிசகுதான், ஒப்புக்கறேன். ஆனாப் பாருங்க, எனக்கு ஒரு வேலையும் இல்லே. இப்ப ரொம்பக் கஷ்டகாலம் எனக்கு. பொழுது விடிஞ்சா நாள் நீண்டுகிட்டே போறாப்பலே இருக்கு. பொழுது சாஞ்சா ராத்திரிக்கு முடிவே இல்லேன்னு தோண்றது. ஒரு சம்பவமும் நடக்கறதில்லே, நெஜமாகவே ஒண்ணும் நடக்கறதில்லே. ஒரு நாளைக்கு ரெண்டு தடவை லெட்டர் பாக்ஸைத் திறந்து பார்க்கறேன். பறவையின் கூடுமாதிரி சின்ன லெட்டர் பாக்ஸ். அதைத் திறக்கறப்போ எனக்குத் தோணும், திறந்ததும் அதிலேயிருந்து ஒரு முயல்குட்டி வெளியிலே வரும், அல்லது அதிலே ரோஜாக் கலர்க் காகிதத்திலே மடிக்கப்பட்ட ஒரு நல்ல பரிசு அல்லது பரிச்சயமில்லாத ஒரு பெண் எனக்கு எழுதிய காதல் கடிதம் இருக்கும் என்றெல்லாம். ஆனால் உண்மையிலே ஒண்ணும் இருக்காது. காலம்பற எழுந்திருக்கற போது தோணும், இன்னிக்கு ஒருத்தன் வருவான், பரிச்சயமில்லாத, மர்மம் நிறைந்த ஒருத்தன். அவனைப் பார்த்தா பழகினவன் மாதிரி இருக்கும். ஆனால் உண்மையிலே அடையாளம் தெரியாது. அவன் போறபோது ஒரு மர்மத்தை விட்டுட்டுப் போயிடுவான். படுக்கப்போறபோது தோணும், சொப்பனத்துலே எனக்கு ஓர் அபூர்வமான மூலிகை மருந்து கிடைக்கும்; புற்றுநோய்க்கு மாற்று ஒண்ணு கிடைக்கும், அல்லது புதையலைப் பற்றிய ரகசியம் தெரியும் என்று. மூடுபனியிலே ரோட்டிலே நடக்கறப்போ என்ன தோணும் தெரியுமா? பனி அடங்கினதும் நான் வேறொரு தேசத்துலே இருப்பேன்னு! அந்தத் தேசத்துலேதான் சாப்பிட ஆளில்லாமே மீன்கள் கூட்டங்கூட்டமாச் சமுத்திரத்துக்குப் போய்ச் சேர்றது, பசுக்களோட காம்புலேருந்து பால் தானாக் கொட்டறது, தேன்கூட்டிலேருந்து தேன் தானாகக் கீழே வழியறது, நல்ல வியாபாரிகளும், போதையில்லாத கடைக்காரங்களும் கடைகளைத் திறந்து வச்சிட்டு உட்கார்ந்திருக்காங்க... அந்தத்

தேசத்துலே எல்லா இடத்திலேயும் ஒரு சாமானுக்கு ஒரே விலைதான். அங்கே சாந்தமான, நல்ல குணமுள்ள மனிதர்கள் நடமாடறாங்க, அங்கே வருஷம் பூராத் திருவிழாதான்.'

சியாம் நாற்காலிக்கு முன்னால் வந்து நின்றான். தலையை ஆட்டிக்கொண்டே சொன்னான்: 'ஊஹூம், ஒண்ணுமே நடக்கறதில்லே!'

பிறகு சியாம் பணிவோடு கதவைத் திறந்து அந்தக் கற்பனை மனிதனுக்கு விடை கொடுத்தான். 'சரி, அப்புறம் பார்ப்போம்.'

மறுபடி அறைக்குள்ளே வந்த சியாம் சற்று நேரம் வருத்தத்துடன் நின்றான். பிறகு 'ஹோ!' என்று சிரித்தான். சிகரெட்டைப் பற்றவைத்துக் கொண்டு கீழே கிடந்த நியூஸ் பேப்பரை எடுத்தவாறே முணுமுணுத்தான். "மை கு . . . ட் . . . நெஸ், ஐ குட் நாட் கில் தி மேன்!"

சியாம் அறையின் நாற்புறமும் திரும்பிப் பார்த்தான். 'ஊஹூம். ஒளிஞ்சுக்கவும் இடமில்லே, ஓடிப்போகவும் வழியில்லே!'

நடுப்பகலில் வெளியே கிளம்பும் சமயம் அவனுக்கு மூன்று கடிதங்கள் வந்தன.

ஒன்று இன்ஷ்யூரன்ஸ் பிரிமியம் நோட்டீஸ். இரண்டு குவிந்த கைகளுக்கிடையில் எரியும் விளக்கின் படம், சுவரின் மேல் பொறிக்கப்பட்டிருக்கிறது. கூடவே இன்ஷ்யூரன்ஸ் விளம்பரம், 'உங்கள் உயிர் விலை உயர்ந்தது!'

இரண்டாவது கடிதம் எலெக்ட்ரிக் கம்பெனி பில்.

மூன்றாவது சற்றே கறுப்புநிறமுள்ள, பாகிஸ்தான் தேசத்துக் கவரில் தந்தையின் கடிதம்.

சியாம் ஒன்றையுமே சரியாகப் படித்துப் பார்க்கவில்லை. அவன் தந்தையின் கடிதத்தைப் பார்த்துக் கொண்டே இருக்கிறான். ஆனால் நடுநடுவே ஒரு சில வரிகள்தான் அவனுடைய கண்ணில் படுகின்றன. 'இப்பவே சேர்த்து வைக்காட்டாப் பின்னாலே ரொம்பக் கஷ்டப்பட வேண்டியிருக்கும். இவ்வளவு தூரத்திலே இருந்து கொண்டு நாங்க உனக்காக என்ன செய்ய முடியும்? கடவுள்தான் துணை! வேலை கிடைச்சுதா இல்லையாங்கறதை உடனே எழுது.

ஸோனா சித்தப்பா, ராங்கா அத்தை எல்லாரையும் போய்ப் பார்த்துட்டுவா. கஷ்டகாலத்துலே சொந்தக்காரங்கதான் ஆதரவு. ஆசு கங்கூலியையும் போய்ப்பாரு. அவன் என்னோட அந்தக் கால சிநேகிதன். ஹௌராவிலே மூணு இரும்புத் தொழிற்சாலை வச்சிருக்கான். டோவர்ஸேன்லே அவனுக்கு மூணுமாடி வீடு, கார் இருக்கு. இனிமே நிலம் வாங்க எனக்கு யோசனையா இருக்கு. இங்கே நிலைமை சரியா இல்லே. வாய்ப்பு இருந்தபோதே இந்தியாவுக்கு வந்துடாதது அசட்டுத் தனமாத் தோணுது. இப்போ இங்கே கங்கை இல்லாதது, பெரிய கஷ்டம். 'தன்' அண்ணோவோட ஈமச்சடங்கு நடந்தது. ஆனா விமரிசையா நடக்கலே. அவனோட பிள்ளைகள் இந்தியா விலேருந்து வரமுடியலே, பங்காளிதான் நெருப்புப் போட்டாங்க. எனக்கு ரொம்பப் பயமா இருக்கு. உன் அம்மா முந்தி மாதிரியே படுத்த படுக்கையா இருக்கா. புலீனோட வீட்டுக்காரிதான் வந்து சமையல் பண்ணி வச்சுட்டுப்போறா. உன் அம்மா தூக்கத்துலே கூட அடிக்கடி உன் பேரைச் சொல்லிக் கூப்பிடறா. கல்கத்தாவிலே அரிசி, சாமான்கள் விலைவாசியைப் பத்திக் கேட்டா ஆச்சரியமா இருக்கு. நாம வங்காளிகள், இரண்டு வேளை அரிசிச்சாதம் சாப்பிடாட்டா உடம்பு நன்றாயிருக்காது. நீ ஜாக்கிரதையா இருந்துக்கோ. இப்போ கடவுள்தான் துணை. உன்னைக் குடியும் குடித்தன முமாப் பார்த்துட்டா அப்புறம் நாங்க நிம்மதியாக் கண்ணை மூடுவோம்.'

பத்து வருஷங்களுக்கு முன்னால் கடைசித் தடவையாகக் கல்கத்தா வந்திருந்தார் சியாமின் தந்தை. சியாம் அவரை வரவேற்கச் சியால்தா ஸ்டேஷனுக்குப் போயிருந்தான். அவன் சந்தித்தது ஒரு பரிச்சயமிலலாத மனிதரை—சற்றுக்கூனல், கறுத்து வற்றிப்போன முகம். சியாம் அவரைக் குனிந்து வணங்கியபோது அவர் அவன் முதுகில் கை வைத்துத் தடவிக் கொடுத்தார். பேசத் தொடங்கியபோது அவருக்குத் தொண்டை அடைத்துக் கொண்டது.

கல்கத்தாவில் அவர் தங்கியிருந்த சில நாட்களில் ஒருநாள் கூட அலையாமல் இருக்கவில்லை. காஞ்ச்ரபாரா, ஹாலிசஹர், பொய்ஞ்சிக்ராம், சோத்பூர், டயமண்ட் ஹார்பர் என்று ஒவ்வொரு இடமாக உறவினர்களைப் பார்க்கப் போய்க் கொண்டிருந்தார். அவர் சியாமிடம் சொல்வார்: 'இவங்களை

யெல்லாம் தெரிஞ்சு வச்சுக்கோ. நம்மோட பங்காளிகள் இவங்க. ஆபத்துக்காலத்துலே நமக்கு உதவுவாங்க.'

பாகிஸ்தானிலிருந்த நிலத்துக்கு மாற்றாக இந்தியாவில் நிலம் வாங்கவும் முயற்சி செய்தார் சியாமின் தந்தை. ஆனால் முயற்சி வெற்றிபெறவில்லை. கடைசியில் நம்பிக்கை இழந்து அவர் சொன்னார்: 'நான் இங்கேயே வந்துடலாம்னு பார்த்தேன், முடியாது போலிருக்கு. எனக்கு ஒண்ணுமே பிடிக்கலே. ஊர் கெட்டுப்போச்சு.' 'பாகிஸ்தானே போய் விடுமோ?' என்பதைப் பற்றிக்கூட அவர் விசாரித்துப் பார்த்தார். சியாமின் தாய் அவனுக்கு மாம்பழச் சத்து, பிட்டு, புதுத் துணிகள் எல்லாம் கொடுத்தனுப்பியிருந்தாள்.

ஒரு மாதம் கழித்துப் போன்காம் எல்லை வரையில் தந்தையைக் கொண்டுபோய் விட்டுவிட்டு வந்தான் சியாம். "பத்திரமாயிரு!" என்று சொல்லி அவனிடம் அவர் விடை பெற்றுக் கொண்டார்.

இப்போது சியாமுக்குக் கடிதம் எழுதிக் குசலப் பிரச்னம் செய்யும் இந்த ஆள் யார்? அப்பாவா? என்ன மாதிரி அப்பா? தம் வீடு வாசலை விட்டுவிட்டு வரமுடியாத ஒரு வேற்றுநாட்டு மனிதர். அந்த நபருடைய முகங்கூட இவனுக்கு மறந்துபோய் விட்டது. அந்த ஆளுக்கும் இவனுக்கும் என்ன சம்பந்தம்?

சியாமின் பெட்டியில் அவனுடைய தாயும் தந்தையும் ஜோடியாக இருக்கும் ஒரு போட்டோ இருக்கிறது. அவர்களுக்குப் பின்னணியாக ஒரு பெரிய மாளிகையின் படம். பக்கத்தில் பூந்தொட்டி, கோடு போட்ட கோட், பஞ்சகச்சம் வைத்துக் கட்டிய வேஷ்டி, காலில் பம்ப்ஷூ ஆகியவற்றை அணிந்துகொண்டு பட்டிக்காட்டுக் களையுடன் விறைப்பாக உட்கார்ந்திருக்கிறார் அப்பா. பக்கத்தில் அம்மாவின் சிறிய உருவம், மடிப்புக் கலையாத புடைவை அணிந்துகொண்டு, கட்டை மாதிரி உணர்ச்சி இல்லாமல் நிற்கிறது. அவளுடைய கண்கள் வியப்புடன் காமிராவின் பக்கம் திரும்பியிருக்கின்றன.

இவர்கள்தான் தன் தாய் தந்தையர், தன் பிறப்புக்குக் காரணமானவர்கள் என்று சியாமினால் நம்பவே முடிய வில்லை. சியாம் யார், எங்கிருந்து வந்தான் என்பது இவர்களுக்கும் தெரியாது.

அந்தப் போட்டோவை சியாம் வெளியே எடுத்துப் பார்த்து வெகு காலமாகிவிட்டது. முன்பெல்லாம் அவன் தன்

தாயை நினைத்து அழுவான். பரீட்சை எழுதப்போகும்போதும் புதிதாக வேலையில் சேரப்போகும்போதும் அநதப் படத்தை வணங்கி விட்டுப் போவான். பிறகு கொஞ்சங் கொஞ்சமாக, கற்பூர வாசனைபோல அவ்விருவருடைய முகங்களும் அவனுடைய மனத்திலிருந்து மறைந்துவிட்டன. முன்போல் அவை அவனுடைய நினைவில் இல்லை. ஆனால் இடையிடையில் 'ஹரிபோல், ஹரிபோல்' என்று கோஷம் எழுப்பிக்கொண்டு சாலையில் ஏதாவது பிண ஊர்வலம் போகும்போது சட்டென்று அவன் மனக்கண் முன்னே சொந்த ஊரின் காட்சி தோன்றும். கிணற்றங்கரை, ஆற்றங்கரைக்குச் செல்லும் மண்பாதை, கரம்சா மரம், வரப்பில் குதித்து ஓடும் தவளை . . . அவனுக்குத் தோன்றுகிறது. அடர்ந்த இருளில், வடக்குப் பக்க அறையை ஒட்டிய வராந்தாவில் ஒரு சிறிய அரிக்கேன் விளக்குடன் உட்கார்ந்திருக்கிறாள் அவன் தாய்; அவளுடைய முகமெல்லாம சுருக்கங்கள்; பேசத் தொடங் கினால் தலை ஆடுகிறது. முன்னால் ஒரே இருட்டு; வானத்தில் மங்கலாகத் தெரியும் நட்சத்திரங்கள்; தன் ரத்தத்தில் சாவின் குளிர்ச்சியை உணர்ந்த அவள், தான் ஜபித்துக் கொண்டிருந்த மந்திரத்தை மறந்துவிட்டுச் சியாமின் செல்லப் பெயரை முணு முணுக்கத் தொடங்குகிறாள், "மனூ . . . மனூ, ஏ மனூ!'

சியாம் மனத்துக்குள்ளேயே கேட்கிறான்: 'நீங்கள் யார்? எனக்கும் உங்களுக்கும் என்ன உறவு? ஊஹூம், எனக்கு உங்களைத் தெரியாது.' பிறகு தூக்கிவாரிப் போடுகிறது அவனுக்கு. அவன் முணுமுணுக்கிறான்: 'நீங்க சௌக்கியமா இருங்க. உசிரோட இருங்க. எனக்காகக் கவலைப்படாதீங்க. நான் சௌக்கியமா இருக்கேன். பாருங்க, நல்ல காலம் வரத்தான் போகுது! நாம நல்ல நிலம் வாங்கி அதிலே வீடு கட்டுவோம், தோட்டம் போடுவோம், குளத்திலே மீன் வளர்ப்போம். பக்கத்திலேயே நம்ம பங்காளிகளைக் குடித்தனம் வைப்போம். கொஞ்சம் பேர், வைஷ்ணவன், வண்ணான், நாவிதன் இவங்களையும் குடித்தனம் வைப்போம். தூர தேசத்திலேருந்து நான் உங்ககிட்டே திரும்பி வந்துடறேன். படகிலே நல்ல காலத்தை ஏத்திக்கிட்டு உங்ககிட்டே கொண்டு வரேன்.'

"அம்மாவுக்கு வாங்கிக் கொடுத்தேன்
ரெட்டைச் சங்கு வளையல்;

தம்பிக்குச் செஞ்சுவச்சேன் கல்யாணம்;
அப்பாவுக்குக் கொடுத்தேன் தங்க மகுடம்;
தீர்த்த யாத்திரை போகட்டும்."

# 7

நட்ட நடுப்பகலில் கரியாஹாட் முனையிலிருந்து ஓர் ஆளைப் பின்தொடர்ந்து போனான் சியாம், காரணம் இல்லாமல். ஆள் கறுப்பு. எலும்பு துருத்திக் கொண்டிருக்கும். ஒட்டிப்போன, சொறசொறப்பான முகம், அடர்த்தியான மீசை, கண்களில் கறுப்புக்கண்ணாடி, அழுத்தமான நிறத்தில் டெரிகாட்டன் துணியாலான குழாய்ப் பேண்ட், கிரீம் நிறத்தில் பளபளப்பான சில்க் சட்டை, கையில் ஒரு கைப்பை.

படாடோபமான அழகான உடைக்கும் அந்த ஆளின் கறுத்து வற்றிப்போன அவலட்சணமான முகத்துக்கும் கொஞ்சங்கூடப் பொருத்தமாயில்லை. அவன் யாருடைய உடையையோ திருடிக் கொண்டு வந்துவிட்டானோ என்று நினைக்கத் தோன்றியது.

அந்த ஆள் பாட்டா செருப்புக்கடை வாசலில் நின்று கொண்டு கொஞ்சநேரம் செருப்புக்களைப் பார்த்தான். பிறகு நிதானமாக நடந்து தெருமுனைவரை போனான். சிகரெட் கடையில் மலிவு ரக சிகரெட் ஒரு பாக்கெட் வாங்கிக் கொண்டான். துணிக்கடையில் நிறுத்தி வைத்திருந்த பொம்மையைப் பார்த்துச் சிரித்துக் கொண்டான். பிச்சை கேட்க வந்த ஒரு குருட்டுப் பிச்சைக்காரனை விரட்டினான். ஓர் அழகிய பெண் போவதைப் பார்த்து நின்றுகொண்டே ரசித்தான். பிறகு மெதுவாகச் சாலையைக் கடந்து டிராம் ஸ்டாப்பை நோக்கி நடந்தான்.

ஆரம்பத்திலிருந்தே சியாம் அவனைக் கவனித்துக் கொண்டிருந்தான். அவன் கண்ணியமான, நல்ல நடத்தை யுள்ள ஆள் இல்லை என்று சியாமுக்குப் பட்டது. அந்த ஆசாமியின் கண்கள் நாலாப்பக்கமும் சுழன்று கொண் டிருந்தன. இந்த மாதிரி ஆட்கள்தான் கூட்டத்தில் ஜேப்படி

செய்வார்கள். அல்லது குறைந்த பட்சம் யாருக்கும் தெரியாமல் பெண்களின் மார்பகத்தை உரசிவிட்டு நகர்ந்து விடுவார்கள். இந்த ஆளும் அந்த மாதிரி காரியம் ஏதாவது செய்வான் என்று சியாமுக்கு நிச்சயமாகத் தோன்றியது. சற்றுப் பரபரப்பு அடைந்தவனாக அவன் அந்த ஆளைப் பின் தொடர்ந்து கொண்டு டிராம் ஸ்டாப்புக்கு வந்தான்.

அந்த ஆள் ஒரு பச்சை நிறக் கைக்குட்டையை எடுத்து ஒரு காரணமும் இல்லாமல் கழுத்துப்பக்கம் துடைத்துக் கொண்டான். ஸ்டாப்பில் நின்றுகொண்டிருக்கும் பெண்களை ஓரப்பார்வை பார்த்தான். மோகவெறி அந்தப் பார்வையில் பிரதிபலித்தது. ஆனால் அவன் வேறொன்றும் செய்யவில்லை.

டிராமில் இருவருமே ஏறினார்கள். ஏறிய பிறகும் அந்த ஆள் கண்ணியமாகத்தான் நடந்துகொண்டான். பெண்கள் இருந்த பக்கம் நெருங்கவே இல்லை. மற்றப் பிரயாணிகளின் சட்டைப் பைகளையும் நோட்டம் பார்க்கவில்லை.

சியாம் தன் சால்வைக்கு அடியில் உள்ளங்கையை முஷ்டி யாக மடித்துக்கொண்டு மனத்துக்குள் சொல்லிக்கொண்டான்; ‘இப்போ ஏதாவது பண்ணு, பார்ப்போம்! பயப்படாதே! அந்தப் பருமனான ஆளைப் பார்த்தியா? கச்சம் வைத்துக் கட்டின வேஷ்டி, ஜிப்பா, குட்டையாகக் கத்திரிச்ச கிராப்பு, பாரு, அந்த ஆளு தூங்கி வழியறான்! அவன் சட்டைப் பையிலே இருந்து ஒரு கவர் வெளியிலே நீட்டிக் கொண்டிருக்குது. அதை நைஸா எடுத்துடு! இல்லாட்டா, அங்கே நிக்கறா பாரு ஒரு பொண்ணு, நீலச் சிவப்புப்புடைவை, தலையிலே பிரிமணை மாதிரி சுத்தின கொண்டை; அவளோட கண்ணையும் மூஞ்சியையும் பாரு, பார்க்க அழகா இல்லை. ஆனா காம வெறியிலே பெண் புலி மாதிரி இருப்பா. நாக்காலே உதட்டை அடிக்கடி நக்கிக்கிறா. அவமேலே நைஸா கையை வை. ஒண்ணும் ஆயிடாது! என்ன பயம்?’

ஆனால் அந்த ஆள் அப்படி ஒன்றும் செய்யவில்லை. கண்ணியமாகவே நடந்து கொண்டான். சற்றுக் குனிந்து கொண்டு ஜன்னல் வழியாகச் சாலையைக் கவனிக்க முயற்சி செய்தான். சியாமுக்கு ஏமாற்றமாக இருந்தது. அவன் தனக்குள் சொல்லிக் கொண்டான். ‘உன்னைப் பார்த்தா பக்கா அயோக்கியன் மாதிரி இருக்கே. நீ, வெறும் பார்வையாலேயே எந்தப் பெண்ணையும் கர்ப்பவதியாகப் பண்ணக்கூடியவன்!

கண் ஜாடையாலேயே எங்க பையிலேருந்து பர்ஸை எடுக்கக் கூடியவன்! எங்கே பார்ப்போம், உன்னோட மாஜிக்கைக் காட்டு! என்ன பயம்? உம், உன் கைவேலையைக் காட்டு!'

ஊஹூம், அந்த ஆள் சும்மாதான் நின்று கொண்டிருந் தான். அவனுடைய முகத்திலும் கண்களிலும் ஒருவிதக் கவித்துவ பாவம் தோன்றியது.

சியாமுக்கு ஏமாற்றம்தான். இருந்தாலும் அவன் அந்த ஆசாமியை விட்டுவிடவில்லை.

அந்த ஆள் கிராண்டு ஹோட்டலுக்கு எதிரில் இறங்கிக் கொண்டான். பிறகு சௌரங்கி சாலையைக் கடந்து கொஞ்ச தூரம் நடந்துபோய் சுரேந்திரநாத் பானர்ஜி சாலையில் நுழைந்தான். அவனுக்குச் சற்றுத் தூரத்தில் சியாமும் நடந்தான். அந்த ஆள் தற்செயலாகத் திரும்பிப் பார்த்தபோது இருவரின் கண்களும் சந்தித்தன. சியாம் புன்சிரிப்பு சிரிக்க முயன்றான். அந்தப் புன்சிரிப்பின்மூலம் அவனுக்குச் சொல்ல விரும்பினான், 'பயப்படாதே! நீ என்ன செய்யப்போறேன்னு எனக்குப் பார்க்கணும், அவ்வளவுதான்! நீ மகா கெட்டிக்காரன். ஏதாவது செய்யேன்! நான் உன்னைப் பிடிக்கவும் மாட்டேன், காட்டிக்கொடுக்கவும் மாட்டேன். அதைப்பத்தி உனக்குக் கவலையே வேண்டாம்.'

அந்த ஆள் சற்றுப் புருவத்தைச் சுளித்தான். பிறகு முகத்தைத் திருப்பிக்கொண்டு மறுபடி நடக்கத் தொடங்கினான். அவன் சாலையில் இங்குமங்கும் தாறுமாறாக நடந்தான். இடையிடையே திரும்பி சியாமைப் பார்த்தான். சியாமுக்கும் பரபரப்பாக இருந்தது. கடைசியில் அந்த ஆள் ஃப்ரீ ஸ்கூல் தெருவுக்கு அருகில் ஒரு பெரிய வீட்டுக்குள் கிடுகிடுவென்று நுழைந்துபோய்விட்டான்.

அந்த ஆள் மிகவும் பயந்து விட்டான் என்று நினைத்தான் சியாம். இப்போது அவனுடைய பரபரப்பு அடங்கிப்போய் மீண்டும் அலுப்பு உணர்ச்சி தோன்றத் தொடங்கியது. அவனுக்கு ஏமாற்றமாக இருந்தது.

அவன் சற்றுநேரம் மனம் போனபடி சுற்றிவிட்டுக் காலியாக இருந்த ஒரு ரெஸ்டாரெண்ட்டில் நுழைந்து அங்கே வெகுநேரம் சும்மா உட்கார்ந்திருந்தான். அவனுக்கு முன்னால் ஒரு கப் டீ ஆறிக்கொண்டிருந்தது.

பக்கத்து மேஜையில் அமர்ந்திருந்த ஒரு ஜோடி சிந்தி

வியாபாரிகள் எழுந்து போனார்கள். ஒரு பஞ்சாபி, அவன் கழுத்தில் சதை மடிப்பு மடிப்பாகத் தொங்கிக் கொண்டிருந்தது. அவன் தன் கழுத்தில ஒரு ஸ்கார்ஃபைச் சுற்றிக் கொண்டிருந்தான். அங்கு வந்து உட்கார்ந்தான். தூக்கக் கலக்கம் கொண்ட கண்களால் ஒரு தடவை சியாமைப் பார்த்தான் அவன்.

வெளியே நிழலில்லாத வெயில் படுத்துக் கிடந்தது. எதிர்ப்புறத்து வீட்டின் மேல் முகட்டிலிருந்து வழுக்கி விழுந்த ஒரு புறா இறக்கையை விரித்துக்கொண்டு பறந்தது. 'டக், டக்'கென்ற ஒலியுடன் இரண்டு ஆங்கிலோ இந்தியப் பெண்கள் சாலையில் நடந்து சென்றார்கள்.

சியாம் எழுந்தான். கல்லாவில் பணத்தைக் கொடுத்து விட்டு வெளியே வரும் சமயத்தில் அவன் முகத்தின்மேல் ஒரு நிழல் விழுந்தது. சியாமின் இதயம் மின்னல் வேகத்தில் துடித்தது. அதே ஆள்தான்! வெயில் இருந்த பக்கம் முதுகைக் காட்டிக் கொண்டிருந்ததால் அந்த ஆளின் முகம் தெளிவாகத் தெரியவில்லை. சியாம் கையால் கண்களின் மேற்புறத்தை மறைத்துக்கொண்டு ஓரடி பின்வாங்கி அவனைக் கவனித்தான். அந்த ஆள் ஓரடி முன்னால் வந்து கூப்பிட்டான். 'சியாம்!'

இல்லை, இவன் அந்த ஆள் இல்லை. இவன் கருநீலநிறச் சூட்டும் வில்போல் வளைந்த 'டை'யும் அணிந்திருந்தான். சிவந்த உடம்பு, அழகிய முகம்.

"அருண்!" வெள்ளத்தில் முழுகும் ஒருவன் எதையோ பிடித்துக் கொள்ளத் தவிக்கும் தவிப்புடன் சியாம் அவனுடைய கையை அழுத்திப் பிடித்துக் கொண்டான். "அருண்!"

"அடடே! என்னப்பா உன்னை அடையாளமே தெரியலே!" என்று அருண் சொன்னான்.

சியாம் அவனைக் கூர்ந்து பார்த்தான். "நீ ரொம்ப அழகா, ஜோரா வளர்ந்திருக்கே!"

"சீ, இது ஒண்ணும் அழகான வளர்ச்சி இல்லே. எல்லாம் ஆல்கஹால் சதை. உன் சமாசாரம் என்ன?"

"நல்ல சமாச்சாரந்தான்."

"ஆனா உன்னைப் பார்த்தா நல்லா இல்லியே! தாடி எல்லாம் வளர்த்துக்கிட்டு மூஞ்சியை என்ன கோரமாகப் பண்ணி வச்சிக்கிட்டிருக்கே!" அருண் சியாமை இழுத்துக் கொண்டு வந்து ஒரு நாற்காலியில் உட்கார வைத்தான். இருவரும் எதிரும் புதிருமாக உட்கார்ந்து கொண்டார்கள்.

உட்கார்ந்ததும் அருண் சொன்னான். "நீ சண்டை போட்டுக் கிட்டு வேலையை விட்டுவிட்டதாகக் கேள்விப்பட்டேன்!"

சியாம் மௌனமாகத் தலையை அசைத்தான்.

"நீ எவ்வளவு 'டாஷிங் புஷிங்' டைப்! நீ வேலையிலே ரொம்ப உசருவேன்னு நாங்க எதிர்பார்த்துக் கொண்டிருந் தோம். நீ என்ன நிலைக்கு வந்திருக்கே?"

சியாம் ஒரு பதிலும் சொல்லவில்லை.

"எனக்கு ஒரு முதலாளி வந்து வாச்சானே, அவனும் மகாமுரடன், முன்கோபி. அவங்கிட்டேயிருந்து தப்பிக்க என்ன பண்ணினேன், தெரியுமா? அவனுக்குக் கறுப்பா, அவ லட்சணமா ஒரு பொண்ணு இருக்கா; அவளை இழுத்துக்கிட்டு ஓடிப் போனேன். அப்பாக்காரன் கத்தினான், குதிச்சான், திட்டினான். ஆனால் கடைசியிலே எங்களை ஏத்துக்கிட்டான். எனக்கு ஆபீசிலே ரெண்டு தடவை பதவி உயர்வு கிடைச்சது. எனக்கு ஒரே ஒரு வருத்தம். ஒரு அழகான பெண்ணைக் கல்யாணம் பண்ணியிருக்கணும்னு. சின்ன வயசிலேருந்தே சொப்பனம் கண்டுட்டிருந்தேன். அது நடக்கலே." அருண் நமட்டுச் சிரிப்பு சிரித்துக் கொணடே தொடர்ந்தான். "இருந்தாலும் அந்தக் குறையைக் கூடிய சீக்கிரத்திலே ஈடு கட்டிடுவேன். பிப்ரவரி மாசம் அமெரிக்கா போகப்போகிறேன், வீட்டுக்காரியை அவ அப்பா வீட்டிலே விட்டுட்டுத்தான்!"

அருண் பார்க்க நல்ல சிவப்பாக இருந்தான். அந்தத் தோற்றத்துக்குக் காரணம் அவன் அணிந்திருந்த மேல்நாட்டுப் பாணி உடையல்ல; அவனுடைய இயற்கையான மேனி நிறமும் அல்ல. வெளிநாட்டுக்குரிய அலாதி ஒளி அவனுடைய முகத்தில் பிரதிபலிப்பதாகச் சியாமுக்குத் தோன்றியது. சட்டென்று பார்த்தால் அருண் ஏதோ ஒரு வெளிநாட்டைச் சேர்ந்த, அறிமுகமில்லாத ஆள் என்று தோன்றும்.

இரண்டு பேரும் டீ குடித்துவிட்டு எழுந்தார்கள்.

சாலைக்கு வந்ததும் அருண் கேட்டான், "எங்கே போகப் போறே?" என்று.

"தெரியாது" என்று சியாம் பதில் சொன்னான்.

அருண் சிரித்தான். "நல்ல ஆளப்பா! நீ என்ன இப்படி 'டல்'லடிச்சுப் போயிட்டே! சரி, என்னோட வா!"

சியாம் உற்சாகம் இல்லாமல் கேட்டான்; "எங்கே?"

அருண் கண்ணைச் சிமிட்டிக்கொண்டு சிரித்தான். "நல்ல

இடத்துக்குத்தான்! வெள்ளைக்காரன் ஆபீஸ். ரிசப்ஷனிஸ்ட் ஷோக்கா இருப்பா. நீ அவளுக்கு முன்னாலே உட்கார்ந்திருக் கலாம். எனக்கு விஸா விஷயமா ஒரு அமெரிக்காக்காரனைப் பார்க்கணும். அரை மணிநேர வேலைதான், வா.”

வழியில் ஓர் இடத்தில் அருண் தன் ஷூவைப் பாலிஷ் செய்து கொண்டான். பையன் பாலிஷ் செய்து முடித்தபிறகு அருண் அவனைக் கேட்டான், “ஷூவில் உன் மூஞ்சி தெரியறதா?” என்று.

“தெரியுது, சார்!” என்றான் பையன்.

“அப்போ சரி” என்று சொல்லிக்கொண்டே அருண் அவனுக்குக் காசு கொடுத்துவிட்டு நடந்தான்.

உணர்ச்சிகளெல்லாமே மரத்துப் போய்விட்ட உணர்வு சியாமுக்கு ஏற்பட்டது. எல்லா அலுவல்களும் மகிழ்ச்சியும் உற்சாகமும் அவனிடமிருந்து விடைபெற்றுக்கொண்டு விட்டன போல் தோன்றியது. அப்போது அவனுடைய வாழ்க்கை, வேலையிலிருந்து ஓய்வு பெற்றவனின் வாழ்க்கையைப்போல் மந்த கதியில் சென்று கொண்டிருந்தது. அவனுடைய உடல் தளர்ந்துபோய்விட்டதாகத் தோன்றியது. இப்போது அவனுக்கு முடிவில்லாத ஓய்வு. அவன் பால்கனியில் ஒரு சாய்வு நாற்காலியில் உட்கார்ந்துகொண்டு சாலையில் நிகழும் காட்சிகளையும் நடமாட்டங்களையும் ஒரு பார்வையாளன் போலப் பார்த்துக் கொண்டே இருக்கலாம். ஆனால் அவற்றுடன் அவனுக்கு எவ்விதச் சம்பந்தமும் இல்லை. உற்சாகம் நிறைந்த அருணின் சுறுசுறுப்பான நடைக்கு ஈடு கொடுத்து நடப்பது சியாமுக்குக் கஷ்டமாக இருந்தது. அவன் மூச்சு இரைக்க இரைக்கச் சொன்னான், “அருண், கொஞ்சம் மெதுவா நட!” என்று.

சில அடிகள் முன்னால் நடந்துகொண்டிருந்த அருண் நின்று பின்னால் திரும்பிப் பார்த்தான். “ராஸ்கல், நீ ரொம்பத் தளர்ந்து போய்ப் பொம்பளை மாதிரி ஆயிட்டே! ஃபுட்பாலிலே லெஃப்ட் அவுட்டா விளையாடறபோதெல்லாம் அவ்வளவு சுறுசுறுப்பா, சூடிகையா இருந்தே! நீ என்ன கிழவனாப் போயிட்டியா?” என்று பெரிதாகச் சிரித்தான் அருண்.

“இல்லை.” தலையை அசைத்தான் சியாம். “எனக்கு எங்கேயும் அவசரமாகப் போகவேண்டியதில்லை.” தனக்குள் ளேயே அவன் முணுமுணுத்துக் கொண்டான். ‘நின்னுட்டா

நீ அவுட். நின்னு போயிட்டா நீ கிழடு. நின்னுட்டா நீ மண்ணாங்கட்டி.' இப்படியெல்லாம் எங்கேயோ யார்கிட்டயோ சொன்னானே சியாம்!

அழகாக அலங்கரிக்கப்பட்டிருந்த வரவேற்பறையில் அவனை உட்கார்த்தி வைத்துவிட்டு அருண் உள்ளே போனான்.

ஏர்கண்டிஷன் செய்யப்பட்ட அறை. சோபாவில் சியாமுக்குப் பக்கத்தில் இன்னும் சிலர் உட்கார்ந்திருந்தார்கள். கவுன்ட்டருக்குப் பின்னால் உட்கார்ந்திருந்த பெண் டெலிபோன் 'கால்'களையும் விஸிட்டர்களையும் ஒரே சமயத்தில் கவனித்துக் கொண்டிருந்தாள். அருண் சொன்னது உண்மைதான். பெண் ரொம்ப அழகு. துணியால் மறைக்கப் படாத, தோளிலிருந்து இறங்கிய இரண்டு நீண்ட கைகளும் ஒயின் நிறத்தில் பளபளக்கும் கௌன்ட்டர் பலகையில் நிழலாகப் பிரதிபலிக்கின்றன. டெலிபோன் போர்டிலிருந்து குறிப்புப் புத்தகத்துக்கும், குறிப்புப் புத்தகத்திலிருந்து டெலி போன் போர்டுக்குமாகச் சுறுசுறுப்பாகச் செயல்படுகின்றன அந்தக் கைகள். அழுத்தமான கத்தரி நிறத்தில் பிளவுஸ், அதே நிறத்தில் புடைவை. பம்மிக் கிடந்த தலைமயிரைக் கழுத்துக்குக் கீழே ஒரு ரிப்பனால் இலேசாகக் கட்டியிருக்கிறாள். உருண்டை முகம், தலைமயிர் நெற்றியின் பெரும்பாகத்தை மூடியிருக்கிறது. நெற்றியில் ஒரு சிறிய பொட்டு. சூடிகையான முகமும் கண்களும் மௌனமாகச் சொல்கின்றன: 'நான் நன்றாக உயிரோடு இருக்கிறேன். நான் ராத்திரி நன்றாகத் தூங்கினேன். நான் இன்னும் இளமையாக இருக்கிறேன், நல்ல ஆரோக்கியத் துடன் இருக்கிறேன். நான் தினம் அதிகாலையில் தண்ணீரில் முங்கிக் குளிக்கிறேன். உங்களுக்கு என்னைத் தெரியாது.'

அந்தச் சுறுசுறுப்பான கண்களும் துணியால் மறைக்கப் படாத கைகளும் டெலிபோன் போர்டிலிருந்து குறிப்புப் புத்தகத்துக்கும் காகிதங்களுக்கும், மறுபடி டெலிபோன் போர்டுக்குமாகச் செயல்படுகின்றன. லாகவமாக இயங்கும் அந்தக் கைகளின் இயக்கம் அவை பியானோ வாசிக் கின்றனவோ என்ற பிரமையை உண்டாக்குகிறது.

சியாமுக்குப் பக்கத்தில் உட்கார்ந்திருந்தவர்கள் ஏதேதோ அலுவலாக வந்திருந்தார்கள். ஒவ்வொருவருக்கும் உள்ளே யிருந்து முறையே அழைப்பு வந்தது. கொஞ்ச நேரத்தில்

சியாமைத் தவிர எல்லாரும் அங்கிருந்து போய்விட்டார்கள். சியாம் மட்டும் தனியாக உட்கார்ந்திருந்தான். தன் அலுவல்களுக்கு நடுவே இடையிடையில் ரிஸப்ஷனிஸ்ட் அவனைக் கவனித்தாள்.

சியாமின் நெஞ்சுக்குள் மறுபடி அந்தச் சப்தம்; ரெயில் ஸ்டேஷனை விட்டுப் புறப்படும் சப்தம். ரெயிலின் வேகம் கொஞ்சம் கொஞ்சமாக அதிகரிக்கிறது. அவனுக்குச் சற்றுத் தாகம் ஏற்பட்டது. சட்டைப் பையில் கையைவிட்டுப் பார்த்தான், சிகரெட் இல்லை. இரண்டு சூடிகையான அமெரிக்கர்கள் கண்ணாடிக் கதவைத் தள்ளிக்கொண்டு உள்ளே நுழைகிறார்கள். ரிஸப்ஷனிஸ்டுக்கு முன்னால் நின்று கொண்டு தாழ்ந்த குரலில் அவளுடன் வேடிக்கையாகப் பேசுகிறார்கள். அவளும் சிரித்துக் கொண்டே அவர்களுக்குப் பதில் சொல்கிறாள். மீண்டும் அந்த அறை காலியாகி விடுகிறது, அதாவது சியாமையும் அந்தப் பெண்ணையும் தவிர. ஏதோ எழுதிக்கொண்டிருந்த பெண், எழுதுவதில் பிழை ஏற்பட்டு விடவே நாக்கைக் கடித்துக்கொண்டு வங்காளியில் தெளிவாக, "அடியம்மா!" என்கிறாள். அடுத்த விநாடி சட்டென்று சியாமைத் திரும்பிப் பார்த்துவிட்டுக் கண்களைத் தாழ்த்திக் கொள்கிறாள். டெலிபோன் மணி அடிக்கவே அவள் ரிசீவரை அநாயாசமாகக் கையில் எடுத்து சரளமாக ஆங்கிலத்தில் பேசுகிறாள். "போஸ்? ஓ!... எஸ் ஹியர் ஹி இஸ்!... தாங்க் யூ." மறுபடியும் அவளுடைய கண்கள் திரும்பிச் சியாமின் கண்களைச் சந்திக்கின்றன.

சியாமுக்கு அங்கே உட்கார்ந்திருக்கவே சங்கடமாக இருக்கிறது. வெகு நாட்களாகத் தன் தோற்றத்திலும் உடைகளிலும் கவனம் செலுத்துவதில்லை என்ற விஷயம் அப்போதுதான் அவன் நினைவுக்கு வருகிறது. சரியாகப் பராமரிக்கப் படாத தோட்டம் புதர் மண்டிப் போவதுபோல் அவனது உடல் கரடு முரடாக ஆகிவிட்டது. பழங்கால ஏட்டுச் சுவடிகளைப்போல் அவனுடைய கண்களின் பார்வை மங்கிப்போய் விட்டது. சால்வையின் மறைவில் அவன் தன் மெலிந்த கையால் வயிற்றிலிருந்து நெஞ்சுவரை தடவிப்பார்த்துக் கொள்கிறான். இல்லை, அந்தப் பழைய சியாம் இப்போது இல்லை. உடம்பில் ஒரு பட்டுச்சால்வை, தாடி வளர்ந்த கன்னம், நெஞ்சுக்குள் ஒரு ரெயில் ஓடிக்கொண்டிருக்கும் 'கும்,

கும்' சத்தம். இந்த ஆளைப் பழைய சியாமால் அடையாளம் கண்டுபிடிக்கவே முடியாது. அவனுக்குப் பரிச்சயமில்லாத ஓர் அந்நியன் இப்போது அந்தப் பெண்ணுக்கு முன்னால் உட்கார்ந்து கொண்டிருக்கிறான்.

'நீ என்ன நினைக்கிறே? நான் வேலையில்லாதவன், வெளியிலே வெயிலா இருக்குன்னு சும்மா இங்கே வந்து ஏர்கண்டிஷன் அறையிலே உக்காந்துகிட்டிருக்கேன்னு நினைக்கிறியா? அல்லது, நான் ஒரு போக்கிரி, நீ அழகா இருக்கேன்னு உன்னைச் சீண்டறதுக்காக வந்திருக்கேன்னு நினைக்கிறியா? அல்லது, நான் திருட்டுப்பயலா, நல்லவனாங்கறது தெரியாம முழிக்கறியா?'

சியாம் தன் மனத்துக்குள்ளேயே இவ்வளவு கேள்விகளையும் அந்தப் பெண்ணைப் பார்த்துக் கேட்டான். ஓர் அழகிய பெண்ணுக்கு எதிரில் அவளைத் தனியாக உட்கார்த்தி வைத்து ஒரு மனத்தத்துவப் பரீட்சை நடத்தப்படுவதாக அவனுக்குத் தோன்றியது.

அவனால் இந்தச் சங்கடத்தைப் பொறுத்துக் கொள்ள முடியவில்லை. அவன் தனக்கு முன்னேயிருந்த மேஜையில் குவியலாகக் கிடந்த பத்திரிகைகளிலிருந்து படங்கள் போட்ட ஒரு பத்திரிகையை எடுத்துக்கொண்டு அதில் பார்வையைச் செலுத்தத் தொடங்கினான். பையில் சிகரெட் இல்லை என்பதை மறந்துபோய், அவன் சட்டைப் பையின் பக்கம் கையை நீட்டியபோது பத்திரிகை பொத்தென்று தரையில் விழுந்தது. சர்வசாதாரணமான—ஆனால் அவனுக்குப் பயங்கரமாகத் தோன்றிய—அந்தச் சத்தத்தில் அவனுடைய கைகால்கள் நடுங்கின.

இம்மாதிரி சாதாரணமான—ஆனால் மிகவும் முக்கியமான—நிகழ்வுகள் சில நிகழ்கின்றன. சியாம் அந்தப் பெண்ணின் பக்கம் திரும்பிப் பார்க்காமல் இருக்க முயற்சி செய்கிறான்.

ஒரு சமயம் புதிய விசிட்டர்கள் யாரும் வரவில்லை. டெலிபோன் மணியும் அடிக்கவில்லை. கடுமையான அமைதியில் அவனும் அந்தப் பெண்ணும் அந்த அறையில் அமர்ந்திருந்தார்கள்.

பிறகு டெலிபோனைக் கையிலெடுக்கும் அரவம், டயல் செய்யும் ஒலி. ரிஸப்ஷனிஸ்ட் வேலையில் மும்முரமாக

இருக்கிறாளென்ற நினைப்பில் ஜாக்கிரதையாகச் சற்றுக் கண்களை உயர்த்திய சியாம் திடுக்கிட்டான். அந்தப் பெண் இடக்கையில் ரிஸீவரைப் பிடித்துக்கொண்டு அதைக் காதுக் கருகில் வைத்திருக்கிறாள். மஞ்சள் பென்சிலை வைத்திருக்கும் வலக்கை ரிஸப்ஷன் கௌன்ட்டரின்மேல் இருக்கிறது. ஆனால் அவளுடைய கண்கள் இமை கொட்டாமல் சியாமையே பார்த்துக் கொண்டிருக்கின்றன. சியாமின் கண்களைச் சந்தித்ததும் அவள் பென்சிலைக் கௌன்ட்டரின் மேல் வைத்துவிட்டு, வலக்கையால் டெலிபோனின் வாயை மறைத்துக்கொண்டு, பறவையின் குரல் போலத் தீவிரமான, இனிய குரலில் அவனை நேரிடையாகக் கேட்டுவிடுகிறாள், "உங்களுக்கு யாரைப் பார்க்கவேண்டும்?" என்று.

அவனுடைய மண்டைக்குள் சேறு கலந்த தண்ணீர் கொப்புளித்துப் பொங்குகிறது. 'எனக்கு யாரைப் பார்க்க வேண்டும்...?' உணர்ச்சி மிகுதியில் அவனுடைய கைகால்கள் நடுங்குகின்றன. தான் ஏன் அங்கே உட்கார்ந்திருக்கிறோம் என்பது அவனுக்கு மறந்து போய்விடுகிறது. அவனுக்குத் தோன்றுகிறது, அழகாக அலங்கரிக்கப்பட்ட அந்த அறையில் ஓர் அழகிய பெண்ணுக்கு எதிரில் காரணமில்லாமல் உட்கார்ந்துகொண்டு அவன் அதன் இனிய சூழ்நிலையைப் பாழாக்கி விட்டானென்று. அவன் ஏன் அங்கே உட்கார்ந் திருக்கிறான்? ஏன்? ஏன்?

அவன் சட்டென்று எழுந்து நிற்கிறான். அவனுக்குத் தொண்டையை அடைக்கிறது. அவன் பேசாமல் தலையை மட்டும் ஆட்டுகிறான். 'இல்லை, அவன் யாரையும் பார்க்க வரவில்லை. யாருக்காகவும் காத்திருக்கவில்லை. இங்கே அவனுக்கு ஒரு வேலையும் இல்லை.'

அவன் வாயிலை நோக்கிச் சில அடிகள் வைக்கிறான். பிறகு நின்றுவிடுகிறான். பயத்தில் அவனுடைய உடல் வெடவெடக்கிறது. அவன் நடக்க ஆரம்பித்தால் கதவு நகர்ந்து போகிறது. இடப்பக்கத்திலிருந்து வலப்பக்கம், பிறகு வலப் பக்கத்திலிருந்து இடப்பக்கம்! என்ன ஆச்சரியம் இது? சியாம் சட்டென்று கண்களை மூடிக்கொள்கிறான். மறுபடி சில அடிகள் நடக்கிறான். கண்களைத் திறந்து பார்த்தால் அவன் கௌன்ட்டருக்கு எதிரில் நின்று கொண்டிருக்கிறான். ரிஸப்ஷனிஸ்ட் புருவத்தை உயர்த்தி அவனைப் பார்க்கிறாள்.

அந்தப் பார்வை அவனை 'நீ யார்,' என்று கேட்பது போலிருக்கிறது.

'நான் யார்?'

தன்னினைவற்ற, விவரந் தெரியாத குழந்தையைப்போல் சியாம் வியப்புடன் நாற்புறமும் பார்க்கிறான். அவன் காண்ப தெல்லாம் பக்கமில்லாததாகத் தோன்றுகிறது. தன்னைச் சமாளித்துக் கொள்வதற்காக ஒரு நாற்காலியின் கைப் பிடியையோ ஒரு மேஜையின் ஓரத்தையோ பிடித்துக்கொள்ளக் கையை நீட்டுகிறான் அவன். அவனுடைய உதடுகள் அசைகின்றன. அவன் முணுமுணுக்கிறான்: 'நான் யாரென்று என்னைக் கேட்காதே! எனக்குத் தெரியாது!' மழை நீர்போல் துக்கம் அவன் நெஞ்சில் நிறைகிறது. 'நான் ஏன் மரமாகப் பிறக்கவில்லை என்று எனக்குத் தெரியவில்லை. நான் மீனாகப் பிறந்திருந்தால்தான் என்ன மோசம்...'

அந்தப் பெண் தன் நாற்காலியிலிருந்து மெதுவாக எழுந்து, "லெட் மி ஹெல்ப் யூ!" (உதவட்டுமா?) என்று கேட்கிறாள்.

அவனுக்குள்ளே ஏதோ ஒன்று கத்துகிறது: 'வேண்டாம்! நீ என்னைத் தொடாதே!' ஆனால் அவனுடைய வாயிலிருந்து வார்த்தைகள் வரவில்லை. அவன் தலையை மட்டும் ஆட்டு கிறான், வேண்டாமென்ற பாவனையில். பிறகு ஒவ்வோர் அடியாகப் பின்னால் நகருகிறான். கதவின் கண்ணாடியில் கையை வைக்கிறான். பயத்தால் வெளுத்த முகத்துடன் அந்தப் பெண் அவனையே பார்த்துக்கொண்டு நிற்கிறாள்.

கதவைத் தள்ளிக்கொண்டு வெளியே—வெயிலில், மற்ற ஜனங்களுக்கிடையில்—வந்துவிடுகிறான் சியாம். நடை பாதையில் நின்று கொண்டு முணுமுணுக்கிறான்: 'நான் யாரென்று கேட்காதே! எனக்குத் தெரியாது!'

பிறகு திடீரென்று சிரிக்கிறான்; தலையை ஆட்டுகிறான். இல்லை, அவன் ஒளிந்து கொள்ளக்கூடிய பத்திரமான இடம் எங்குமே இல்லை. ஓடிப்போவதற்கான சுலபமான வழியும் இல்லை. அவன் எங்கே போனாலும் அவன் எதிரில் வந்து நிற்கிறது அந்தக் கேள்வி 'நீயார்,'

ஊஹூம், சியாமுக்குத் தெரியாது; நிஜமாகவே தெரியாது!

வெகுநேரம் கழித்து அவனுடைய முதுகில் கையை வைத்துக்

கொண்டு அருண் கேட்டான்: “என்ன விஷயம்? ஏன் வெளியே நிக்கிறே?”

சியாம் சிரிக்க முயற்சி செய்கிறான். “சும்மாதான்.”

“உன்னை உள்ளே காணாமே பயந்து போயிட்டேன். கடைசியிலே அந்தப் பொண்ணுதான் நீ வெளியே நிக்கிறதைக் காண்பிச்சா.”

அருண் உதடுகளில் நமுட்டுச் சிரிப்புடன் கேட்டான். “பார்த்தியா,”

“எதை?”

“ஒண்ணும் புரியாத மாதிரி கேள்வி கேக்கறியே? உன்னைத் தெரியாதா எனக்கு, ராஸ்கல்! நான் வேணும்னுதான் தாமதமா உள்ளேயிருந்து வந்தேன். உனக்கு எக்ஸ்ரேக் கண்ணு, அதாலே எதையும் ஊடுருவிப் பார்த்துடுவேன்னு எனக்குத் தெரியும். ஆனா இவளைவிட இவளுக்கு முன்னாலே இங்கே இருந்தவ—மிஸ் தத்தா—இன்னும் ‘ஹாட்’டா இருப்பா. இவ இப்போதான் வேலையிலே சேர்ந்திருக்கா.” அருண் கண்ணைச் சிமிட்டினான். “கொஞ்சாநாள் பழக்கத்திலேயே இவளுக்கு எங்கிட்டே ரொம்ப மதிப்பு. இவளோடே பேசணுமா? பேரு லீலா பட்டாச்சார்யா. அறிமுகப்படுத்தி வைக்கட்டுமா?”

சியாம் சிரித்துக்கொண்டே தலையை ஆட்டினான். “வேண்டாம்” என்று. அவன் திரும்பிப் பார்த்தான். கண்ணாடிக் கதவின் மறுபுறத்தில் அந்தப் பெண் உட்கார்ந்திருப்பது தெரிந்தது. அவளுடைய கண்கள் சியாமின் கண்களைச் சந்தித்தன. சியாம் திரும்பிக் கொண்டான்.

‘த்சொ, த்சொ’ என்று சொல்லிய அருண் அனுதாபத் துடன் கேட்டான்: ‘சியாம், உனக்கு என்ன வந்துடுச்சு?’

நடந்துகொண்டே சியாம், “யாருக்குத் தெரியும்? ஏதோ கோளாறு ஆயிடுச்சு, என்னன்னு புரியலே” என்றான்.

அருண் புருவத்தைச் சுளித்துக் கொண்டான், “என்ன மாதிரி கோளாறு?”

“ஹைஸ்கூல்லே படிக்கறப்போ பெண்களைக் கண்டா எனக்கு ‘நெர்வஸா’ இருக்கும். இப்பவும் அது மாதிரியே ‘ஃபீல்’ பண்ணினேன். நான் யாரைப் பார்க்கனும்னு அவ கேட்டா. அங்கே நான் உட்கார்ந்திருக்கிறது தப்புன்னு எனக்குப்பட்டது. திருடன் மாதிரி பேசாம எந்திருச்சு வந்துட்டேன். ஆச்சரியம் என்னன்னா, இதைவிடப் பெரிய எடத்துக்கெல்லாம் தயக்கம்

இல்லாமப் போயிருக்கேன். கௌன்ட்டர்லே உட்கார்ந்திருக்கிற இந்த மாதிரி பெண்களை அலட்சியமா 'ஹலோ'ன்னு கூப்பிட்டு அவங்களோடே பேசியிருக்கேன். எங்கேயோ ஏதோ கோளாறாப் போயிடுச்சு. ரொம்ப நாளைக்கப்புறம் தோண ஆரம்பிச்சுடுச்சு, நான் காதல்வலையிலே விழுந்துடுவேன்னு."

"காதலா? லீலாகிட்டேயா?"

"இல்லே. லீலா மேலேதான்னு இல்லே. எந்தப் பெண் மேலேயும் காதல் ஏற்படலாம். ரொம்ப ஆச்சரியமா இருக்கு. ஒரு காலத்திலே பிருந்தா, மாதவி, இதூ இவங்களோடே எல்லாம் சுத்தியிருக்கேன். அவங்களோட ஒரே படுக்கையிலே படுத்திருக்கேன். என் மனசுக்குப் பிடிச்சதா அவங்ககிட்டே ஏதாவது இருக்கான்னு துருவித் துருவித் தேடிப் பார்த் திருக்கேன். அப்போ எல்லாம் ரயில் வண்டி ஓடற சத்தம் என் நெஞ்சுக்குள்ளே ஏற்பட்டதில்லை. இந்தக் காதல் விவகாரத்திலே ஏதோ ஒரு ரகசியம், ஒரு மர்மம் இருக்குன்னு எனக்கு இதுவரை தோணவே இல்லே. இப்போ எனக்கு என்ன தோணுது தெரியுமா? நான் ஒண்ணும் மிச்சம் வைக்கலேங்கறது னாலேதான் எனக்குத் திருப்தி ஏற்படலே. அதுவேதான் ஒரு வேதனையா என் நெஞ்சுக்குள்ளே குமைஞ்சிண்டிருக்கு."

"நீ என்னப்பா சொல்றே?"

சியாம் தலையைத் தாழ்த்தியவாறே பதில் சொன்னான்: "நான் சரியாகத்தான் சொல்றேன். யார் சொன்னாங்களோ தெரியலே, 'ஈஸ்வரஞானம் இல்லேன்னா பெண்களைச் சரியாப் புரிஞ்சுக்க முடியாது'ன்னு யார் சொன்னாங்க, தெரியுமா?"

"தெரியாது. ராமகிருஷ்ணர், அல்லது அவர் மாதிரி யாரோ ஒருத்தர் சொல்லியிருப்பார்."

"இருக்கலாம்."

சற்றுக் கவலையுடன் அருண், "ஒரு லீலா பட்டாச்சார்யா அரைமணி நேரத்திலே உனக்கு ஈஸ்வர ஞானம் கொடுத் துட்டா போலிருக்கே" என்று கேட்டான்.

சியாம் சிரித்தான். "அப்படியில்லே, எனக்குள்ளே ஒரு ரெயில் ஓடற சப்தம் கேக்குது. ஒரு அதிருப்தி இருக்கு; இதுதான் நான் புரிஞ்சிட்டிருக்கேன். பெண்கள்தான் என்னை ரொம்ப ஏமாத்தியிருக்காங்கன்னு எனக்குத் தோணுது. அவங்க எல்லாத்தையும் கொடுக்கற மாதிரி போக்குக் காமிச்சுட்டு முக்கியமான ரகசியத்தை முந்தானையிலே முடிஞ்சு வச்சுக்

கிட்டாங்க. இல்லேன்னா வேற மாதிரியும் இருக்கலாம். அவங்க அந்த ரகசியத்தையும் என் கண்ணுக்கு முன்னாலே திறந்து காட்டினாங்க. நான்தான் அதைப் புரிஞ்சுக்காம இருந்துட்டேன். அதனாலேதான் அந்தப் பொண்ணு, 'உங்களுக்கு யாரை யாவது பார்க்க வேணுமா?'ன்னு கேட்டப்போ நான் ஒரு பிச்சைக்காரன்னு எனக்குத் தோணிச்சு. எனக்குப் பேரோ, வேறு அறிமுகமோ இல்லேன்னு தோணிச்சு. நான் துச்சமானவன், எனக்கு எவ்வித முக்கியத்துவம் இல்லே; நான் பிறந்தும் பிறக்காமே இருக்கிறதும் ஒண்ணுதான். நான் மரமா ஏன் பிறக்கலே? மீனா ஏன் பிறக்கல்லே? இது எனக்குப் புரியலே."

அருண் நின்று விட்டான் "சியாம்!"

"நீ பேசாதே, அருண்!" சியாம் மெதுவாகப் பேச்சைத் தொடர்ந்தான். "நான் ரொம்ப முக்கியமானவன்னு இவ்வளவு நாள் நினைச்சுட்டிருந்தேன். எல்லாத்தையும், எல்லாத்தையுமே சுலபமா அடையற உரிமை எனக்கு இருக்குங்கறது என்னோட எண்ணம். ஆனால் எனக்குக் கிடைச்சது உண்மையான சரக்கு இல்லே. இவ்வளவு நாள் என்னை எல்லாரும் ஏமாத்திட்டு வந்திருக்காங்க. அப்படியில்லேன்னா என் நெஞ்சுக்குள்ளே ரெயில் ஓடற சத்தம் ஏன் வரணும்? சில சமயம் என்னாலே ஏன் வாசக் கதவைக் கண்டுபிடிக்க முடியலே? மர நிழலைக் கண்டுபிடிக்க முடியலே? கோளாறு எங்கே இருக்கு? இவ்வளவு நாள் எந்தக் கதவையும் சுலபமாத் திறக்க முடிஞ்சுதே! காதலுக்காக முழந்தாளிட்டுப் பணியலாம் போல இருக்கு எனக்கு."

வியப்பு மேலிட அருண் மறுபடியும் கேட்டான். "உனக்கு என்ன ஆயிடுச்சு?"

சோர்ந்து போய்ச் சிரித்தான் சியாம். "ஒண்ணுமில்லே."

அருண் 'ஹோ' வென்று சிரித்தான். தன் வயிற்றை விரலால் தொட்டுக் காண்பித்துக்கொண்டு சொன்னான்: "இந்தக் கோளாறு எல்லாத்துக்கும் காரணம் என்ன தெரியுமா? இந்த வயிறுதான்! வாயுவாலேதான் எல்லாம் ஏற்படறது. தினம் ராத்திரி நிறையப் பால் குடி. 'இஸப்குல்' விதையோட தோலைச் சாப்பிடு. காலையிலே எந்திருச்சதும் எலுமிச்சம் பழச்சாற்றை வெந்நீரிலே கலந்து குடி. நான் கல்யாணம் பண்ணிக்கறதுக்கு முன்னாலே எனக்குப் பதினோரு விதமான வயிற்றுக்கோளாறு இருந்தது. நான் லீலாவுக்குச் சொல்லி

வைக்கிறேன், நீ செயின்ட் அண்ட் மில்லர்லே பெரிய வேலை பார்த்தவன்னு. நல்ல விளையாட்டுக்காரன், ரெண்டு அர்த்தத் துலேயும், அப்படீன்னும் சொல்லறேன்! நீ மாறுவேஷம் போட்டுக்கறதுக்காகத் தாடி வளர்த்துக்கிட்டு சால்வையைப் போர்த்திக்கிட்டு சுத்தறே, இதிலே ஏமாந்துபோய் உன்னை நழுவ விட்டுடாதேன்னு அவகிட்டே சொல்லி வைக்கறேன்!"

எஸ்பிளனேடு நடைபாதையில் நின்றுகொண்டு ஒரு டாக்சியைக் கூப்பிட்டான் அருண். சியாமிடம் சொன்னான். "வா, உன்னை வீட்டிலே கொண்டுபோய் விட்டுடறேன்."

சியாம் கொட்டாவி விட்டுக் கொண்டே சொன்னான். "எனக்கு வீடு திரும்ப அவசரமில்லை, நீ போ. நான் கொஞ்சம் சுத்திட்டு அப்புறம் போறேன்."

புறப்பட்டுப் போவதற்கு முன் அருண் அவனிடம் தாழ்ந்த குரலில் சொன்னான். "உனக்கு அவளைப் பிடிச்சிருந்தா தைரியமா இறங்கு. நான் உதவி பண்றேன். வேலையைப் பத்திக் கவலைப்படாதே. என் மாமனார் கம்பெனிதானே! நான் அமெரிக்கா புறப்படறதுக்கு முன்னாலே அவர்கிட்டே சொல்லிட்டுப் போறேன். உனக்கு வேலை ஏற்பாடாயிடும். சரி, என்னோட உடம்பு பார்க்கறதுக்கு எப்படி இருக்கு? நல்லாயிருக்கா?" அருணின் சிரிப்பில் விஷமம் தொனித்தது.

"ஃபைன்!" என்று சொல்லிச் சிரித்தான் சியாம்.

"ஃபார் அமெரிக்கா, தி லேண்ட் ஆஃப் ஃப்ரீ செக்ஸ்! பாரேன், நான் அறுபது வயசானாலும் கட்டுக்குலையாம உடம்பை வச்சிருப்பேன். சீரியோ!" அருண் ஓடும் டாக்சியி லிருந்து கையை ஆட்டினான்.

அவன் ஏதோ வேற்று நாட்டைச் சேர்ந்த அருண். அவன் சியாமுக்கு முற்றிலும் பரிச்சயமானவனும் இல்லை. முற்றும் அந்நியனும் இல்லை.

சியாம் சூனிய மனத்துடன் நடந்தான். தூரத்திலிருந்து வரும் ஒரு மோட்டார் சைக்கிளின் ஒலி வண்டின் ரீங்காரம் போல் அவனுடைய மூளைக்குள் ஒலித்தது. அவனுக்கு ஒருவிதக் குழப்ப உணர்வு ஏற்பட்டது. கிறிஸ்துமஸுக்காக அலங்கரிக்கப்பட்ட கடைகள், வர்ணக் காகிதங்களாலான சங்கிலித் தோரணங்கள், கிழட்டுச் சாந்தாகிளாஸ் பொம்மை, பைன் மரங்கள் எல்லாமே அவனுடைய பார்வையிலிருந்து நழுவின. யாரோ ஒருவன் துண்டு விளம்பரங்களை

விநியோகித்துக் கொண்டிருந்தான். அவன் சியாமுடைய கையிலும் ஒரு விளம்பரத்தைத் திணித்துவிட்டுப் போனான். அதில் ஆங்கிலத்தில் பெரிய பெரிய எழுத்துக்களில் எழுதப்பட்டிருந்தது. "உங்களுடைய ஆபத்து விலகிவிட்டது" என்று. பிறகு ஏதோ ஒரு மருந்தின் சிறப்பைப்பற்றிய வர்ணனை.

புன்சிரிப்புடன் சியாம் அந்தக் காகிதத்தைச் சுருட்டித் தூக்கியெறிந்தான். மனதுக்குள் அவன் சொல்லிக் கொண்டான். 'ஆகா, என்னுடைய ஆபத்து விலகிவிட்டது. எனக்கு இனி ஆபத்து இல்லை.'

## 8

அவன் வீடு திரும்பும்போது டிராமில் இரண்டாம் வகுப்பில் ஜன்னலோரமாக உட்கார்ந்திருந்த ஓர் ஆளை தலையைக் குனிந்து அவனுக்குச் சலாம் வைத்தான். அவன் அணிந்திருந்தது ஒரு பைஜாமா, லக்னோ நகரத்துப் பூவேலைகள் செய்யப்பட்ட ஜிப்பா, தலையோடு ஒட்டிய, வட்டமான துணிக்குல்லாய், கண்களில் மை. இர்ஃபான்!

"இர்ஃபானா? சௌக்கியமா?"

சியாம் டிராமில் ஏறியதும் இர்ஃபான் பணிவுடன் எழுந்து கொண்டு சியாமிடம் சொன்னான். "உட்காருங்க, சக்ரவர்த்தி பாபு!"

இர்ஃபான் சொன்னான், "நீங்க உட்காருங்க, நான் பார்க் ஸ்ட்ரீட்லே இறங்கிடுவேன்."

சியாம் உட்கார்ந்துகொண்டு அவனைக் கேட்டான். "என்ன சமாச்சாரம்?"

இர்ஃபானின் முகத்தில் அதே பணிவு கலந்த புன்சிரிப்பு. "நீங்க இப்ப எல்லாம் வரதே இல்லையே?"

உண்மைதான். சியாம், ராஜா பஜாரில் இர்ஃபானைப் பார்க்கப் போய் வெகு நாளாயிற்று. போக வேண்டிய அவசியம் ஏற்படவில்லை. முன்பெல்லாம் ஒவ்வொரு மாதமும் போவான். இருநூற்றைம்பது ரூபாய் இர்ஃபானிடம் கொடுப்பான். இர்ஃபான் டாக்காவிலிருந்த அவனுடைய உறவினனுக்குக்

கடிதம் எழுதுவான், 'நம்மோட தென்பக்கத்துத் தோப்பில் ஏராளமா மாம்பழம் பழுத்திருக்கு. பானிக்காடாவைச் சேர்ந்த கமலாக்ஷ சக்கரவர்த்திக்கு இருநூறு மாம்பழம் அனுப்பு' என்று. சியாமின் அப்பாவுக்கு இருநூறு ரூபாய் கிடைத்துவிடும்.

"பிஸினஸ் எல்லாம் எப்படி?" என்று சியாம் கேட்டான்.

"ரொம்ப 'டல்'. உண்டிகளையெல்லாம் சர்க்கார்லே பிடிக்கறாங்க." தாழ்ந்த குரலில் சொலிவிட்டுச் சிரித்தான். "இப்போ பிஸினஸ் எல்லாம் ஸாஹா குடும்பத்தின் கையிலேயும் மார்வாரிகள் கையிலேயுந்தான்."

சியாம் இர்ஃபானின் பேச்சைக் கவனித்துக் கேட்கவில்லை. டிராம் இருண்ட மைதானத்தின் வழியே வேகமாகப் போய்க் கொண்டிருந்தது. குளிர்காற்று உள்ளே வீசியது. சியாம் கோமாளியின் கண்களைப்போல் மைதீட்டிய இர்ஃபானின் கண்களைப் பார்த்துக்கொண்டே உட்கார்ந்திருந்தான்.

இர்ஃபான் பார்க் தெருவில் இறங்கினான். இறங்கும் முன் சட்டென்று சியாமின் காதுக்கருகில் சொன்னான். "பாகிஸ்தான் போகணும்னா சொல்லுங்க, நல்ல ஏஜெண்ட் கையிலே இருக்கான். எல்லைக்கு அந்தண்டை கூட்டிக்கிட்டு போவான். பத்து நாள் கழிச்சுத் திரும்பிக் கொண்டுவந்து விட்டுடுவான். கொஞ்சங்கூடப் பயமில்லை."

இறங்கிய பிறகு சாலையிலிருந்தே இன்னுமொரு சலாம் வைத்தான் இர்ஃபான்.

அவன் போன பிறகுதான் சியாமுக்கு அவன் ஒரு முஸ்லீம் என்பது நினைவுக்கு வந்தது. தான் இந்து என்பதும் ஞாபகம் வந்தது. ஆச்சரியம்தான்! தான் இந்து என்ற விஷயமே அவனுக்கு இவ்வளவு நாளாக நினைவில் இல்லை. இப்போது நினைவுக்கு வந்ததும் அவன் சிரித்துக் கொண்டான். 'என்ன ஆச்சரியம்! நான் இந்து! எப்படிப்பட்ட இந்து நான்! இந்துவான நான் எப்படி இருக்கேன்!'

எவ்வளவோ சிந்தித்துப் பார்த்தும் அவனால் 'இந்து' என்ற வார்த்தைக்கு அர்த்தத்தைக் கண்டுபிடிக்க முடியவில்லை. தான் இந்து, இந்தியன், வங்காளி என்பதையே அவனால் நம்ப முடியவில்லை.

அவனால் நம்ப முடியவில்லை. அவன் கமலாக்ஷ சக்ரவர்த்தியின் பிள்ளை; விலாசம்: பானிக் காடா, டாக்கா ஜில்லா. அவன் சியாம் சக்ரவர்த்தி என்ற பெயருள்ள ஒருவன்,

செயின்ட் அண்ட் மில்லர் கம்பெனியின் மாஜி ஆபீசர், அல்லது கிளப்பின் ஒரு காலத்து லெஃப்ட் அவுட்! இந்தப் பெயருக்குள்ளும் பரிச்சயத்துக்குள்ளும் அவன் கட்டுண்டிருக்கிறான் என்பதையோ இவற்றுக்கு வெளியே அவனுக்குத் தனியாக வேறு இருப்பே இல்லை என்பதையோ அவனால் நம்பவே முடியவில்லை.

டிராம் பனியினூடே மிதந்து போகிறது; மங்கிய நிலவொளியில் மைதானத்தைக் கடந்து செல்கிறது. சியாம் ஜன்னல் விளிம்பில் தலையைச் சாய்த்துக் கொள்கிறான். அவனுடைய டிராம் வண்டி தன் இலக்கை மறந்துவிட்டு எங்கேயோ போய்க் கொண்டிருக்கிறது. நாற்புறமும் நிலவும் பனியும் சமைத்த ஒரு மாய உலகம். வெறிச்சோடிக் கிடக்கும் விசாலமான மைதானம் ஊளையிடுகிறது. மரங்களின் பூதாகாரமான நிழல் கல்லைப்போல் உறைந்து கிடக்கிறது.

“டிக்கெட்!”

எரிச்சலுற்ற சியாம் கையைத் தூக்கிக் கண்டக்டரை விலகச் சொல்லி ஜாடை காட்டுகிறான். கண்டக்டர் நகருகிறான்.

அந்த மாய டிராம் பழக்கமான வழியை விட்டுப் பரிச்சயமற்ற திக்கில் திரும்பிப் போய்க்கொண்டே இருக்கிறது. மரங்கள் கூப்பிடுகின்றன, ‘வா சியாம்!’ காற்று கிசுகிசுக்கிறது, ‘வா சியாம்!’ பிறகு அவனைத் தொட்டுவிட்ட ஆனந்தத்தில் இன்னும் வேகமாக வீசுகிறது. மலைமேலும், குகைகளிலும், ஆற்றின் மேலும், கடலின் மேலும், நறுமணம்போல் பரவுகிறது நல்ல செய்தி. ‘சியாம்! எங்கள் சியாம்!’ தாயைப்போல் பூமி அவனை அழைக்கிறது. ‘சியாம்!’ பறவையின் கண்களிலிருந்து வழியும் நீர்த்துளிபோல் பனி புல்லின்மேல் படிந்திருக்கிறது. கறுத்த காட்டுச் செடிப்புதரில், இலந்தை மரத்தின் அடியில், கிணற்றங்கரை சீதா மரக்காட்டில், இருட்டு, வௌவாலைப் போல் தொங்குகிறது. மின்மினிப்பூச்சி மினுமினுக்கிக்கொண்டு திரிகிறது. அல்லிக் குளத்தின் பாசியின் வாசனையை, அல்லியின் மணத்தை உணர்கிறான் சியாம். பெரிய மீன் தண்ணீர்ப் பரப்பைத் தன் வாலால் அடித்து நிச்சலமான இரவைத் திடுக்கிடச் செய்கிறது. பிறகு அதனுடைய பிரம்மாண்டமான விரைந்து

செல்லும் நிழலுருவம் நீரின் அமைதி நிறைந்த ஆழத்தில், தேவதைகளின் சாம்ராஜ்யத்தில் போய் மறைந்துவிடுகிறது.

தூரத்தில் கங்கையிலிருந்து வருகிறது கப்பல் சங்கின் 'பூம்' என்ற ஒலி. தலைக்குமேல் ஆகாய விமானத்தின் சோக ஒலி. ஏதோ நினைவில் சியாம் அந்த ஒலிக்குப் பதில் சொல்கிறான், 'இதோ வரேன்!' என்று.

டிராம் மைதானத்தின் ஓரத்தில் செல்லும்போது ஒரு சில கணங்களுக்கு அந்தக் கனவுலகம் சியாமின் உணர்வைத் தொட்டுவிட்டுச் சென்றுவிட்டது.

களைத்துப்போன சியாம் டிராமைவிட்டு இறங்கி மெதுவாகக் கரியாஹாட் முனையைக் கடந்தான். பனியன் வியாபாரம் செய்யும் ஒரு கிழவன் அவனை அடித்துக் கொண்டு எதிர்த் திசையில் நடந்தான். நடந்துகொண்டே உரத்த குரலில், "பனியன்! பனியன்!" என்று கத்தினான்.

இன்னும் சில அடிகள் சென்ற சியாமுக்குப் பனியன்காரன் 'பனியன்' என்று இழுத்தாற்போலக் குரலெழுப்புவது கேட்டது. கொஞ்சங் கொஞ்சமாக அந்த ஒலி மங்கி மறைந்தது. சியாமின் தலைக்குள் திடீரென்று மீண்டும் பொங்கிப் பெருகியது கலங்கிய தண்ணீர். ஆனால் ஒன்றும் நினைவுக்கு வரவில்லை, ஒன்றுமே நினைவுக்கு வரவில்லை.

இன்னும் சில அடிகள் நடந்தான் சியாம். பிறகு நின்றான். தெளிவில்லாத குரலில் சொன்னான். "ஸோனா சித்தப்பா!"

அவன் பின்பக்கம் திரும்பிக் கூட்டத்தை விலக்கிக் கொண்டு போக முயற்சி செய்தான். ஆனால் அதற்குள் பனியன்காரனின் குரல் எங்கோ தூரத்தில் போய்விட்டது. சியாம் தலையை ஆட்டியவாறு தனக்குள்ளே சொல்லிக் கொண்டான். "அடடே, ஸோனா சித்தப்பா!"

அவன் மனக்கண்ணில் கண்டான், கிழட்டு ஸோனா சித்தப்பா முகத்தை உயர்த்தித் திரை படர்ந்த கண்களால் அவனைப் பார்க்கிறார். 'ஆ, மனுவா?' பிறகு தலையை ஆட்டிக்கொண்டு சொல்கிறார். 'ஆமாம்! ஏ மனூ!'

சியாம் அவருடைய தோள்மேல் கையை வைத்துக் கொண்டு சொல்கிறான். 'ஸோனா சித்தப்பா, உசிரோட இரு! இன்னும் கொஞ்ச நாள் உசிரோடே இரு! நான் நல்ல நாள் கொண்டு வரப்போகிறேன். அதுவரையிலே காத்திரு!'

ஹோட்டலில் மித்ராவைச் சந்தித்தான் சியாம். மித்ரா சொன்னான். “இன்னிக்கு ஓர் ஆச்சரியமான சம்பவம் நடந்தது, மிஸ்டர்! பாதல் விவகாரம்! ரொம்பச் சுவாரசியமானது.”

“அப்படியா?”

“ஆமா! ஒரு கன்னிகை ஒரே பாய்ச்சலில விதவையாப் போயிட்டா! டபுள் பிரமோஷன்! எங்க ஆபீசிலே வேலை பார்க்கறா அந்தப் பொண்ணு. நடுவிலே ஒரு மாசம் ஆபீசுக்கு வரவே இல்லே. இன்னிக்கு வந்தா. வெள்ளைப் புடைவை, கையிலே வளையல் இல்லே, காதிலே தொங்கட்டான், கழுத்திலே சங்கிலி ஒண்ணுமே இல்லை. முகத்திலே ஒரேயடியா சோகம் கப்பியிருக்கு. முதல்லே அவளை எதுவும் கேட்கக்கூட எங்களுக்குத் தைரியம் வரல்லே. ஒருத்தர் முகத்தை இன்னொருத்தர் பார்க்கிறோம். நேத்திக்கு வரையிலே கல்யாணமாகாமே இருந்தா. இவளுக்கு இப்போ என்ன வந்தது? கேட்டபோது ஒரேயடியா அழுது தீர்த்துட்டா. அப்புறம் சொன்னா, ‘நான் விதவை’ன்னு! கல்யாணம் எப்போ நடந்துதுன்னு கேட்டதுக்குப் பதில் சொல்லறா. ‘கல்யாணம் நடக்கலே, ஆனா நடந்திருக்க வேண்டியது. அவரைத்தான் என் கணவர்னு மனசாலே வரிச்சுட்டேன். அவரைத் தவிர யாரும் என் புருஷனாக முடியாது!’ அப்படீங்கறா. அந்தப் பையன் ஏதோ விபத்திலே செத்துப் போயிட்டானாம்!”

சொல்லும்போது மித்ராவின் முகம் கடுமையாக இருந்தது. அவன் சொன்னான். “இந்தக் காதல் இருக்கே, அது ஒரு விசித்திரமான விஷயம். என்ன சொல்றீங்க?”

சியாம் சிரித்தான். அவன் தலைக்குள் மெதுவாகக் கிளம்பியது மோட்டார் சைக்கிளின் ஒலி, வண்டின் ரீங்காரம் போல. விபத்தா? என்ன மாதிரி விபத்து?

சற்றுநேரம் மௌனமாக இருந்துவிட்டு மித்ரா மறுபடி பேசத் தொடங்கினான். “இந்தக் காலத்துலே எல்லாரும் சொல்றாங்க, ‘காதல் கீதல் எல்லாம் ஒண்ணுமில்லே; அதெல்லாம் ஒருவகை அட்ஜஸ்ட்மென்ட்தான்’ அப்படீன்னு. நான்கூட அப்படித்தான் நினைச்சிருந்தேன். ஆனா நான் நினைச்சது தப்போன்னு இப்போ தோணுது. ஆபீசிலே இந்த விவகாரத்தைப் பத்தி வேடிக்கையாப் பேசிக்கிண்டிருந்தோம். ஆனா என் மனசுலே ஏதோ பாரமா இருக்கு. உள்ளூர ஒரு ‘ஹெமரேஜ்’ ஏற்பட்ட மாதிரி இருக்கு.”

பிறகு இருவரும் மௌனமாகச் சாப்பிட்டார்கள். சாப்பிட்டு முடிந்ததும் கைகளைக் கழுவிக்கொண்டு இருவரும் சேர்ந்தே வெளிக் கிளம்பினார்கள். சியாமிடம் விடைபெற்றுக் கொள்வதற்கு முன் மித்ரா திடீரென்று அவனிடம் சொன்னான். "பாருங்க, என்னையும் ஒருத்தி விதவையாப் பண்ணிப் பிட்டுப் போயிட்டா. ஆம்பிளையாப் பொறந்ததாலே வெள்ளைப் புடைவை கட்டிக்கலே. ஆனா உள்ளூரச் சிரிக்காதீங்க, மிஸ்டர்! ஒவ்வொரு நாள் அறையிலே உட்கார்ந்துகிட்டு அழணும்போல் இருக்கு எனக்கு."

நள்ளிரவில் சியாமுக்கு விழிப்பு ஏற்பட்டது. யாரோ ஒருவன் சாலையில் 'பனியன், பனியன்' என்று கத்திக்கொண்டு போவது போல் அவனுக்குத் தோன்றியது.

நள்ளிரவிலா பனியன் வியாபாரம்!

சியாம் போர்வையை நகர்த்தி விட்டு ஜன்னலுக்கருகில் வந்து நின்றான். இடப்பக்கம் கீழே திரும்பிப் பார்த்தான். சாலை சூனியமாக இருந்தது. வலப்பக்கம் பார்த்தான். அங்கும் சூனியந்தான். ஆயினும் இரவின் ஆழ்ந்த மௌனத்தில் தூரத்திலிருந்து கேட்டது, 'பனியன்! பனியன்!' ஸோனா சித்தப்பா! சியாம் தன் காதுகளைப் பொத்திக்கொண்டு சலனம் இல்லாமல் நின்று கொண்டேயிருந்தான்.

பிறகு மெதுவாகக் கண்களை உயர்த்தி வானத்தைப் பார்த்தான். சலனமில்லாமல் இருக்கிறது மிருகசீர்ஷ நட்சத்திரம். எண்ணற்ற வேறு நட்சத்திரக் கூட்டங்கள். அந்தக் குளிர்ந்த வானத்தில், நட்சத்திரங்களை ஒவ்வொன்றாகக் கடந்துகொண்டு ஸோனா சித்தப்பா, மெலிந்து தளர்ந்த உடம்பு, ஒளியை அநேகமாக இழந்துவிட்ட கண்கள், பனியன் விற்பனை செய்தவாறு போகிறார், 'ப்னியன், பனியன்!'

## 9

'டிசம்பர் இருபத்து மூன்றாம் தேதி ஒரு மோட்டார் சைக்கிள் விபத்தில் அடிபட்ட இளைஞன் ஆஸ்பத்திரியில் இறந்து விட்டான்.' இப்படி ஒரு செய்தியைப் பல நாட்கள்

பத்திரிகைகளில் எதிர்பார்த்து ஏமாந்து போனான் சியாம். அந்த மாதிரி ஒரு செய்தியும் வரவில்லை. இவ்வளவுக்கும் ஒவ்வொரு நாளும் செய்திப் பத்திரிகையிலே முதல் பக்கத்திலிருந்து கடைசிப் பக்கம்வரை விபத்துக்கள் பற்றிய செய்திகளுக்குக் குறைவில்லை. மனிதர்கள் எலிமாதிரி, கரப்பு மாதிரி, தண்ணீர் இல்லாமல் வாடி பட்டுப் போகிற செடிகள் மாதிரி எவ்வளவு விதமாகச் சாகிறார்கள்! நினைக்க நினைக்க ஆச்சரியமாக இருக்கிறது. இந்த மாதிரி எல்லாரும் செத்துச் செத்து, பூமியிலே ஜனக்கூட்டம் குறைந்து போனால்...! கொஞ்சங் கொஞ்சமாக உலகம் நிர்ஜனமாக ஆகிவிட்டால்!

நினைக்கும்போதே சியாமின் கண்களும் முகமும் ஆனந்தத்தால் மலர்கின்றன. ஆகா, அப்போது இந்த நகரம் ரொம்ப அழகாயிருக்கும், உலகம் ரொம்ப மர்மம் நிறைந்ததாக இருக்கும். அப்போது எல்லா ஜனங்களும் எல்லா ஜனங் களுக்கும் அறிமுகமானவர்களாக, உறவினர்களாக ஆகி விடுவார்கள். உலகத்தில் அன்பு நிறைந்துவிடும். போட்டி இருக்காது, ஒருவரையொருவர் தாக்கிக் கொள்வது இருக்காது. திட்டுக்கள் மனிதனின் மொழியிலிருந்தே மறைந்து போய்விடும். பேச்சில் ஆபாசமான வார்த்தையோ கரடு முரடான வார்த்தையோ இருக்காது. தொலைவிலுள்ள கண்டங்களைப் பற்றிய கற்பனைக் கதைகள் நிறையப் பரவும். அப்போது இன்னும் நிறையப் பறவைகளும், வண்ணத்துப்பூச்சிகளும், செடி கொடிகளும் பிறந்து பெருகும். சுத்தமான, வாசம் மிகுந்த காற்று வீசும். அப்போது தொலைவில் எழும் ஒலியைக் கேட்கலாம்; தொலைவில் பிறக்கும் மணத்தை நுகரலாம்; தன்னைத்தானே நன்கு உணர்ந்து கொள்ளலாம். மனிதர்கள் வெகு சிலரே இருப்பார்களாதலால் அவர்களிலிருந்து நம் மனசுக்குப் பிடித்த நண்பனையோ, மனைவியையோ எளிதில் தேர்ந்தெடுத்துக் கொள்ளலாம். கோமாளியையோ சைத்தானையோ எளிதில் இனங்கண்டு கொள்ளலாம். இப்போதிருப்பதுபோல் எல்லாம் குழப்பமாக இருக்காது.

உலகம் இன்னும் சூனியமாக ஆகிவிட்டால்! கொஞ்சங் கொஞ்சமாக நகரம், நாடு, கண்டம் எல்லாமே மனிதர்கள் இல்லாமல் வெறிச்சிட்டுப் போய்விட்டால்! உலகத்தில் சியாம் ஒருவனைத் தவிர வேறு யாருமே உயிரோடு இல்லாவிட்டால்!

இவ்வாறான நினைவுகளில் மூழ்கிய சியாம் தரையில் சிதறிக்கிடந்த சிகரெட் துண்டுகளை மிதித்துக் கொண்டே அறைக்குள் உலவினான். தரையில் கிடந்த ஒரு புத்தகத்தை உதைத்துத் தள்ளினான். ஜுரம் கண்டவன்போலத் தன் சடை பிடித்த தலைமயிரைப் பிடித்து இழுத்துக்கொண்டு 'ஹோ' வென்று சிரித்தான். தனக்கே அறிமுகமில்லாத தன் பைத்தியக் கார முகத்தைக் கண்ணாடியில் பார்த்துக் கொண்டான்.

ஆமாம், அப்போது என்ன ஆகும்?

மனிதன் தயாரித்த தொழிற்சாலைகள் அடர்ந்து மண்டிக் கிடக்கும் புல்லுக்குள் மறைந்துபோகும். ரயில் இஞ்சின்கள் துருப்பிடித்துப் போய்க் கொஞ்சங் கொஞ்சமாக மண்ணோடு மண்ணாகிவிடும். கப்பல்கள் கரைந்து தண்ணீரில் கலந்து போய்விடும். ஆகாய விமானங்களின்மேல் மாதவிக் கொடிகள் படர்ந்துவளரும். பெரிய பெரிய மாளிகைகளின் மேற்புறத்தில் அரச மரத்தின் இலைகள் காற்றில் அசையும். மரச்சாமான்கள் மீண்டும் செடிகொடிகளாகிவிடும். சியாம் என்ற ஒரே ஒரு மனிதனுக்காக ஒரு சூரியன், ஒரு சந்திரன், வானம் நிறைய நட்சத்திரங்கள், நிலமும் நீரும் வெட்ட வெளியும் நிறைந்த உலகம் இருக்கும்.

சியாம் தன்னைத்தானே கேள்வி கேட்டுக் கொண்டான்; தனக்குத்தானே பதிலும் சொல்லிக்கொண்டான்.

'அப்போ உனக்குத் தனியா இருக்கோமேன்னு தோணாதா?'

'ஊஹும், தோணாது.'

'அப்போ உனக்கு யாரையாவது தேவைப்படாதா, சியாம்? அம்மா மாதிரி ஒருத்தி, அல்லது பிருந்தா, மாதவி, இது மாதிரி ஒருத்தி? சின்னக்குழந்தை ஒன்று? அண்ணன் தம்பி போல ஒருத்தன்?'

சியாம் தலையை ஆட்டினான், 'தேவைப்படாது.'

'அப்போ நீ பேசறதையே மறந்து போயிட்டா? பாட்டுப் பாடறதை மறந்துட்டா? மொழியை உபயோகிக்கறதையே மறந்துட்டா? புணர்ச்சியை மறந்து போயிட்டா? கடிதம் எழுதறதை மறந்துட்டா? அப்போ உன்னைப் புகழறதுக்கு ஆள் இருக்க மாட்டாங்க. உன்னோட அழகைப் பார்க்கவோ, உன் கிட்டேயிருந்து தூர விலகவோ, கிட்ட வரவோ யாருமே இருக்கமாட்டாங்க!'

சியாம் தலையை ஆட்டினான். 'எனக்கு யாரும் தேவை யில்லை, ஒண்ணும் தேவையில்லை.'

சியாம் சிரித்துக் கொண்டான். கண்ணாடியில் தன் முகத்தைப் பார்த்தவாறு தனக்கே ஒரு புதிர்போட்டுக் கொண்டான். 'சொல்லு பார்ப்போம், அவன் யார்? அவன் ஒருத்தன்தான். நீரும் நிலமும் வெளியும் அவன் ஒருத்தனுக்குத் தான்; அவனுக்கு உறவினர் யாருமே இல்லை; அவன்கிட்டே இருந்து விலகிப்போகவோ, கிட்டே வரவோ யாருமே இல்லை. அவன் தனக்குத்தானே நிறைஞ்சவன். அவன் யார்? சியாம்!'

சியாம் பதில் சொன்னான். 'நான்தான்!'

அவன் மறுபடியும் செய்திப் பத்திரிகையை எடுத்துப் பார்த்தான். ஏமாற்றத்துடன் தலையை அசைத்தான். ஊஹூம், அந்த ஆள் செத்துப்போகவில்லை. ஒருவேளை அந்த ஆளுக்கு ஒன்றுமே ஆகவில்லையோ, என்னவோ? அவன் ஒரு சமயம் மறைந்திருந்து சியாமைக் கவனித்துக் கொண்டிருக்கலாம். எப்போதாவது சியாம் சாலை முனையில் திரும்பும்போது அவனுடைய முகத்தில் கண்ணாடி ஒளியைப் பாய்ச்சலாம்.

நிச்சயம் அந்த ஆள் சாகவில்லை.

சியாம் ஜன்னலருகில் வந்து நின்றான். சாலையை நன்றாகப் பார்த்துக் கொண்டான். அதோ சாலை முனையில் வயிறு உப்பிய, சிவப்புத் தபால்பெட்டி நிற்கிறது. விளக்குக் கம்பத்தில் பதித்திருந்த சதுரப்பலகையில் சினிமா விளம்பரம். எதிரே அவனுக்கு அறிமுகமான சில சிவப்பு, மஞ்சள், வெள்ளை நிற வீடுகள். தத்தாவின் வீட்டுத் தோட்டத்தில் காகம் விளையாடுகிறது. மாடிப்படிகளில் ஐந்து பூனைகள் படுத்திருக்கின்றன. இரண்டு டாக்சிகள் சாலையில் சென்றன. அவற்றுக்குப் பின்னால் ஒரு தள்ளு வண்டி மெதுவாகப் போகிறது. சில பெண்களும், அப்பாவிகளாகத் தோற்றமளிக்கும் சில ஜனங்களும் போகிறார்கள். காலை வெயில் அறுவடைக்குத் தயாராயிருக்கும் தானியம்போல முதிர்ந்து பரவியிருக்கிறது. சந்தேகப்படுவதற்கு இடமே இல்லை; இருந்தாலும் சியாமுக்குத் தோன்றுகிறது—இவற்றின் மறைவிலிருந்து இரண்டு கண்கள் அவனை உற்றுக் கவனித்துக் கொண்டிருக்கின்றன.

சியாம் கண்ணாடி ஒளியைப் பாய்ச்சிய ஆள் எப்படிப் பட்டவன்? மினுவைப்போல் ஈவிரக்கமில்லாதவனாக இருப்பானோ? சியாம் அவனுடைய முகத்தைப் பார்க்க

வில்லை, நிறத்தைக் கவனிக்கவில்லை. அவன் எவ்வளவு உயரம் என்றோ அவனுடைய குடும்பத்தில் யார் யார் இருக்கிறார்கள் என்றோ சியாமுக்குத் தெரியாது. யார் கண்டார்கள், அவன் சுபோத் மித்ராவின் ஆபீசில் வேலைபார்க்கும் அந்தப் பெண்ணின் காதலனாகவும் இருக்கலாம். ஏன் அவன் மினுவாகக்கூட இருக்கலாமே!

சியாம் மனசுக்குள் சொல்லிக் கொண்டான். 'எப்படியும் உலகத்திலே ஜனத்தொகை குறையறது நல்லதுதான். இன்னும் நிறையக் கிளிகளும் குருவிகளும் செடி கொடிகளும் வளரணும்; நமக்கு இன்னும் நிறைய அன்பு வேணும், மர்மம் வேணும், கனவுகள் வேணும்!'

ஒரு சமயம் சியாம் எஸ்பிளனேடு அருகில் சாலையில் நடந்து போய்க் கொண்டிருந்தபோது திடீரென்று மழை பெய்யத் தொடங்கியது. வானத்தில் மேகங்கள் கூடுவதைச் சியாம் கவனிக்கவில்லை. திடீரென்று அவனைச் சுற்றிலும் மான்களின் குளம்புகள் எழுப்பும் ஒலி கேட்டது. எங்கும் எண்ணற்ற மான்கள் ஓடிக்கொண்டிருப்பதுபோல் அவனுக்குத் தோன்றியது.

அவன் ஓடிப்போய் ஒரு கட்டிடத்தின் முன் வராந்தாவில் மழைக்கு ஒதுங்கியிருந்த கூட்டத்தில் சேர்ந்துகொண்டான். அழுக்குக் கைக்குட்டையைச் சட்டைப்பையிலிருந்து எடுத்து வெகு நாட்களுக்குப் பிறகு உபயோகித்தான். அதைக் கொண்டு தலையையும் முகத்தையும் துடைத்துக் கொண்டான். குளிர்ந்த காற்று வீசியது. யாராவது பருமனான ஆள் இருந்தால் அவன் பின்னால் நின்றுகொண்டு குளிர் காற்றைத் தவிர்க்கலாம் என்று எண்ணி, கூட்டத்தில் அப்படிப்பட்ட ஆளைத் தேடிப் பார்த்தான் சியாம். யாரும் கிடைக்கவில்லை. சிகரெட்டுக்காகப் பையில் கையை விட்டான். சிகரெட் இல்லை. நல்ல வேளை, அங்கேயே பீடி, சிகரெட் கடை ஒன்று இருந்தது. மெதுவாகக் கூட்டத்தை விலக்கிக்கொண்டு கடைக்கு முன்னால் வந்தபோது அவன் திடுக்கிட்டுப் போனான். கடையில் நாலடி உயரக் கண்ணாடி ஒன்று பதிக்கப்பட்டிருந்தது. எண்ணற்ற தலைகள், முகங்களின் பகுதிகள் அதில் தெரிந்தன. அவன் தனக்குச் சற்றும் அறிமுகமில்லாத ஒரு பிச்சைக்காரனைப் பார்ப்பதுபோல் தன் அவலட்சணமான முகத்தைப் பார்த்துக் கொண்டான்.

கூட்டத்தின் பின்னாலிருந்து சற்றுப் பரிச்சயமான ஒரு முகம் திரும்பித் தன்னைப் பார்ப்பதையும் அவன் கண்ணாடியில் கவனித்தான். அது ஒரு பெண்ணின் முகம். சிகரெட்டுக்காகச் சில்லறையை ஏந்திய கை நீண்டவாறே இருந்தது. அவனுடைய நெஞ்சு படபடவென்று அடித்துக் கொள்ளத் தொடங்கியது. அதற்குள்ளே ஒரு ரெயில் ஓடும் சத்தமும் கேட்க ஆரம்பித்தது.

சியாம் தலையைத் திருப்பி அந்தப் பெண்ணைப் பார்க்க முயன்றபோது அவள் சாமர்த்தியமாக எங்கேயோ பார்ப்பவள் போல் கண்களைத் திருப்பிக் கொண்டாள். பிறகு மெதுவாக இயற்கையாக முகத்தையும் திருப்பிக் கொண்டாள்.

இளமையின் உணர்ச்சி வசப்பட்ட பருவத்தில் இயற்கை யாக ஏற்படும் சங்கோசமும் அவனைச் சூழ்ந்தது. அவனது உடலிலும் ரோமங்கள் குத்திட்டு நின்றன.

அந்தப் பெண் அவனுக்குப் பரிச்சயமானவள்தான். ஆனால் அவளை எங்கே பார்த்தோம் என்பதுதான் நினை வுக்கு வரவில்லை. நெற்றியை மறைத்த தலைமயிர், உருண்டை முகம், வாய் மௌனமாகப் பேசியது. "நான் நன்றாகப் பிழைத்திருக்கிறேன்! நான் இளமையானவள்! நான் பார்த்த உலகத்தைவிடப் பார்க்காத உலகம் எவ்வளவோ பெரியது!"

அந்த முகத்தை அவன் எங்கே பார்த்திருக்கிறான்? எப்போது பார்த்திருக்கிறான்? எங்கே? எப்போது? அவனுடைய தலைக்குள் கலங்கிய தண்ணீர் பொங்குகிறது.

பின்னாலிருந்து அந்தப் பெண்ணின் நீண்ட, சற்றுச் சாய்ந்த கழுத்துத்தான் தெரிந்தது. மண்ணின் நிறத்தில் கரை யுடைய வெளிர் நீலப்புடைவையை அவள் அணிந்திருந்தாள். கழுத்தில் ஒரு கஷ்மீர் ஸ்கார்ஃபைச் சுற்றியிருந்தாள். அவள் கைகளை முன்பக்கத்தில் மார்பின்மேல் மடக்கியிருந்ததால் பின்னாலிருந்து பார்க்க முடியவில்லை. எதையோ அவள் வைத்துக் கொண்டிருக்கலாம். அது அவளுடைய கைப்பையாக இருக்கக்கூடும். அவள் தனியாகத்தான் வந்திருந்ததாகத் தோன்றியது.

சற்றே செம்பட்டை நிறமான அவளுடைய கேசம் ஒரு பெரிய கொண்டையாகச் சுற்றப்பட்டிருந்தது. அதில் படிந்திருந்த ஒரு சில மழைத்துளிகளில் இடியும் கர்வமும் மௌனமாக முழங்கிக் கொண்டிருந்தன.

அவன் அவளுடைய முகத்தை மீண்டும் பார்க்க

விரும்பினான். ஆனால் அவள் தன் முகத்தைத் திருப்பவே இல்லை. கண்ணுக்குத் தெரியாத ஒரு தூணின் மேல் சாய்ந்து கொண்டிருப்பவள்போல ஓர் அலட்சிய பாவத்துடன் அவள் நின்று கொண்டிருந்தாள்.

சியாம் தன் கையிலிருந்த சில்லறையை மீண்டும் பைக்குள் போட்டுக் கொண்டான். புன்சிரிப்புடன் தனக்குள்ளே சொல்லிக் கொண்டான். 'உன்னை எங்கோ பார்த்திருக்கேன். அந்த இடம் உனக்குப் பொருத்தமில்லாத இடம். அதனால் தான் எங்கே பார்த்தேன்னு ஞாபகம் வரலே. உன்னை மீண்டும் நல்லாப் பார்த்தேன்னா...'

ஆனால் அவள் அருகில் போக அவனுக்குத் துணிவு ஏற்படவில்லை. அவன் கூட்டத்துக்குள் தன்னை மறைத்துக் கொண்டு, உடம்பைச் சற்றுக் குறுக்கிக்கொண்டு, ஓர் அரை வட்டப் பாதையில் போய் அந்தப் பெண்ணுக்கு முன்னால் வந்துவிட முயற்சி செய்தான். அப்படி முன்னேறும்போதும் அவன் அவளை நெருங்கி விடாமலிருப்பதில் கவனமாக இருந்தான். அவன் முண்டியடித்துக் கொண்டு கூட்டத்தில் முன்னேறுவது மற்றவர்களுக்கு எரிச்சலை உண்டாக்கியது. ஆனால் சியாம் அவர்களைச் சட்டை செய்யவில்லை.

அவன் ஒரு பஞ்சாபிக் கிழவனின் காலை மிதித்தான். ஒரு சிறு பையனின் முதுகில் கையை வைத்து அவனைத் தன் வழியிலிருந்து நகர்த்தினான். அருகருகே நின்றுகொண்டு பேசிக்கொண்டிருந்த இரண்டுபேர்களுக்கிடையில் புகுந்து முன்னேறினான். அவனுடைய முகம் இடது பக்கம் திரும்பி யிருந்தது. பார்வை தன் இலக்கில் நிலைத்திருந்தது. அவனுக்கு நாற்புறமும் இருந்த மனிதர்கள் வெறும் நிழலுருவங்களாக ஆகிவிட்டார்கள். அவனைப் பொறுத்தவரையில் அவர்களில் யாருமே அங்கு இல்லை, கொஞ்சங் கொஞ்சமாக அந்தப் பெண்ணின் சிறிய காது வளையம், கன்னத்தின் அமைப்பு, சற்றே சப்பையான மூக்கு, உதடுகள் இவையும், பிறகு அவளுடைய முழுமையான முகமும் அவன் பார்வையில் விழுந்தன. அவன் அங்கேயே நின்றான்.

நடைபாதை ஓரத்துக்கு வந்திருந்தான் அவன். மழைத் துளிகள் அவன் மேல் தெறித்தன. சில்லென்று அடித்த காற்றில் அவனுடைய சால்வை கொடி போலப் பறந்தது. குளிர் காது களைத் தாக்கியது. இதையெல்லாம் அவன் லட்சியம் செய்யவே

இல்லை. அவன் திருட்டுப்பூனைபோல் அந்தப் பெண்ணைப் பார்த்துக் கொண்டு நின்றான். சடசடவென்று மழைத்துளிகள் தரையில் விழும் ஒலி தொலைவில் ஓடும் மான்களின் குளம் பொலிபோல் அவன் உணர்வு முழுவதையும் வியாபித்தது.

சில ஆண் பிள்ளைகள் அந்தப் பெண்ணை உரசிக் கொண்டு போனார்கள். சியாமுக்குக் கோபம் கோபமாக வந்தது. என்ன திமிர் இவர்களுக்கு! தான் வெகு நாட்களாகத் தன்னை அழகுபடுத்திக் கொள்வதில்லை என்பது அவனுக்கு மறுபடி நினைவுக்கு வந்தது. கன்னங்களில் காடாக வளர்ந்திருந்த தாடி, தலையில் சடையாகிக் கலைந்து கிடந்த மயிர்க்கற்றை, உடலின் மேல் அழுக்கான சில்க் சால்வை! அவன் மெலிந்து, பலம் குறைந்து, அழகற்றவனாக ஆகிவிட்டான். எந்தப் பெண் ணையும் தயங்காமல் அணுகும் துணிவு இப்போது அவனிடம் இல்லை. வாழைத் தண்டுபோல், இலேசான படகைப்போல் அநாயாசமாக மிதந்து செல்லும் அவனுடைய மனம் எங்கே போயிற்று? எங்கே மறைந்து விட்டது அவனுடைய விளை யாட்டுத்தனம்? இப்போது அவனுடைய நெஞ்சுக்குள்ளே ரெயில் கிளம்பும் சத்தம், ஒரு பாலத்தைக் கடக்கும் சத்தம் கேட்டது. அவன் தன் நெஞ்சின் மேல் கையை வைத்துக் கொண்டான். இந்த மர்மம் நிறைந்த சியாமை அந்தச் சியாமுக்குத் தெரியாது. இப்போது அவனுடைய தேகத்துக்குள், மனசுக்குள் மேகம் கர்ஜிக்கிறது, மின்னல் மின்னுகிறது. அவன் உணர்வு முழுதையும் வியாபித்துக் கொண்டு மௌனமாகப் பொழிகிறது மழை. அவன் நெஞ்சு காதலால் நிறைகிறது. உடலில் மயிர் குத்திட்டு நிற்கிறது.

அந்தப் பெண்ணின் பார்வை தற்செயலாகச் சியாமின் பார்வையைச் சந்திக்கிறது. அவள் புருவத்தைச் சுளித்துக் கொண்டு ஒரு விநாடி அவனைப் பார்க்கிறாள். பிறகு சங்கடத் துடன் கண்களைத் திரும்பிக் கொள்கிறாள். ஓரிரண்டடி நகர்ந்து தானும் திருப்பிக் கொள்கிறாள். சியாம் மீண்டும் கூட்டத்தை விலக்கிக் கொண்டு நடைபாதை ஓரமாகப் போய் அவளுக்கு முன்னால் வந்து நிற்கிறான். மறுபடியும் அவள் பார்வை அவன் பக்கம் போய்த் திரும்புகிறது. அவள் சற்று அசைகிறாள். பயத்தாலோ குளிராலோ அவளது உடல் கொஞ்சம் நடுங்குகிறது. அவள் முகத்தைத் திருப்பிக் கொள்கிறாள். ஆபத்தில் சிக்கிக் கொண்டவளைப்போல் நாற்

புறமும் பார்க்கிறாள்; எரிச்சலுடன் உதட்டைப் பல்லால் கடிக்கிறாள்; கோபத்தில் காலைத் தரையில் தேய்க்கிறாள்.

தனக்கு நாற்புறமும் கேட்டுக் கொண்டிருந்த பேச்சொலி நின்று போயிருப்பதை அப்போதுதான் கவனித்தான் சியாம். ரொம்பப் பேர் அவனைக் கவனித்துக் கொண்டிருக்கிறார்கள்; பேச்சை நிறுத்திவிட்டு அவனைப் பார்த்துக் கொண்டிருக் கிறார்கள்; இடையிடையே அந்தப் பெண்ணையும் திரும்பிப் பார்க்கிறார்கள். அவர்களுடைய கண்களில் பிரதிபலிக்கிறது. என்ன நடக்கப் போகிறது என்று பார்க்கும் ஆவல்.

சியாம் திடுக்கிட்டான். அவனுடைய கைகால்கள் நடுங்கத் தொடங்கின. அவன் தன்னையே பார்த்துக் கொண்டான். சீ, என்ன செய்துவிட்டான் அவன்!

அவன் சட்டென்று முகத்தைத் திருப்பிக் கொண்டான். அவனது முகம் சிவந்தது. அவமான உணர்வால் உடல் நடுங்கியது. அவன் மழையைப் பொருட்படுத்தாமல் சாலையில் இறங்கி நடக்கத் தொடங்கினான்.

மான்கள் ஓடும் அரவம். அவனுக்கு நாற்புறமும் எண்ணற்ற மான்கள் கண்ணுக்குத் தெரியாமல் ஓடிக்கொண் டிருக்கும் ஒலி. கொட்டும் மழையில் அரையிருட்டில் மங்கலாகத் தெரியும் சாலையும் மைதானமும் எங்கும் மர்ம மயமாகக் காட்சியளிக்கின்றன. குழப்பமற்ற மனத்துடன், எவ்விதத் தடையுமின்றி நடந்து செல்கிறான் சியாம். சில்லென்ற குளிர்ந்த தண்ணீர் கோடு கோடாக மண் புழுவைப்போல் அவனுடைய தலையிலிருந்து கன்னங்கள், தாடி வழியே கீழே இறங்குகிறது. குளிரில் அவனுடைய உடம்பு வெடவெடக்கிறது. அப்போதும் அவன் தனக்குள்ளே ரத்தம் உஷ்ணமாக ஓடுவதை உணர்கிறான். அவன் நெஞ்சுக்குள் ஒரே களேபரம். மூளைக்குள் சம்மட்டியால் அடிப்பதுபோல் ஒரே கேள்வி திரும்பத் திரும்ப எழுகிறது. 'நீ யார்? நீ யார்?'

சட்டென்று நினைவுக்கு வருகிறது அவனுக்கு. இரண்டு அழகான, வெண்மையான கைகள் டெலிபோனிலிருந்து நோட்டுப் புத்தகத்துக்கும், நோட்டுப்புத்தகத்திலிருந்து டெலி போனுக்குமாக அலைந்து திரிகின்றன. ஒயின் நிறமான கௌன்ட்டரின் தளத்தில் அவற்றின் நிழல் அசைகிறது.

லீலா!

'ஓ' என்று சிரிக்கிறான் சியாம். லீலாதான். அட கடவுளே!

உனக்காகத்தான் நான் மழையில் இறங்கி நடந்து கொண்டிருக்கிறேன். இந்தக் குளிரையும் ஏற்றுக் கொண்டிருக்கிறேன்.

திடீரென்று தன் கைகளை உயரத் தூக்கிப் பைத்தியக்காரன் மாதிரி தனக்குத்தானே சிரித்துக் கொள்கிறான் அவன். 'ரொம்பச் சரி, வெற்றி உனக்குத்தான்.'

வெகு நாட்களுக்குப் பிறகு தன்னுள்ளே ஓர் உயிர்த் துடிப்பை உணர்கிறான் அவன், அவன் உடலுக்குள்ளே தொழிற்சாலையின் இயந்திரங்கள் இயங்கும் ஓசை கேட்கிறது. அவன் நன்றாக உயிரோடிருக்கிறான்.

இரவில் படுக்கையில் படுத்துக்கொண்டு அவன் தலையணைக்கருகில் அரைத்தூக்கத்தில் ஒரு பெயரைச் சொல்லி வைத்தான்—லீலா! தலையணையில் மூக்கைத் தேய்த்துக் கொண்டு சிரித்தான். 'ஹா ஹா!'

## 10

சியாம் தன்னை மறைத்துக்கொள்ள எந்த முயற்சியும் செய்யவில்லை. அவன் வெயிலைப் பொருட்படுத்தாமல் சாலையில் ஒரு கம்பத்தின் மேல் சாய்ந்துகொண்டு நின்றான். கொஞ்ச தூரத்தில் கண்ணாடிக் கதவு.

சியாம் தன்னுடைய கறுப்புக் கண்ணாடியைக் கழற்றினான். அப்போது பிற்பகல் மூன்று மணி, வெயில் கண்களைக் கூசச் செய்ததால் முதலில் நன்றாகப் பார்க்க முடியவில்லை. அவன் கையால் கண்களை வெயிலிலிருந்து மறைத்துக் கொண்டான். இப்போது கௌன்ட்டருக்கு மறுபுறத்தில் லீலாவின் உருவம் நிழலுருவம்போல் மங்கலாகத் தெரிந்தது. முதலில் அவளுடைய முகம் தெளிவாகத் தெரியவில்லை. அவளுக்குப் பின்னால் சுவரில் ஒரு குழல் விளக்கு எரிந்து கொண்டிருந்தது. கொஞ்ச நேரத்துக்குப் பிறகு அவளுடைய தானே இயங்கும் கைகள் சுறுசுறுப்பாக வேலை செய்வதை அவனால் பார்க்க முடிந்தது.

அவள் நெற்றியிலிருந்து மயிர்க்கற்றைகளை ஒதுக்கிக் கொள்கிறாள். வலக்கையால் பென்சிலை எடுத்துக்

கொள்கிறாள் இடக்கையில் டெலிபோனைப் பிடித்துக் கொண்டு ரிசீவரைக் காதில் வைத்துக் கேட்கிறாள், அல்லது தன் இனிய குரலில், 'ஹல். . .லோ' என்று நீட்டுகிறாள். அவளுடைய கண்களில் உறக்கம் வருவது போன்ற பாவம். அவள் ஆபீசுக்கு வரும் விசிட்டர்களுடன் புருவத்தைத் தூக்கிக்கொண்டு பேசுகிறாள். விளையாட்டாக அவர்களுக்குப் பதில் சொல்கிறாள். இருந்தாலும் அவள் இந்த உலகத்தைச் சேர்ந்த பெண் என்றே தோன்றவில்லை அவனுக்கு. அவளும் மற்ற பெண்களைப்போல் தன் உணவுக்காக, உடைக்காக, வாழ்வில் முன்னேற்றத்துக்காக, பணம் சேர்ப்பதற்காக வேலை செய்பவள் என்று சியாமால் நம்ப முடியவில்லை. அவள் ஒரு பெயரிலோ அல்லது ஒரு குறிப்பிட்ட அறிமுகத்திலோ கட்டுப்பட்டவளாக இருக்க முடியாது.

சியாம் ஒருமரம்போலச் சற்றே சாய்ந்தவாறு நின்றான். அவனுடைய முகத்தில் ஒரு புன்சிரிப்பு. அவனுக்கு முன்னால் மனிதர்களின் நிழல்போன்ற பொய்த்தோற்றங்கள் நடந்து போய்க்கொண்டிருக்கின்றன. அவனைப் பொறுத்தவரையில் அவர்கள் உண்மை இல்லை. அவர்கள் ஹேங்கரில் தொங்கும் துணிகளைப் போல. நாற்புறமும் எழும் ஒலிகள் அவன் செவிகளில் விழவில்லை. சலனமற்ற மௌனத்தின் நடுவே குளிர்ந்த ஓர் அறையில் நிற்கும் உணர்வு அவனுக்கு ஏற்பட்டது.

அவனுக்கு முன்னாலிருந்த கண்ணாடிக் கதவைத் தள்ளிக் கொண்டு யார் யாரோ போய் வந்துகொண்டிருந்தார்கள். ஆனால் அவன் எவருடைய முகத்தையும் சரியாகக் கவனிக்க வில்லை. இரண்டு பிச்சைக்காரர்கள் அவனிடம் வந்து பிச்சைக்காகத் தொணதொணத்தார்கள். அவர்கள் ஆண்களா பெண்களா என்று கூட அவன் கவனிக்கவில்லை. அவன் சட்டைப்பையிலிருந்து ஏதோ சில்லறை எடுத்து அவர்களுக்குக் கொடுத்தான். எவ்வளவு கொடுத்தானென்று அவனுக்குத் தெரியாது. ஒரு தடவைகூட அவன் கடிகாரத்தைப் பார்க்க வில்லை. 'மணி என்ன?' என்ற கேள்வி அவனுக்கு அர்த்தமற்ற தாகத் தோன்றியது. அவன் இரண்டு கால்களால் மட்டும் அங்கு நின்றுகொண்டிருக்கவில்லை என்று அவனுக்குத் தோன்றியது. பிறக்கும்முன் குழந்தைக்கு ஏற்படுவது போன்ற ஓர் உணர்வு அவனுக்குள்ளே துடிதுடித்தது. சால்வைக்குக் கீழே அவனது உடல் இறுகிக்கொண்டது, நரம்புகள் இரும்பு

போல் கடினமாயின. இடையிடையே அவனுடைய தாடை யெலும்பு வீங்கிப்போனாற்போல் மேடாயிற்று. அவன் நெஞ்சுக்குள் கண்ணுக்குத் தெரியாத மழை கொட்டியது; கூடவே மான்கள் ஓடும் அரவம். தான் நன்றாக உயிருடன் இருப்பதை அவன் உணர்ந்தான்.

லீலா வேலை செய்து கொண்டிருந்தாள். அவளுடைய கைகள் சுறுசுறுப்பாக இயங்குகின்றன. உதடுகள் ஓய்வின்றிப் பேசிக் கொண்டிருக்கின்றன. அவளுடைய பேச்சு அவனுக்குக் கேட்கவில்லை. ஆனால் அது அவனுக்குப் புரிந்த மாதிரியும் இருந்தது.

'ஆமா, நீ என்ன பேசறேன்னு எனக்குத் தெரியும். நீ தொலைவில்—இன்னும் தொலைவில் இருக்கறவங்ககிட்டே சொல்ல விரும்பறே. 'பாரு, நான் எவ்வளவு நல்லா உசிரோட இருக்கேன்! பாரு, எனக்கு இன்னும் வயசாகலே! இந்த வாழ்க்கை எனக்கு மர்மம் நிறைஞ்சதா இருக்கு; நான் காதலிக்கக் கத்துக்கிட்டிருக்கேன்!'

இடையில் சில தடவை லீலா தற்செயலாகச் சாலையைப் பார்த்தாள். சாலையில் செல்லும் ஒருவனுடைய கறுப்புக் கோட்டை, ஒருமரத்தின் இலைகளை, ஓரிரண்டு காகங்களை, எதிர்ச்சுவரில் ஒட்டியிருந்த விளம்பரத்தை எல்லாம் அவள் பார்த்திருக்கலாம்.

சியாம் காத்துக் கொண்டிருந்தான். 'இந்த சாலைக் கூட்டத்திலே, இவ்வளவு பேருக்கு நடுவிலே, என்னை ஒரு தடவையாவது பார்ப்பியா நீ?'

ஒளி கொஞ்சம் கொஞ்சமாக மங்கிக் கொண்டிருந்தது. இருட்டு வந்துவிட்டால் லீலாவால் அவனைப் பார்க்க முடியாது. ஆனால் வெளிச்சம் நிறைந்த அறையிலுள்ள லீலாவை அவனால் நன்றாகப் பார்க்க முடியும். அவன் முகத்திலே புன்சிரிப்புடனும் இறுகிய தேகத்துடனும் அங்கே நின்றுகொண்டே இருந்தான். இப்போது ஒன்றுமே நிகழாமல் இருக்கலாம்; அல்லது ஒரு மாபெரும் நிகழ்ச்சி நிகழ்ந்தாலும் நிகழலாம்; என்ன நேருமென்று அவனுக்குத் தெரியாது.

லீலாவின் முகத்தை மறைத்துக்கொண்டு ஒருவன் கௌன்ட்டரில் சாய்ந்தவாறு கொஞ்சநேரம் நின்று கொண் டிருந்தான்; பிறகு நகர்ந்து விட்டான். ஓர் உயரமான ஆள் சாலையில் சியாமுக்கு முன்னால் நின்றுகொண்டு சிகரெட்

பற்றவைத்துக் கொண்டான். அந்தச் சில விநாடிகள் லீலாவின் முகம் அவனுடைய பார்வையிலிருந்து மறைந்திருந்தது. அப்போது சியாமுக்கு எரிச்சல் ஏற்பட்டது. எட்டடி உயரம் வளர வேண்டும் போல் தோன்றியது. அவனுடைய எண்ணத்தை உணர்ந்து கொண்டவன்போல அந்த மனிதன் அவசர அவசரமாக விலகிக் கொண்டான்.

சியாம் சற்றுத் திடுக்கிட்டான். அவன் மினுவோ? அடுத்த நிமிஷமே சியாம் அவனை மறந்துவிட்டு லீலாவின் பக்கம் தன் பார்வையைத் திருப்பினான். அவனுக்கு நாற்புறமும் வெளிச்சம் அதிகரிக்கிறது. அவனைச் சுற்றிலும் மௌனமாக இருள் கவிகிறது.

இன்னும் கொஞ்ச நேரமாகிவிட்டால் இருள் சியாமை முற்றும் மறைத்துவிடும். இந்தச் சமயத்தில் நோட்டுப் புத்தகத்தைக் கௌன்ட்டரின்மேல் வைக்கப்போன லீலா டெலிபோன் அழைப்பது கேட்டு, இடக்கையால் டெலிபோனை எடுத்துக் கொண்டு முகத்தைத் தூக்கினாள். அவளுடைய பார்வை தற்செயலாகச் சியாமின்மேல் பதிந்தது. வாயைச் சற்றே திறந்தவாறு அவள் அவனைப் பார்த்துக் கொண்டே இருந் தாள். பயத்தால் கூக்குரலிட்டு ஊரைக்கூட்ட முற்படுபவள் போல அவள் தன் வலக்கையை வாய்க்கருகில் கொண்டு வந்தாள். ஒருசில விநாடிகள் அவள் இவ்வாறு சியாமின் நிழல் போன்ற உருவத்தைப் பார்த்துக்கொண்டே இருந்தாள். அதன்பிறகு அவளுடைய கை மெதுவாகக் கீழே இறங்கியது; அவள் கௌன்ட்டரின் மேலிருந்த மஞ்சள் நிறப் பென்சிலை அழுத்திப் பிடித்துக் கொண்டாள். கண்களை மூடிக்கொண்டு, பற்களைக் கடித்துக்கொண்டு டெலிபோனில் பேசிக் கொண்டே போனாள்.

சியாம் மெதுவாகச் சிரித்தான். சற்றும் அசையவில்லை அவனுக்குள்ளே மீண்டும் தொழிற்சாலை இயந்திரங்கள் இயங்கும் சப்தம் கேட்டது. அவன் நன்றாகப் பிழைத்திருக் கிறான். தன் நெஞ்சின் மேல் கையை வைத்தான். ஒரு மர்ம ரெயில் வெகு தொலைவில் ஏதோ ஒரு பாலத்தைக் கடந்து போய்க் கொண்டிருக்கிறது.

இப்போது லீலாவின் கைகளில் அந்தப் பழைய லாகவம் இல்லை. அவள் டெலிபோனைக் கீழே வைத்த முறை ஜடத் தன்மையைக் காட்டுவதாக இருந்தது. பிறகு கௌன்ட்டரின்

மேல் குனிந்து கொண்டாள். அவளது கழுத்தின் வளைவு அகங்காரத்தையும் அலட்சியத்தையும் பறைசாற்றியது. இது சியாமின் கவனத்துக்குத் தப்பவில்லை. தான் இன்னும் தன்னை அலங்கரித்துக் கொள்ளாதது பற்றி அவனுக்குப் பச்சாத்தாபம் ஏற்பட்டது. அவன் அலங்கரித்துக் கொண்டிருந்தால் லீலா அவனை அடையாளம் கண்டுகொண்டிருக்க மாட்டாள். கன்னத்தில் சொரசொரப்பான தாடி, உடம்பின்மேல் சில்க் சால்வை, வேஷ்டியும் செருப்பும் அணிந்துகொண்டு இந்த வழக்கமான வேஷத்தில்தான் அவன் லீலாவிடம் வர வேண்டும் என்று அவனுக்குத் தெரியும். இல்லாவிட்டால் மற்றவர்களுக்கும் அவனுக்கும் எந்த வித்தியாசமும் இருக்காது. லீலா அவனை அடையாளம் கண்டுகொள்ள மாட்டாள். அவனைப் பார்த்ததும் உயிரைப் பிடித்துக்கொள்வதுபோல் பென்சிலை அழுத்திப் பிடித்துக் கொள்ள மாட்டாள். கண்களை மூடிக்கொள்ள மாட்டாள், முகத்தைக் குனிந்து கொள்ள மாட்டாள். இது சியாமுக்கு நன்றாகத் தெரியும்.

கொஞ்சம் கொஞ்சமாக லீலா தன்னிலைக்கு வந்து விட்டாள். இருந்தாலும் அவளிடம் பழைய அலட்சிய பாவம் ஏற்படவில்லை, புன்சிரிப்பும் தோன்றவில்லை. அவள் மீண்டும் சியாமின் பக்கம் திரும்பிப் பார்க்கவுமில்லை. சியாம் கதவைத் தள்ளிக்கொண்டு உள்ளே நுழைந்துவிடுவானோ என்று பயந்தவள்போல அவள் அடிக்கடி ஓரக்கண்ணால் கதவுப் பக்கம் பார்த்துக் கொண்டாள்.

சியாம் புன்சிரிப்புடன் நின்றுகொண்டே இருந்தான். இடையிடையே தன் தேகத்தின் பாரத்தை ஒரு காலிலிருந்து மற்ற காலுக்கு மாற்றிக்கொண்டான்.

இருட்டிக்கொண்டு வந்தது. சாலையின் ஒளி அவன் தலைமேல் விழுந்தது. ஒரு குட்டையான ஆள் சியாமுக்கு முன்னால் வந்து அவனிடம் ஒரு கள்ளக்கடத்தல் பேனாவை விற்க முயற்சி செய்தான். அவன் சொல்வதைக் கேட்காமலே சியாம் “வேண்டாம்” என்று தலையை ஆட்டினான்.

அவனைச் சுற்றிலும் கொஞ்சங் கொஞ்சமாக மக்களின் போக்குவரத்து அதிகரித்துக் கொண்டு வந்தது. ஆபீசிலிருந்து திரும்பும் மக்கள். அவன் இப்படி நின்று கொண்டிருப்பதைப் பார்த்து ரொம்பப்பேர் ஆச்சரியப்படுவார்கள். மழை பெய்த அன்று அவனைப் பார்த்தவர்களில் ஒரு சிலர் இப்போதும்

அவனைப் பார்க்க நேரலாம். அவர்கள் அவனையும் லீலாவையும் அடையாளம் கண்டுகொள்ளலாம். சியாம் சிரித்துக் கொண்டான்.

லீலா தன் வேலையை முடித்துவிட்டாள்; காகிதங்களை அடுக்கி வைத்தாள்; பிறகு சற்றுநேரம் பேசாமல் உட்கார்ந் திருந்தாள். 'தயக்கம்!' இப்போது வெளியே வரவேண்டியது தான். அவள் எழுந்து நின்றாள். அவளுடைய மஞ்சள் புடைவையும், அதன் பச்சைக் கரையும், பச்சை ரவிக்கையும், வெளிச்சத்தில் பளபளத்தன. உயரமான நாற்காலியிலிருந்து இறங்கிய பிறகு அவள் பார்க்கக் குட்டையாகத் தெரிந்தாள். அவள் களைத்துப் போயிருந்தாள். நெற்றியின் மேல் சரிந்த மயிரை விரல்களால் விலக்கிக் கொண்டு கௌன்ட்டரைவிட்டு வெளியே வந்தாள். அதன்பிறகு அவள் காணப்படவில்லை.

கொஞ்ச நேரத்துக்குப் பிறகு கண்ணாடிக் கதவைத் தள்ளிக் கொண்டு நிழலுருவமாக அவள் சாலைக்கு வந்தாள். காக்கியுடை அணிந்த ஆபீஸ் பியூன் ஒருவன் அவளுடன் வந்தான். ஜாக்கிரதையாக இருவரும் நடந்து சென்றார்கள். சியாம் அவர்களைப் பின்தொடர்ந்தான். அவர்கள் வேகமாக நடந்தார்கள். கூட வந்தவன் ஒரு டாக்சியை நிறுத்தினான். லீலா ஒரு தடவைகூடப் பின்னால் திரும்பிப் பார்க்கவில்லை. டாக்சியின் உள்ளே இருட்டுக்குள் மறைந்து விட்டாள். எல்லாமே கண்ணிமைக்கும் நேரத்தில் நடந்து விட்டது. சியாம் ஏமாந்துபோய் நின்று கொண்டிருந்தான். அவனுடைய உதடுகளில் அதே புன்சிரிப்பு; தேகத்தில் ஓர் இறுக்கம்.

இரவில் சாப்பிடும்போது மித்ராவைச் சந்தித்தான் சியாம். மித்ரா சொன்னான்: "எங்க ஆபீசுக்கு ஆடோமோஷன் வரப் போகிறது, மிஸ்டர். நாங்க இப்பவே ரிடையர் ஆக ஒப்புக்கிட்டா நஷ்ட ஈடா நிறையப்பணம் தருவாங்களாம். நானும் ரிடையர் ஆயிடலாமான்னு பார்க்கறேன். யாருக்காகக் கஷ்டப்பட்டு உழைக்கணும், சொல்லுங்க!"

சியாம் ஏதோ நினைத்துக் கொண்டு சிரித்தான்.

"பதினைஞ்சு வருஷம் வேலை பார்த்தாச்சு." இதைச் சொன்ன பிறகுதான் மித்ராவுக்கு ஞாபகம் வந்தது, தான் முதலில் சியாமிடம் தன் வயது முப்பத்துமூன்றுதான் என்று

சொல்லியிருப்பது. அவன் சிரித்து மழுப்பினான். "சர்ட்டிபிகேட்டிலே என்னதான் எழுதியிருக்கட்டுமே! இப்போ என் வயசு நாற்பது. ஆனா இப்பவே கிழடாப் போயிட்டமாதிரி தோணுது. ஆபீசிலே வேலை பார்க்கறபோது வெளியிலே காத்தும் வெளிச்சமும் ஆனந்தமுமா இருக்குன்னு தோணுது. வெளியிலே வந்தாலோ பொழுதே போகலே. முந்தியெல்லாம் எனக்கு ஃபுட்பால் விளையாட்டுப் பார்க்க ரொம்பப் பிடிக்கும். கொஞ்சம் கொஞ்சம் சொக்கட்டான், சீட்டு இதெல்லாம் விளையாடறதுண்டு. இப்போ அதிலெல்லாம் நாட்டமே இல்லே. ரொம்ப நாளா புத்தகத்தையும் தொடறதில்லே. எப்பவாவது ஜோசியப் புத்தகத்தை எடுத்துப் பார்ப்பேன். கைரேகையைப் பார்த்துக்கிட்டு சிரிச்சுக்குவேன்."

பேசிக்கொண்டே சற்றுக் குனிந்தான் மித்ரா. பிறகு குரலைத் தாழ்த்திக்கொண்டு தொடர்ந்தான். "என்னை நம்புங்க, மிஸ்டர்! என் கையிலே ரொம்ப நல்ல நல்ல ரேகையெல்லாம் இருந்தது. ஜோரான சூரிய ரேகை, வியாழ மேடு." தன்னுடைய எச்சிற்கையைத் தட்டு விளிம்பில் வழித்துவிட்டு உள்ளங்கையை விரித்துச் சியாமிடம் காண்பித்தான். "நீங்களே பாருங்க!"

சியாம் பார்த்தது ஒரு கரடுமுரடான உள்ளங்கை; தடித்த நகங்கள். உள்ளங்கையில் மீன் குழம்பு இன்னும் ஒட்டிக்கொண் டிருந்தது. அவன் சொன்னான், "ஆகா, எவ்வளவு பிரமாதம்!"

மித்ரா பெருமையாகச் சிரித்தான். "இந்தக் கையில் ரொம்ப நம்பிக்கை வச்சிருந்தேன், மிஸ்டர். இதோட பலத்துலேயே வாழ்க்கையிலே முன்னேறிடலாம்னு நினைச்சேன். அதைத் தவிர என்னோட 'லைன் ஆஃப் ஹெட்' எப்படியிருக்கு பார்த்தீங்களா, ஆமை முதுகு மாதிரி? சுக்கிரன் நல்ல இடத்திலே இருக்கான். கையிலே காதல் ரேகை இருக்கு. அது காதல் கல்யாணத்துக்கு அறிகுறி. ஆனா..." மித்ரா உதட்டைப் பிதுக்கிக் கொண்டு சிரித்தான். "ஒண்ணும் நடக்கலே! நாற்பது வயசிலேயே நான் ரிடையர் ஆகலாமான்னு பார்க்கறேன். எங்கேயாவது கிராமத்துலே போய் உட்கார்ந்துக்கிட்டு கோழி வளர்க்கலாம், முட்டை கோழி விற்கலாம். என்ன சொல்றீங்க? அல்லது நாடோடியாப் போயிடலாம். கேதார்நாத், பத்ரிநாத், காசி இப்படிச் சுத்திக்கிட்டே இருக்கலாம். முந்தியெல்லாம் ஊர் சுத்தற ஆசை ரொம்பவே இருந்தது எனக்கு. இப்போ

ஹௌரா பிரிட்ஜ் தாண்டக் கூடச் சோம்பலா இருக்கு. நான் ரெயில்லே ஏறி எவ்வளவு காலமாச்சு, தெரியுமா?"

ஹோட்டலுக்கு வெளியே வந்தபிறகும் மித்ரா சியாமை விடவில்லை. அவன் சொன்னான், "இன்னிக்கு என்னவோ என் மனசு 'லைட்'டா இருக்கு. வாங்க, கொஞ்ச தூரம் உலாவிட்டு வரலாம். சாப்பாட்டுக்கப்பறம் உலாவறது நல்லது."

நடந்து கொண்டே மித்ரா சொன்னான். "வாழ்க்கையை அனுபவிக்கணும்னா வீட்டுக்கு நெருப்பு வச்சிட்டு வெளியே கிளம்பிடணும். வீட்டுக்குள்ளே இருக்கற வரையிலே தயக்கமும் பயமுமாகத்தான் இருக்கும். டிரங்கையும் பணப்பெட்டியையும் தடவித் தடவிப் பார்த்துக்கிட்டிருக்கோம், கதவை இழுத்து இழுத்துப் பார்க்கறோம். சின்னச்சின்ன விஷயத்துக்கெல்லாம் கவலைப்பட்டுச் சாகறோம். எனக்குப் பிக்கல் பிடுங்கல் இல்லே. இருந்தாலும் இந்த வீட்டுமேலே ஒரு பாசம். அதுதான் என்னைக் கட்டிப்போட்டு வச்சிருக்கு." மித்ரா பெருமூச்சு விட்டான். பிறகு சால்வையை நன்றாகப் போர்த்திக்கொண்டு சொன்னான். "வீட்டைச் சூனியமா, தரிசா வச்சுக்காமே, பயிரும் பச்சையுமா, பூவுங் காயுமா வச்சுக்கலாம்னு நினைச்சிக் கிட்டிருந்தேன்... ஹா... ஹா...!"

கோல் பார்க் வரை போய்விட்டு அவர்கள் மீண்டும் கரியாஹாட்டுக்குத் திரும்பி நடந்தார்கள். மித்ரா தொடர்ந்து பேசிக் கொண்டு போனான். "ஆடோமேஷன் வந்துடுச்சு. வேலையையெல்லாம் இனிமே மெஷின்கள்கிட்டே ஒப்படைச்சுட்டு மனுஷன் ஹாய்யா இருக்கலாம். கஷ்டப்பட்டு வேலை செய்யறது மெஷினோட கடமை, இனிமே அந்தப் பொறுப்பு மனுஷனுக்கு இல்லே.

"விதவையைக் கல்யாணம் பண்ணிக்கறதுக்குக்கூட எனக்கு ஆட்சேபம் இல்லே. வயசு, ஜாதி, அழகு ஒண்ணையும் நான் பொருட்படுத்தமாட்டேன் நான். வேண்டியது சாந்தமான, பணிவான பொண்ணு; அவ்வளவுதான். ஆனால் வாயைத் திறந்து சொல்ல வெட்கமா இருந்துச்சு. காரணம் என்னன்னா, வயசு கொஞ்சம் ஜாஸ்தி ஆனப்புறந்தான் கல்யாணத்தைப் பத்தியே நினைக்க ஆரம்பிச்சேன். வயசு கொறைச்சலா இருந்தப்போ அந்தப் பொண்ணையே தியானம் பண்ணிக்கிட் டிருந்தேன். என்கிட்டே வாக்கு வாங்கிக்கிட்டு தான் இன்னொருத்தனைக் கல்யாணம் பண்ணிக்கிட்டாளே,

அவளை! சரியான வயசிலே கல்யாணம் பண்ணிக்காம இருந்துட்டு இந்த வயசிலே மத்தவங்கிட்டே இந்தப் பேச்சை எப்படி எடுக்கறது, சொல்லுங்க? 'சொல்லலாம், சொல்லலாம்'னு ஆரம்பிச்சாலும் எங்கேயோ தடுக்கறது, சொல்ல முடியலே; வெட்கமா இருக்கு."

கரியாஹாட்டுக்கு அருகில் அவர்கள் பிரிந்தார்கள். மித்ரா ஒரே சமயத்தில் சந்தோஷமாகவும் வருத்தத்தோடும் காணப் பட்டான். தன் வழியில் சில அடிகள் நடந்துசென்ற அவன் மீண்டும் சியாமிடம் திரும்பி வந்து சொன்னான். "நான் ஒண்ணும் நாதியில்லாமல் இருக்கேன்னு நினைக்காதீங்க. என்கிட்டேயும் ஓர் ஆயுதம் இருக்கு. ரொம்ப நாளாவே என்கிட்டே ஓர் ஆயுதம் வச்சுட்டிருக்கேன். ஹா...ஹா! சான்ஸ் இருந்தபோதே தூக்க மாத்திரை நிறைய வாங்கிச் சேர்த்து வச்சுட்டேன். எங்கிட்டே பதினேழு மாத்திரை இருக்கு, ஆமாம் பதினேழு! என்னோட அம்மா தூக்கமில்லாமே கஷ்டப்படுவா. அவங்களுக்காக வாங்கின மாத்திரையிலே கொஞ்சங் கொஞ்சமா எடுத்துச் சேர்த்து வச்சேன். ஒருநாள் இல்லாட்டா ஒருநாள் உபயோகப்படும்னு எனக்குத் தெரியும். எப்பவாவது மாத்திரை பாட்டிலைக் குலுக்கிப் பார்ப்பேன். பாட்டிலைக் கையிலே எடுத்தாலே மனசிலே ஒரு தைரியம், ஒரு நம்பிக்கை ஏற்படறது எனக்கு. பயமெல்லாம் பறந்து போயிடுது! ஹாஹா!"

குரலைத் தாழ்த்திக் கொண்டு மித்ரா தொடர்ந்தான். "உங்களுக்குத் தேவைன்னாச் சொல்லுங்க. இருக்கிற மாத்திரை நம்ப இரண்டு பேருக்கும் காணும். வேணும்னா இன்னும் ஒருத்தர் ரெண்டு பேர்கிட்டே சொல்லி வைங்க. ரொம்பப் பேர் இதுலே பங்கெடுத்துக்க சம்மதிப்பாங்க. நான் இலவசமாகத் தரேன். ஹா ஹா!"

சியாம் சிரித்துக் கொண்டு சொன்னான். "நான் எடுத்துக்கறேன்; எனக்குத் தேவைப்படும்."

"சரி..." மித்ரா விடை பெற்றுக் கொண்டான்.

மித்ரா பார்வையிலிருந்து மறையும் வரை அவனைப் பார்த்துக் கொண்டே நின்றான் சியாம். உடம்பில் கம்பளிச் சால்வையைப் போர்த்திக்கொண்டு, கள் குடித்த கரடிபோல் அசைந்தாடியவாறு மித்ரா தான் சேர்த்து வைத்திருந்த தூக்க மாத்திரைகளிடம் போய்க் கொண்டிருந்தான்.

## 11

நடுப்பகலில் வீட்டைப் பூட்டிக்கொண்டு வெளியே கிளம்பினான் சியாம். மாடிப்படிகளின் உச்சியில் நின்றுகொண்டு சிகரெட் பெட்டியைத் திறந்தான். ஒரு சிகரெட்தான் இருந்தது. அதைப்பற்ற வைத்துக்கொண்டு காலிப்பெட்டியை மேலே எறிந்து இடக் காலால் அதை 'ஷாட்' அடித்தான். சிகரெட் பெட்டி கைப்பிடிச் சுவரைத் தாண்டிக்கொண்டு போய், சுவரின் மேல் மோதி, மாடிப்படிகள் திரும்பும் இடத்தில் போய் விழுந்தது. சியாம் சிரித்துக் கொண்டான். 'கோ. . .ஓ. . .ஓ!' அவன் வழவழப்பான கைப்பிடிச் சுவரில் கையை வைத்துக் கொண்டு தடதடவென்று கீழே இறங்கினான். படிகள் திரும்பும் இடத்தில் பெட்டியைக் காலால் இழுத்துக் கொண்டான். அதை விளையாட்டாக ஒரு காலிலிருந்து இன்னொரு காலுக்குத் தள்ளிக் கொண்டே படிகளில் இறங்கினான். 'இன் அவுட்! இன் அவுட்! இன் அவுட்!' பல நினைவுகள், பல பேச்சுக்கள், பல காட்சிகள், பல அரைகுறை வார்த்தைகள் அவன் நெஞ்சுக்குள், மூளைக்குள் கொந்தளித்தன. ஆமையின் முதுகுபோல் சரிவான பசும் புல்வெளி, அதில் ஒரு வெள்ளைப் பந்து, அவன் அதைத் துரத்திக் கொண்டு ஓடுகிறான்.

சியாம் சிரித்துக் கொண்டான். நீண்ட மூச்சுவிட்டான். பிறகு மாடிப்படிகளில் இறங்கினான்.

பெரிய சாலைக்கு வந்து எஸ்பிளனேட் டிராமைப் பிடித்தான்.

தன் வழக்கமான இடத்தில் விளக்குக் கம்பத்துக்குக் கீழே நின்றான். கறுப்புக் கண்ணாடியைக் கழற்றினான்; சிரித்துக் கொண்டான்.

லீலாவின் உருவம் மங்கலாகத் தெரிந்தது. பிறகு கொஞ்சம் கொஞ்சமாகத் தெளிவாகியது. தண்ணீரின் ஆழத்திலிருந்து மீன் மேலே எழும்பி வரும்போது தெரியுமே, அதுபோல தெளிவாகத் தெரிந்தன, அவளுடைய வெண்மையான சுறுசுறுப்பான கைகள், அழகிய உருண்டையான முகம், நெற்றியை மறைக்கும் தலைமயிர், வெள்ளை பிளவுஸ், தலையில் உயரமாகக் கட்டிய பெரிய கொண்டை எல்லாம்.

அவன் வந்து நின்றதுமே அவர்களுடைய கண்கள் சந்தித்து விட்டன. லீலா திடுக்கிடவில்லை. அவளுடைய வாய் அதிர்ச்சியில் திறந்து கொள்ளவில்லை. ஆனால் உதடுகள் அழுந்தப் பொருந்திக் கொண்டன. புருவம் சுருங்கியது. தாடையெலும்பு இறுகிக் கொண்டது. அவனைப் பார்த்த உடனேயே அவள் தன் கண்களைத் திருப்பிக் கொண்டு தன் வேலையில் முழுகிவிட்டாள்.

இப்படித்தான் நடக்கும் என்று சியாமுக்குத் தெரியும். அவன் புன்சிரிப்புடன் நின்று கொண்டே இருந்தான். அவனுக்கு நாற்புறமும் நிகழும் நிகழ்ச்சிகளெல்லாம் பொய்யாகி, அவனுடைய உணர்விலிருந்து மங்கி மறைந்து விட்டன. சாலையில் செல்லும் மக்களையோ நேரம் போவதையோ அவன் உணரவே இல்லை. அவனுடைய நெஞ்சை நிறைத்ததெல்லாம் ரெயில் வண்டி ஓடும் ஒலி, பாய்ந்தோடும் மான்களின் குளம்புகளின் அரவம், மௌன மாகப் பெய்யும் மழையின் உணர்வு. அவனுடைய உடலுக்குள் மெதுவாக, ஆனால் அபத்தமாக இடி இடித்தது.

காட்டுமிராண்டி போன்ற முகத் தோற்றமுடைய ஒருவன் லீலாவுடன் பேசிக் கொண்டிருக்கிறான். அவன் கம்பளிப் பேன்ட்டும் வெள்ளை ஸ்வெட்டரும் அணிந்திருக்கிறான். அவன் கண்ணியமான முறையில் சிரிக்கிறான். ஆனால் அவனுடைய உள்நோக்கம் சியாமுக்கு நன்றாகத் தெரிகிறது. அவன் பசப்புப் பேசி லீலாவை மயக்கப் பார்க்கிறான். அதோ, லீலாவும் மயங்கிப் போகிறாள். அவளுடைய முகத்திலும் கண்களிலும் ஒரு நளினம் தோன்றுகிறது. கனவில் காண்பது போன்ற மென்மை கண்களில் மிதக்கிறது. அவளது துடி துடிப்பான கைகள் சற்று நேரம் கௌன்ட்டரின்மேல் சலனமின்றி இருக்கின்றன. அவளுடைய உதடுகளில் சிரிப்பை அடக்கிக் கொண்டிருக்கிறாள். அறையில் அவர்கள் இருவரைத் தவிர யாரும் இல்லை. டெலிபோன் மணி அடிக்கவில்லை. அல்லது அடித்தாலும் லீலா அதைச் சட்டை செய்யவில்லை.

அந்த ஆள் சியாமுக்குப் பரிச்சயமானவன் போல் தெரிகிறது. சியாம் அவனையே உற்றுக் கவனிக்கிறான். முன்பொரு நாள் சியாம் பின் தொடர்ந்தானே ஒருவனை, அவனாக இருக்குமோ? அந்தப் போக்கிரிக்கு இங்கே என்ன வேலை? சியாம் மனதுக்குள் கத்தினான். 'பேசாதே, லீலா!

அவனோடு பேசாதே! அவனோடு உனக்கென்ன பேச்சு? முகத்தைத் திருப்பிக்கொள்! உன் வேலையைக் கவனி! ரொம்ப நேரமா டெலிபோன் மணி அடிக்கிறது, அதற்குப் பதில் சொல்! பொழுது போயிட்டிருக்கு, உன் வேலையைச் சீக்கிரம் முடி! புருவத்தைச் சுளிச்சுக்கிட்டு அவன்கிட்டே சொல்லு; 'சரி, நீங்க போயிட்டு வாங்க'ன்னு. அல்லது அவன்கிட்டே இன்னும் முரட்டுத்தனமாகப் பேசி, அவனை விரட்டு! இல்லாட்டா எனக்குச் சும்மா கண்ணாலே ஒரு ஜாடை காட்டு, போதும், நான் உள்ளே வந்து அவனை வெளியே இழுத்துக்கிட்டு வந்துடறேன். எனக்கு அவனைத் தெரியும். அவன் கூட்டத்திலே ஜனங்களோட சட்டைப் பைக்குள்ளே கையை விடறவன், காமவெறியோடே பெண்களோட மார்பைத் தடவறவன்! அவனோடே பேசாதே! உன்னை நான் ஒருத்தன் கவனிச்சுக்கிட்டு நிக்கறேனே, உனக்குத் தெரியலியா?'

டெலிபோன் மணி அடித்தது போலும். லீலா சற்றுச் சாய்ந்து அதை எடுத்துக் காதில் வைத்துக் கொண்டாள். வலக் கையிலிருந்த மஞ்சள் பென்சிலால் கௌன்ட்டரில் தாளம் போட்டாள். அப்போதும் அவள் அந்த ஆளைப் பார்த்துக் கொண்டு சிரிக்கிறாள். அந்த ஆள் ஸ்வெட்டரைக் கீழே இழுத்து விட்டுக் கொள்கிறான். கௌன்ட்டரின் மேல் சற்றுக் குனிகிறான், டெலிபோனை நோக்கிக் கையை நீட்டுகிறான். லீலா தலையை ஆட்டிக்கொண்டு பின் பக்கமாக நகர்ந்து கொள்கிறாள், சிரிக்கிறாள்.

சியாமுக்குப் புரிகிறது, அவர்கள் விளையாடிக் கொண் டிருக்கிறார்கள் என்று. அவனுக்கு உடம்பெல்லாம் அருவருப் பாக இருக்கிறது. கோபத்தில் அவன் தன்னை மறந்துவிடுகிறான். அந்த ஆளுக்கு என்ன திமிர்! லீலாவின் பக்கத்தில் நின்று கொண்டு, அவளுடன் பேசி, அவளைத் தன் கண்களால் பார்த்து அவளுடைய தூய்மையைக் கெடுக்கிறானே, பாவி!

சியாம் தன்னைக் கவனித்துக் கொண்டிருப்பது லீலாவுக்குத் தெரியும். இருந்தும் அவள் அவனை லட்சியமே செய்யவில்லை. ஒரு வேளை அவனைப் பழி வாங்குகிறாளோ?

சியாம் ஒவ்வோரடியாக முன்னே வருகிறான். தான் என்ன செய்கிறோமென்பது அவனுக்கே தெரியாது. அவன் கதவுக்கு அருகில் வந்து நிற்கிறான். அவனுடைய நீண்ட, மெலிந்த, தாறுமாறான உடையணிந்த உருவத்தின் நிழல்

கண்ணாடிக் கதவில் விழுகிறது. கண்ணாடியின் ஒரு பகுதி அவனுடைய மூச்சின் ஆவிபட்டு மங்கிப் போகிறது. அவனுடைய தீக்ஷண்யமான பார்வை அறைக்குள்ளே பாய்கிறது.

டெலிபோனை வைத்துவிட்டுத் தலை நிமிர்ந்த லீலா நடுநடுங்கிப் போகிறாள். ஓலமிட முற்பட்டவள் சட்டென்று கையால் வாயைப் பொத்திக் கொள்கிறாள். அவளுடைய கண்கள் பயத்தில் விரிந்து போகின்றன. அந்தக் காட்டுமிராண்டி ஆள் மின்னல் வேகத்தில் சிறுத்தையைப்போல் திரும்புகிறான். அவனுடைய இரண்டு கைகளும் முஷ்டிகளாய் மூடிக்கொண் டிருக்கின்றன. ஆனால் அவன் என்ன செய்வதென்று தெரியாமல் குழம்புபவன்போல் சியாமைப் பார்த்துக்கொண்டு நிற்கிறான்.

சியாம் சிரித்துக் கொள்கிறான். பிறகு ஒவ்வோரடியாகப் பின்வாங்கித் தன் பழைய இடத்துக்கு வருகிறான். கவலை நீங்கியவனாக மறுபடி விளக்குக் கம்பத்தின் மேல் சாய்ந்து கொள்கிறான். விதிர் விதிர்த்து நிற்கும் அந்த ஆளை அமைதி யாகப் பார்க்கிறான். கண்ணாலேயே சொல்கிறான்: "நான் காவல் காத்துக் கொண்டிருக்கேன்! ஜாக்கிரதை!"

அந்த ஆள் குழம்பிப் போய்த் தன் பார்வையைச் சியாமிடமிருந்து திருப்பிக் கொள்கிறான். லீலா முகத்தைத் தாழ்த்திக் கொண்டு உட்கார்ந்திருக்கிறாள்.

இரண்டு துரைமார்கள் உள்ளேபோய் லீலாவிடம் ஏதோ பேசினார்கள். லீலாவின் முகம் சற்றுச் சிவந்திருந்ததைச் சியாம் கவனித்தான். அவள் முன்புபோல் அநாயாசமாகச் சிரிக்க வில்லை. அவள் தலையை ஆட்டி ஏதோ பதில் சொன்னாள். அவர்கள் போய்விட்டார்கள்.

அந்தக் காட்டுமிராண்டி லீலாவை ஏதோ கேட்டான். லீலா 'இல்லை' என்று தலையை ஆட்டிவிட்டுக் குனிந்து கொண்டாள். அந்த ஆளுக்கு ஏமாற்றம் ஏற்பட்டதைச் சியாம் கவனித்தான். அவன் சற்றுத் தயங்கிவிட்டு, பிறகு கௌன்ட்டரின் மேல் வைத்திருந்த தன் கைப்பையை எடுத்துக் கொண்டு வெளியே வந்தவன் சட்டென்று சியாம் இருந்த பக்கம் திரும்பி ஒரு விநாடி பார்த்தான். சியாம் அவனை லட்சியம் செய்யவில்லை. அந்த ஆள் இடப்பக்கம் நடந்து போய்விட்டான். சியாம் கவலையில்லாமல் நின்றுகொண்டே யிருந்தான்; அசையவில்லை.

கொஞ்சங் கொஞ்சமாக அவனைச் சுற்றிலும் இருள் பரவியது. அறையின் வெளிச்சத்தில் லீலா பிரகாசமாகத் தோற்றமளித்தாள். சிறு பெண்ணின் முகம் கோபத்தில் சிணுங்குவதுபோல் அவளுடைய முகம் சீரியஸாக இருந்தது.

சியாம் சிரித்தான். அவனது உதடுகள் அசைந்தன. 'நீ இங்கே பொருந்தவில்லை. இவ்வளவு கூட்டத்துக்கு நடுவில், இவ்வளவு பேர்களின் பார்வையில் நீ இருப்பது பொருத்தமாக இல்லை. கவலைப்படாதே, நான் உனக்காக ஒருநாள் இந்த உலகம் முழுவதையம் ஜனசூனியமா ஆக்கிடறேன், எல்லார் வாயையும் அடைச்சுடறேன். இந்தப் பட்டணத்தைக் காடாக ஆக்கிடறேன். உன்னோடே பேசிக்கிட்டிருந்தானே, அவன் யார்? அவன் மாதிரி இதயமில்லாத ஆட்கள் குறையக் குறைய உலகத்துக்கு நல்லது. நீ ஒருபோதும் அந்த ஆளோட எங்கேயும் போகாதே!'

வேலை முடிந்ததும் லீலா ஒரு தடவை எச்சரிக்கையாகக் கதவுப் பக்கம் திரும்பிப் பார்த்தாள். பிறகு யாருக்கோ டெலிபோன் செய்துவிட்டு நாற்காலியில் நன்றாகச் சாய்ந்து கொண்டு மௌனமாக உட்கார்ந்திருந்தாள். யார் யாரோ அந்த அறைக்குள் போய் வந்து கொண்டிருந்தார்கள். சியாம் அவர்கள் பக்கம் திரும்பிக்கூடப் பார்க்கவில்லை. லீலா உட்கார்ந்திருக்கும் பாவத்திலிருந்து அவள் யாருக்காகவோ காத்துக் கொண்டிருக்கிறாள் என்று சியாமுக்குப் புரிந்தது. இதனால் லீலாவுக்கு எந்த லாபமும் இல்லை என்று அவனுக்குத் தெரியும். அவன் சிரித்துக் கொண்டான்.

ஆனால் வெகுநேரம் வரை யாரும் வரவில்லை. லீலா எழுந்து கட்டடத்துக்குள்ளே போனாள், திரும்பி வந்தாள். வாயிற்பக்கம் முதுகைத் திருப்பிக்கொண்டு, எதையோ பார்ப்பவள்போல் கௌன்ட்டருக்கு மேலே தலையைக் குனிந்து கொண்டு நின்றாள். பிறகு பொறுமை இழந்தவளாக அறையிலேயே இங்குமங்கும் நடந்தாள். கடைசியில் மெதுவாக நடந்து வந்து கதவுக்கருகில் நின்றாள். வெளிச்சம் அவளுக்குப் பின்னாலிருந்ததால் அவளுடைய உருவம் நிழல் மாதிரி தோற்றம் அளித்தது.

கண்ணாடிக் கதவில் உரசிக்கொண்டு அவள் நின்று கொண்டிருந்தாள். சியாம் தெளிவாகப் புரிந்துகொண்டான். அந்த இருண்ட முகத்திலிருந்து அவனால் காணமுடியாத இரு கண்கள் அவனைக் கேட்கின்றன: 'தெருவில் நின்று

கொண்டிருக்கும் அந்நியனே, உனக்கு என்ன வேண்டும்?' என்று.

கேள்வி தன் காதில் விழுந்தாற்போலிருந்தது சியாமுக்கு. அவனது சரீரத்தில் ஒரு நடுக்கம் கண்டது. அவன் குழம்பினான்; முணுமுணுத்தான். 'எனக்கு என்ன வேணும்னு எனக்கே தெரியலே! தெரியலே!'

சஞ்சலத்துடன் கண்களைத் திருப்பிக் கொண்டான் அவன். தலைகுனிந்தவாறு நின்ற அவன் தொலைவில், சாலையில் முனையில் ஒரு மோட்டார் சைக்கிள் வேகமாகத் திரும்பி வரும் ஒலியைக் கேட்டான். பிறகு அதன் வேகம் குறைந்தது. அது மெதுவாக வந்து அவனுக்கு நேர் பின்னால் நடைபாதையில் உரசிக் கொண்ட நின்றது. சியாம் சலனமற்று நின்றான். ஓர் இளைஞன் விடுவிடென்று அவனைக் கடந்து லீலாவின் ஆபீஸ் கதவருகே போனான். அவன் கறுப்பு நிற 'டைட்' பேண்டும் வெள்ளை நிறத்தில் முழுக்கை ஸ்வெட்டரும் அணிந்திருந்தான். தலைமயிர் குட்டையாக வெட்டப் பட்டிருந்தது. அவன் குட்டையாக, ஆனால் பலசாலியாகத் தோற்றமளித்தான். அவன் கதவுப் பக்கம் கைநீட்டியதுமே அது திறந்துகொண்டது, மந்திர சக்தியால் போல.

சியாம் முதல்நாள் கேட்ட தீக்ஷண்யமான, இனிய குரல் கேட்டது. "என் இவ்வளவு நேரம்? டெலபோன் பண்ணிட்டு எவ்வளவு நேரமாக் காத்துக்கிட்டிருக்கேன்?"

இளைஞன் சிரித்தான். "இந்தப் போக்குவரத்து நெரிசல்லே அவ்வளவு சீக்கிரம் வந்துட முடியுமா? சுத்தி வளைச்சுக்கிட்டு வர வேண்டியதாப் போச்சு. அப்படியும் நெரிசலைத் தவிர்க்க முடியலே! என்ன விஷயம்?"

"ஒண்ணுமில்லையே!"

"ஒண்ணுமில்லையா?"

"ஆமாம்!"

இருவரும் சியாம் இருந்த பக்கம் நடந்து வந்தார்கள். அவன் அசையவில்லை. அவன் இளைஞனின் இடப்பக்கத்தில் நின்று கொண்டிருந்தான். லீலாவும் அதே பக்கத்தில் இருந்தாள். சில அடிகள் வைப்பதற்குள் அவள் சாமர்த்தியமாக இளைஞனின் வலப்பக்கத்துக்கு நகர்ந்து கொண்டுவிட்டாள். பிறகு அவ்விருவரும் சியாமைக் கடந்துபோய் விட்டார்கள். சியாம் கழுத்தைத் திருப்பவில்லை. இளைஞன் மோட்டார் சைக்கிள் ஸ்டார்ட்டரை உதைக்கும் சப்தமும் மோட்டார்

சைக்கிளிலிருந்து 'குர், குர்' என்ற சப்தமும் கேட்டன. பிறகு அது ஓடும் ஒலி கொஞ்சங் கொஞ்சமாகக் குறைந்து மறைந்தது.

அவன் மரம்போல் நின்றுகொண்டே இருந்தான். பெட்ரோல் நாற்றத்துடன் ஏதோ ஒரு மென்மையான இனிய மணமும் காற்றில் கலந்து வந்தது. அந்த மணம் பவுடரின் மணமாக இருக்கலாம். முன்பு பலவிதப் பவுடர்களின் மணங்கள் சியாமுக்குப் பழக்கமாயிருந்தன. இப்போது அவன் எல்லாவற்றையும் மறந்துவிட்டான். அவன் தனக்குத் தானே சிரித்துக் கொண்டு தலையை ஆட்டினான். இந்த மணம் அவனுக்குப் பழக்கமானதல்ல.

"உனக்கு நிறையக் காதலர்களோ? இருக்கட்டும்! ஆனாப் பாரு, ஒரு நாள் உலகத்திலே ஜனசஞ்சாரமே இல்லாமே போயிடும். அப்போ உனக்கு ஒளிஞ்சுக்கப் பத்திரமான இடம் கிடைக்காது. ஓடிப்போக சுலபமான வழியும் இருக்காது!"

கூட்டத்துக்கு நடுவே மெதுவாக நடந்தான் சியாம். நடந்து கொண்டே தனக்குள் சொல்லிக்கொண்டான்: "காட்டு மிராண்டி மாதிரி இருக்கற அயோக்கியப் பயல்களை எப்படிப் பயமுறுத்துறதுன்னு எனக்குத் தெரியும். மோட்டார் சைக்கிள் ஓட்டறவங்களை உலகத்திலேருந்து எப்படி விரட்டறதுன்னும் தெரியும். அது சரி, நீ ஏன் அந்த ஆள்கிட்டே என்னைக் காட்டிக் கொடுக்கலே? 'நான் இவனுக்குப் பயந்துக்கிட்டுதான் சாலையிலே வராமே இருந்தேன்'னு ஏன் அவங்கிட்டே சொல்லலே? நீ அந்தக் காட்டுமிராண்டி ஆசாமிகிட்டே கூடச் சொல்லியிருக்கலாமே 'என்னைக் காப்பாத்து'ன்னு!"

நடந்துகொண்டே இருந்த சியாம் பித்துப்பிடித்தவனைப் போல் சட்டென்று ஓர் இடத்தில் நின்றுவிட்டான். பின்னால் வந்து கொண்டிருந்த ஒருவன் அவன் மேல் இடித்துக் கொண்டான். சியாம் இடிபட்டும் சிரித்தான். 'நீ ஏன் என்னைக் காட்டிக் கொடுக்கலே?' மீண்டும் நடக்கத் தொடங்கினான்.

நிஜமாகவே உலகம் ஜனசஞ்சாரமற்றதாக ஆகிவிட்டது. உயிர்த் துடிப்புள்ள மனிதர்கள் சியாமின் கண்களில் படவில்லை. ஹேங்கரில் தொங்கும் உடைகள் நடந்து போகின்றன. பதனம் செய்யப்பட்டு வைக்கோலோ பஞ்சோ திணிக்கப்பட்ட முகங்களும் உடல்களும்தான் அவன் கண்களில் படுகின்றன. தாறுமாறான வெளிச்சத்தின் நிழல்கள் அசைகின்றன, சிதைகின்றன.

சியாம் எங்கெங்கோ சுற்றித் திரிந்தான். அவனுக்குத் தெரிந்த முகமோ, இனிய முகமோ எதுவும் அவன் பார்வையில் விழவில்லை. அவனுக்குத் தோன்றியது, அவன் நூறு வருடங்கள் ஒரேயடியாகத் தூங்கியிருக்கிறான். விழித்து எழுந்த பிறகு ஒன்றையுமே அடையாளம் கண்டுகொள்ள முடியவில்லை அவனால். இந்த நூறு வருடங்களில் அவனுக்குப் பரிச்சய மானவர்கள் எல்லாரும் பழுத்த இலைபோல் உதிர்ந்துபோய் விட்டார்கள். சுற்றிலும் ஓரளவு மூடுபனி படர்ந்திருக்கிறது. கொஞ்ச தூரத்துக்கு மேல் பார்க்க முடியவில்லை. பனி மறைந்ததும் தூர தேசங்கள் கூடக் கண்ணுக்குத் தெரியும் என்று தோன்றுகிறது. லீலா தன்னந்தனியாக, ஒரு சூனியமான சாலையின் முடிவில், கண்ணாடிக் கதவுக்கு மறுபுறம் அவனுக்காகக் காத்துக் கொண்டிருப்பதை அவன் காண்பான். அவனைப் பார்த்ததுமே அவள் கதவைத் தள்ளிக்கொண்டு அவனிடம் வருவாள். பிறகு அவர்கள் இருவரும் ஒருவரை யொருவர் தொடாமல்—நகரத்தின் சூனியமான சாலைகளில் சுற்றித் திரிவார்கள். எந்த வீட்டிலும் அவர்களுக்காக ஓர் அழகிய படுக்கை விரிக்கப்பட்டிருக்கும். கடைகளில் சாமான்கள் அழகாக அடுக்கப்பட்டிருக்கும். அவர்கள் தங்களை ஒரு தடவை தொடுவார்களா என்று எதிர்பார்த்துக் கொண்டு மரங்கள் கனிகளைத் தாங்கிக் கொண்டிருக்கும். அப்போது உலகத்தில் வெயில் காய்வதும், மழை பெய்வதும் அவர்கள் இருவருக்காகவேதான் நிகழும்.

சியாம் தலையை ஆட்டினான். இல்லை, உலகத்தில் இம்மாதிரி ஒன்றும் நடக்காது. அதனால்தான் இப்போதும் உலகம் அவ்வளவு அழகாக இல்லை. ஆகையால்தான் இப்போதும் உலகத்தில் கர்வம் பிடித்த மோட்டார் சைக்கிள் காரர்களும் காட்டுமிராண்டித்தனமான ஆட்களும் மிஞ்சி யிருக்கிறார்கள்.

ஹோட்டலில் மித்ராவைக் காணாமல் சியாம் சற்றுத் திடுக்கிட்டான். இருவரும் தினந்தோறும் சந்திப்பதில்லைதான். ஆனால் இன்று தனியாக உட்கார்ந்துகொண்டு சாப்பிட என்னவோ போலிருந்தது சியாமுக்கு. அவன் அடிக்கடி தன் எதிரிலிருந்த காலி நாற்காலியை ஓரக்கண்ணால் பார்த்துக்

கொண்டான். அவன் மனத்தில் மித்ராவைப் பற்றி ஒரு சந்தேகம் பிறந்தது. அவனுக்குச் சாப்பாட்டில் ருசியே இல்லை. இருந்தாலும் தொடர்ந்து சாப்பிட்டான்.

ஹோட்டல் மானேஜரோடு சாதாரணமாகப் பேசுவதே இல்லை அவன். கதவுக்கு அருகில் ஒரு சிறிய மேஜைக்கு முன்னால் உட்கார்ந்து கொண்டிருப்பான் மானேஜர்—பணிவு நிறைந்த தோற்றம். பருமனான உடம்பில் சதை மடிப்பு மடிப்பாகத் தொங்கும். கண்களில் ஒரு மயக்கம். தினந்தோறும் மாலை வேளையில் கொஞ்சம் கஞ்சா அடிப்பானோ என்று தோன்றும். அதிகம் பேசுவதில்லை. நிறையச் சிரிப்பான். ஒலி எழுப்பாத சிரிப்பு. அந்த ஆள் ஹோட்டல் வேலைக்காரர் களையோ, எடுபிடிப் பையன்களையோ, சமையல்காரனையோ உரத்த குரலில் அதட்டிக் கேட்டதில்லை சியாம். உண்மையில் அந்தக் காரியத்துக்காக வேறு ஓர் ஆளை வேலைக்காரர்களின் மேற்பார்வையாளனாக நியமித்திருந்தான் மானேஜர்.

அவன் எப்போதும் அமைதியாக, மௌனமாக, தன் இடத்தில் உட்கார்ந்திருப்பான். நாளுக்கு நாள் அவனுடைய இந்த அமைதியும் அசைவின்மையும் வளர்ந்துகொண்டு வருவதைச் சியாம் கவனித்தான். அவனுடைய புன்சிரிப்பில் பணிவும், பற்றற்ற ஒரு பாவமும் அதிகரித்தன. வாய்ப்பேச்சும் முன்னைவிட இன்னும் குறைந்துவிட்டது. அவனுடைய தலைக்கு மேல், பின் பக்கத்துச் சுவரில் அவனுடைய இறந்து போன தந்தையின் போட்டோ தொங்கிக் கொண்டிருந்தது. அதைச் சுற்றிப் போடப்பட்டிருந்தது சென்ற வருடத்திய பூமாலை ஒன்று. இடையிடையில் சியாமுக்குத் தோன்றும். ஹோட்டல் மானேஜர் ஒருநாள் தன் இடத்தில் தன் பிள்ளையை உட்கார்த்தி வைத்துவிட்டு ஒரே தாவாகத் தாவித் தன் தந்தையின் போட்டோவுக்கருகில் உட்கார்ந்துகொண்டு விடுவானென்று! அவனும் ஒரு படமாக ஆகிவிடுவான். அவனைச் சுற்றிலும் இன்னொரு வாடிய பூமாலை தொங்கும். அல்லது தான் உட்கார்ந்திருக்கும் இடத்திலேயே கொஞ்சம் கொஞ்சமாகச் சிமெண்ட் கான்கிரீட்டைப்போல் இறுகிப் போய்ச் சிலையாகி விடுவான். அசையவே மாட்டான்!

அன்று சாப்பிட்டு விட்டுக் கிளம்பும்போது சியாம் மானேஜரின் மேஜைக்கு முன்னால் சற்று நின்றான். வாசலில் நிறைய நாய்கள் உட்கார்ந்து கொண்டிருந்தன; தினம்

உட்கார்ந்து கொண்டிருக்கும். சியாம் அவற்றை எண்ணிப் பார்த்தான். ஒன்று, இரண்டு..... பதினொன்று!

சியாம் புன்சிரிப்புடன் மானேஜரின் பக்கம் திரும்பினான். "நீங்க இவ்வளவு நாய்க்கும் தினம் சோறு போடறீங்களா?"

மானேஜர் பணிவுடன் சிரித்துக் கொண்டே பதில் சொன்னான். "ஆமாம்." சிரிப்பில் அவனுடைய கண்கள் மூடிக் கொண்டன.

சியாமின் கண்கள் வியப்பில் விரிந்தன. "பதினோரு நாய்களுக்கா? சரிதான், உங்களுக்கு நிறையப் புண்ணியம் சேர்ந்துகிட்டிருக்கு. சமயம் கிடைச்சபோதே புண்ணியம் பண்ணிச் சேர்த்து வைக்கறீங்க நீங்க!"

அதே பணிவுடன் மானேஜர் சொன்னான். "சில சமயம் பதினொண்ணுக்கு மேலேயும் இருக்கும். குறைச்சலாயும் இருக்கும்."

"அப்படியா?"

"ஆமாம்." மானேஜர் இரக்கத்துடன் நாய்களைப் பார்த்துக் கொண்டே சொன்னான். "இப்பல்லாம் ஜாஸ்தியாகிக்கிட்டே இருக்கு. இன்னும் ஜாஸ்தியாகும்."

"ஏன்?"

"ஏனா? சாப்பாடு கிடைக்கலே எங்கேயும். ஊர் இருக்கற இருப்பிலே, சோத்துக்கில்லாமே இங்கு வந்து சேர்ந்துடறது."

சியாம் "உண்மைதான்" என்று தலையசைத்தான். உண்மையில் நாட்டின் உணவு நிலையைப் பற்றி அவனுக்கு வெகு நாட்களாக ஒன்றும் தெரியாது. இருந்தாலும் அதிகம் பேசாத மானேஜர் பேசுவதைக் கேட்கப் பிடித்தது அவனுக்கு.

"இது எல்லாமே தெருநாய் இல்லே" என்று மானேஜர் சொன்னான். "நல்லாக் கவனிச்சுப் பாருங்க... நடுவிலே இருக்கே ஒரு வெள்ளை நாய்—அதோட உடம்பிலே நீள நீள மயிர் இன்னமும் இருக்கு, பெரிய காது தொங்கறது—அது ஸ்பானியலுக்குப் பொறந்ததாக்கும்! அதோ சாம்பல் நிறத்திலே ஒரு நாய் இருக்கே, அது அல்சேஷியன். இப்போப் பார்த்தா அடையாளமே தெரியாது. போஸ் குடும்பத்தோட வளர்ப்பு நாய் அது. அதுக்குச் சொறிபிடிச்சதாலே விரட்டிட்டாங்க. இப்போ தெரு நாயாச் சுத்துது. தேடிப்பார்த்தா அதுகள்ளே கூட...." மானேஜர் பேச்சை நிறுத்திவிட்டுச் சில்லறைக்காகக்

126

காத்திருந்த ஒரு வாடிக்கைக்காரனுக்குச் சில்லறை எண்ணிக் கொடுத்தான்.

சற்று நேரம் காத்திருந்துவிட்டுச் சியாம் கேட்டான். "இன்னிக்கு சுபோத் மித்ராவைப் பார்த்தீங்களா?"

"இல்லையே! இன்னும் அவர் வரலே" என்று சொல்லி விட்டு மானேஜர் நாய்களைப் பரிவுடன் பார்த்தான். நாய்களும் மிகவும் அன்புடனும் நன்றியுடனும் அவனைப் பார்ததுக் கொண்டு உட்கார்ந்திருந்தன.

சியாம் வெளியே வந்தான். அவன் நாய்களுக்கு நடுவில் நடந்தபோது அவை விலகிக் கொண்டு அவனுக்கு வழி விட்டன. ஸ்பானியலிடம் மட்டும் சியாமுக்கு நம்பிக்கை இல்லை. அவன் அதன் பக்கம் செல்லமாகக் கையை நீட்டிப் பிறகு இழுத்துக் கொண்டான். அதிலேயே சந்தோஷப்பட்ட நாய் வாலை ஆட்டியது. 'போடா, பிச்சைக்காரப்பயலே!' என்று சியாம் அதை மனத்துக்குள்ளே திட்டினான்.

சியாமின் மனத்தில் சட்டென்று ஒரு சந்தேகம் தோன்றியது. பக்கத்தில்தான் மித்ராவின் வீடு. ஒரு தடவை அங்கே போய்ப் பார்த்து விட்டு வரலாமா? ஆனால் போகத் தோன்றவில்லை சியாமுக்கு. அவன் பயப்பட்ட மாதிரியே நடந்துவிட்டிருந்தால் இப்போது போய் என்ன பிரயோசனம்? போனால் ஒரு சமயம் போலீஸ் கேஸில் மாட்டிக் கொள்ள நேர்ந்தாலும் நேரலாம். நினைக்கும்போதே சோம்பலாக இருந்தது அவனுக்கு. நடந்து கொண்டிருந்தவன் சற்று நின்றான்; கொட்டாவி விட்டான்.

அந்த மாதிரி நேர்ந்து போயிருந்தால் மித்ரா தன் வாக்குப் படி நடந்து கொள்ளவில்லை என்றாகும். சியாமுக்குச் சேரவேண்டிய பாதி மாத்திரைகளைக் கொடுக்காமலேயே போய்விட்டான் மித்ரா.

யோசித்துக் கொண்டே நின்றுவிட்டான் சியாம். அவனுக்குக் கிடைக்க வேண்டியது எவ்வளவு மாத்திரை? எட்டா, ஒன்பதா? மித்ரா பாதி மாத்திரை தருவதாகச் சொல்லி யிருந்தான். ஆனால், சரியாக எத்தனை மாத்திரை என்று சொல்லவில்லை. சியாம் கணக்குப் போட்டுப் பார்த்தான். இன்னோர் ஆளைக் கூட்டுச் சேர்த்துக் கொண்டால்கூட உபயோகமில்லை. பதினேழு மாத்திரைகளைச் சரியாகப் பிரித்துக் கொடுக்க முடியாது. இது பெரிய பிரச்சினையாகி

விட்டது அவனுக்கு. பாகம் பிரிக்கும் விஷயத்தில் பதினேழு ஒரு பொருத்தமில்லாத எண்ணிக்கை என்ற முடிவுக்கு வந்தான் அவன். பிறகு நடக்கத் தொடங்கினான்.

உலகத்தில் ஏற்கெனவே மக்கள் குறைந்துவிட்டார்கள். ஜனசஞ்சாரம் இன்னும் குறையும். கொஞ்சங் கொஞ்சமாக எல்லாரும் போய்விடுவார்கள். அவன் ஒருவனே மிஞ்சியிருப் பான். உலகம் சூனியமாகும் படலம் மித்ராவுடன் தொடங்கி யிருக்கிறது. இல்லை இல்லை, அதற்கும் முன்னால்...

அவன் அநேகமாக மறந்துவிட்டிருந்த மோட்டார் சைக்கிளின் சப்தம் பகரீ பறவையின் குர் குர் சப்தம்போல் அவன் மூளைக்குள்ளே ஒலித்தது. சர்க்கஸ் விளையாட்டுக் காரன் சாவுக் கிணற்றில் மேலும் கீழும் சுற்றுவதுபோல் அந்த ஒலியும் அவனுடைய மூளைக்குள் ஏறி இறங்கத் தொடங்கியது. அவன் வேகமாக நடக்க ஆரம்பித்தான்.

# 12

முன்பு ஒருசமயம் உலகத்துக்கு நல்ல காலம் வந்திருக்கலாம்; அப்போது சியாம் இல்லை. எதிர்காலத்தில் ஒருநாள் உலகத்துக்கு நல்ல காலம் வரலாம்; அப்போது சியாம் இருக்க மாட்டான். அந்த நல்ல காலம் முன்பு எப்படி இருந்தது, அல்லது பிற்காலத்தில் எப்படி இருக்கும் என்று யாருக்குத் தெரியும்? சியாமுக்கும் தெரியாது. ஆனால் அந்த நல்ல காலத்தின் அடையாளங்களை அவன் தன்னைச் சுற்றிலும் அடிக்கடி காண்கிறான், பறவையின் வாயிலிருந்து நழுவி விழும் தானியத்திலிருந்து அருகில் எங்கோ தானியம் விளைந்திருக் கிறது என்று ஊகிப்பதுபோல; ஆகாயத்தில் கூடியிருக்கும் மேகங்களைப் பார்த்து மழை வரும் என்று ஊகிக்க முடிவதுபோல.

இப்போது சியாம் கடந்து கொண்டிருக்கிறானே, அதுதான் அந்த நல்ல காலமோ என்னவோ, யாருக்குத் தெரியும்!

நடுப்பகலின் வெயிலைப் பொருட்படுத்தாமல் சியாம் தன் வழக்கமான இடத்தில் கம்பத்தின்மேல் சாய்ந்து கொண்டு

நின்றான். அவனைச் சுற்றிலும் நிழல்போன்ற பொய்யான மனித உருவங்கள் காரணம் இல்லாமல் அலைந்து திரிவதாக அவ்வளவு வெளிச்சத்திலும் அவனுக்குத் தோன்றியது. அவனைப் பொறுத்தவரையில், அவனுக்கு எதிரிலிருந்த கண்ணாடிக் கதவைத் தவிர மற்ற எல்லாமே பொய்யாகத் தோற்றமளித்தன. கதவுக்கு மறுபுறத்தில் லீலா உட்கார்ந்திருக் கிறாள். அவளுடைய அழகிய, வெண்ணிறக் கைகள் சுறு சுறுப்பாக வேலையில் ஈடுபட்டிருக்கின்றன. அவளுடைய முகம் சீரியஸாக, சற்று வருத்தம் தோய்ந்து காணப்படுகிறது.

அவள் இன்னும் ஒரு முடிவுக்கும் வரவில்லை என்று சியாமுக்குத் தெரியும். இன்னும் அவளுக்கு அவனிடம் இரக்கம் இருக்கிறது. அவள் அவனைத் தாக்குவதற்கு முன்னால் அவன் எச்சரிக்கையாக நடந்துகொள்ள ஒரு வாய்ப்பு அளித்திருக் கிறாள். ஒருநாள் சாலையில் செல்பவர்களே அவனைச் சூழ்ந்து கொள்வார்கள். அவனைக் கோபித்துக்கொண்டு விரட்டு வார்கள் என்பது சியாமுக்குத் தெரியும். அது நேராத வரையில் நல்ல காலந்தான்; எல்லாக் காலங்களையும்விட நல்ல காலம்.

அதன் பிறகு ஒருநாள் அவன் நேரே இர்ஃபானிடம் போய்ச் சொல்வான்: “நான் பாகிஸ்தான் போகிறேன். என்னை எல்லையைத் தாண்டிக் கொண்டுபோய்விடு!”

அல்லது அவன் அலைந்து திரிந்து, கஷ்டப்பட்டுப் பதினேழு தூக்க மாத்திரைகள் சேகரிப்பான். அவற்றைக் கையில் எடுத்துக் கொண்டால் தன்னம்பிக்கை வரும். தலையணைக்குப் பக்கத்தில் வைத்துக் கொண்டு படுத்தால் பயமும் எதிர்காலத்தைப் பற்றிய கவலையும் பறந்து போய்விடும்.

என்ன செய்வதென்று இன்னமும் நிச்சயம் செய்யவில்லை அவன். இதுதான் எல்லாக் காலங்களையும்விட நல்லகாலம் என்பது மட்டும் அவனுக்குத் தோன்றுகிறது.

இன்றும் லீலா கண்ணாடிக் கதவுக்கருகில் வந்து நிழலைப் போல் சற்றுநேரம் நின்று கொண்டிருந்தாள்; தயக்கம் அல்லது காத்திருப்பு! பிறகு சியாமைத் திகைக்க வைத்து அவள் தனியாகவே சாலைக்கு வந்தாள்; மெதுவாக நடக்கத் தொடங்கினாள்.

முதலில் சியாமுக்கு நம்பிக்கை ஏற்படவில்லை. பிறகு நிச்சயம் செய்து கொண்டான். அவள் லீலாதான், தன்னந் தனியாக, மெதுவாக நடந்து போகிறாள் என்று.

கம்பத்தின்மேல் சாய்ந்துகொண்டிருந்தவன் இப்போது நிமிர்ந்து நின்றான். அவனுடைய உடலில் ஒரு நடுக்கம் ஏற்பட்டது. மர்மம் நிறைந்த பல உணர்ச்சிகள் அவனுள்ளே தோன்றின. உரத்த குரலில் சிரிக்கத் தோன்றியது அவனுக்கு. தரையில் முழங்காலிட்டுக்கொண்டு உட்கார்ந்து அழத் தோன்றியது. 'நீ லீலாவா? நீ லீலாவேதானா? நீயும் என்னுடன் தரையின்மேல், ஒரே மட்டத்தில், நடந்து போகிறாயா? தனியாகவா?'

மௌனமாகப் பூனையைப்போல, ஒற்றனைப்போல், லீலாவைத் தன் பார்வையிலிருந்து நழுவவிடாமல், கூட்டத்துக்குள் புகுந்து மறைந்தவாறே அவளைப் பின்தொடர்ந்தான் அவன்.

லீலா அணிந்திருந்த புடைவை அழுத்தமான வாதுமை நிறம். அதில் வெளிர்நிற மொட்டுக்களும் பலரகப்பட்ட ஜாமெட்ரி உருவங்களும் அச்சிடப்பட்டிருந்தன. அவளுடைய கேசம் தடிமனாகப் பின்னப்பட்டிருந்தது. பின்னாலிருந்து பார்க்கும் போதும் அவள் தூய்மையானவளாகக் காணப்பட்டாள். நிதானமாக நடந்தாள் அவள். அவளுடைய இடது கை மார்புக்கு மேல் மடிக்கப்பட்டிருந்தது. அவள் அந்தக் கையால் தன் வெள்ளைக் கைப்பையை மார்போடு அழுத்திக் கொண்டிருக்கலாம். அவள் கழுத்தில் சுற்றிக் கொண்டிருந்த கஷ்மீரிச் சால்வையின் நுனி காற்றில் பறந்தது.

சாலையில் நல்ல கூட்டம். இருந்தாலும் கூட்டம் நிறைய இருப்பதாகச் சியாமுக்குத் தோன்றவில்லை. அவனுக்கும் லீலாவுக்குமிடையே கூட்டம் குறைவுதான். அவள் கழுத்தைத் திருப்பினால் அவனைப் பார்த்துவிடுவாள். அவனுடைய சூனிய நெஞ்சுக்குள்ளே மான்கள் ஓடிக்கொண்டிருந்தன; மர்மம் நிறைந்த மேகங்கள் அவனுக்குள்ளே கர்ஜித்தன; மழை பெய்தது. கறுத்த ரயில் இஞ்சின் ஒரு நீண்ட பாலத்தைக் கடந்து செல்லும் சப்தம். லீலா அவனைப் பார்த்துவிட்டால், அவனுடன் பேசினால்? 'நீ யார்?' என்று கேட்டால்?

நினைக்கும்போதே சியாமின் கைகால்கள் மரத்துப் போயின. சூனியமான சாலையில் அவனுக்கு இடறியது. அவன் சிரித்தான். பிறகு நடந்தான்.

அவள் அவனைப் பார்த்து விட்டால், அவனுடன் பேசி விட்டால், ஒரு பூகம்பமே ஏற்பட்டுவிடும். பிரளயம்போல்

130

வெள்ளம் பொங்கி வரும், தெருக்கள் பேசத் தொடங்கிவிடும். அப்போது அவன் தன்னுடைய ஊர், பெயர், விலாசத்தை மறந்து விடுவான். பாடத்தை மறந்துவிட்ட சிறுபையன் ஆசிரியைக்கு முன் மிரள மிரள விழிப்பதுபோல் அவனும் லீலாவுக்கு முன் விழித்துக் கொண்டு நிற்பான். முணு முணுப்பான்: 'நான் யார்னு என்னைக் கேட்காதே! எனக்குத் தெரியாது!'

அந்தச் சாலை இன்னொரு சாலையைச் சந்திக்குமிடத்தில் அதைக் கடப்பதற்காகக் கூட்டம் கூடியிருந்தது. போலீஸ்காரன் கையை உயர்த்தி வாகனங்களை நிறுத்தினான். லீலா சாலையைக் கடந்தாள். நிதானமாக நடந்தாள் அவள். அவசரம் இல்லை அவளுக்கு. சுற்றிலும் பொருளற்ற, பொய்யான ஜனங்களின் நிழற்கூட்டம். சியாமுக்கு அவர்களில் யாரையும் தெரியாது. அவர்கள் உண்மையில் இருக்கிறார்களா இல்லையா என்பதுகூடத் தெரியாது. தாங்கள் உண்மையில் இருக்கிறோமா என்று அவர்களுக்காவது தெரியுமா?

சியாம் நிழல்களைப் பிளந்துகொண்டு நடந்தான். பஸ் ஸ்டாப்பில் நின்றிருந்த ஒருவன் லீலாவைக் குறிப்பிட்டுச் சொன்னான். "ஆகா, பலே ஜோர்!" சியாம் உறுமினான். குருடனைப்போல் சட்டென்று திரும்பினான், அடங்கிய குரலில் கோபத்துடன் முணுமுணுத்தான்: "ஜாக்கிரதை! நான் காவல் இருக்கேனாக்கும்!" பிறகு சிரித்துக் கொண்டு நடக்கத் தொடங்கினான். தன்னிடம் அபரிமிதமான உயிர்த்துடிப்பு இருப்பதை உணர்ந்தான் அவன். அவனுக்குள்ளே தொழிற் சாலை இயங்கும் சப்தம்.

நல்ல காலம். சியாம் கடந்து கொண்டிருக்கும் இந்த நேரந்தான் உலகத்தின் மிகவும் நல்லகாலம் போலும்.

லீலாவின் நடையின் வேகம் இன்னும் குறைந்தது. அவள் ஏதோ நினைவில் நடைபாதையின் ஓரத்தில் நடந்தாள். வழியிலிருந்த கடைகளின் ஷோ கேஸ்களில் வைத்திருந்த சாமான்களைப் பார்த்தபடி சென்றாள். நடக்கும்போது திடீரென்று நின்றாள். ஏதோ ஒரு பொருளை அக்கறையோடு பார்த்தாள். பிறகு ஒவ்வோரடியாக நடக்கத் தொடங்கினாள். அவள் ஏதோ நினைவில் இருப்பதுபோல் தோன்றினாலும் உண்மையில் அப்படி இல்லை என்று சியாமுக்குத் தெரியும். அவளுடைய உடல் ஜாக்கிரதையாக இருந்தது. காதுகள் உற்றுக்

கேட்டுக் கொண்டிருந்தன. சியாம் தன்னைப் பின் தொடர்வது அவளுக்குத் தெரியும். சாலையில் தன்னந்தனியாக, துணை யேதும் இன்றி அவள் நின்று கொண்டிருக்கிறாள். அவள் மௌனமாக அவனை அழைக்கிறாளோ? 'கிட்டே வா. உன் முகத்தை நான் நல்லாப் பார்க்கணும். நீங்க இந்துக்களா? உங்க கோத்திரம் என்ன? நீ யாரு, எந்த ஊரு? உன் வீட்டைப்பத்தி, உன் குடும்பத்தைப் பத்தி எங்கிட்டே சொல்லு. உனக்கு அண்ணன் தம்பி, அக்கா தங்கை எவ்வளவு பேர்? நீ என்ன வேலை பார்க்கறே?'

இந்தக் கேள்விகள் முக்கியமானவைதாம். இந்த விஷயங்கள் லீலாவுக்குத் தெரிந்திருக்க வேண்டியவைதாம். ஆகவே சியாம் அந்தக் கேள்விகளுக்குத் தன் மனத்துக் குள்ளேயே பதில் சொல்லிக் கொண்டான். 'என் பேர் சியாம் சக்ரவர்த்தி; அப்பா பேர் கமலாக்ஷ சக்ரவர்த்தி. நாங்க சாண்டில்ய கோத்திரம். விக்ரம்பூருக்கு அருகில் பானிக் காடா கிராமத்தில் எங்கள் வீடு இருக்கிறது. எனக்கு அண்ணன் தம்பிகள் இல்லை. ஒரே ஒரு தங்கை. அவளை மூர்ஷிதாபாதில் கல்யாணம் பண்ணிக் கொடுத்திருக்கோம். அதுக்கப்பறம் அவளைப் பத்தி ஒரு விவரமும் தெரியாது. செயின்ட் அண்ட் மில்லர்லே ஒரு நல்ல வேலை பார்த்துக்கிட்டிருந்தேன் நான். என்னோட மேலதிகாரி என்னை 'வேசிமகன்'னு கூப்பிட்ட தாலே கோவிச்சுக்கிட்டு வேலையை விட்டுட்டேன். ஆனா உண்மையைச் சொல்றேன், நான் யார், எப்படிப்பட்டவன்னு எனக்கே தெரியாது.'

லீலா மெவாக நடப்பதும், ஷோ கேஸ்களுக்கு முன்னால் நின்று கொண்டு பார்ப்பதும், பிறகு நடப்பதுமாக இருந்தாள். சில துணிச்சல்காரர்கள் அவளை உரசிக்கொண்டு போனார்கள்.

அவர்கள் லிண்ட்ஸே தெருவுக்கருகில் வந்துவிட்டார்கள். சாலையில் ஜனநடமாட்டம் குறைந்திருந்தது. சாலையைக் கடப்பதற்கு முன் லீலா தற்செயலாகத் திரும்புவதுபோல் ஒரு தடவை திரும்பிப் பார்த்தாள். அலட்சியப் பார்வை. அதில் இளக்காரம் தாண்டவமாடியது. அடுத்த விநாடியே பார்வை யைத் திருப்பிக் கொண்டாள். அப்படியும் அவளுடைய கண்கள் ஈட்டிபோல் அவனுடைய நெஞ்சை ஊடுருவின. அவன் நெஞ்சுக்குள்ளே தண்ணீர் பொங்கிக் கொந்தளித்தது.

அவனுக்கு மூச்சுத் திணறியது. லீலா மௌனமாக அழைக் கிறாள், 'என் கிட்டே வா!' என்று.

அவன் தலையை ஆட்டுகிறான். 'மாட்டேன்! நான் உன்கிட்டே வந்தால் நாலுபக்கமும் வீடு வாசல்கள் அதிரும். மைதானத்திலுள்ள செடிகளும் மரங்களும் வேருடன் பூமியிலிருந்து விடுபட்டு ஓடிவரும். காற்று வேதனையோடு 'காப்பாத்து, காப்பாத்து!'ன்னு கத்தும். நாம வேறே ஒரு அழகான உலகத்திலே சந்திக்கிறதுதான் நல்லது. இந்த உலகத்திலே, இவ்வளவு மக்களுக்கு நடுவிலே நாம சந்திக்க வேண்டாம்! பார்த்துக்கிட்டே இரு, நான் சீக்கிரமே உலகத்திலே நல்ல நாளைக் கொண்டு வந்துடுவேன்!'

லீலாவின் மௌனப் பேச்சு அவனுக்குக் கேட்கிறது. 'என்னோடு பேசு!'

சியாம் தலையை ஆட்டுகிறான். 'மாட்டேன்! இப்போ பேச மாட்டேன்! உன்னோடே பேசறதுக்காகவே தனியா ஒரு மொழியைத் தயார் பண்ணிவிட்டு அப்புறம் பேசறேன். பாரு, அந்த மொழியிலே கரடு முரடான வார்த்தைகள் இருக்காது, பண்புக்குறைவான, ஆபாச வார்த்தைகள் இருக்காது, திட்டுக்களே இருக்காது. மனுஷங்களோட பாஷை இன்னும் அவ்வளவு அழகாக ஆகலே. இன்னும் இவங்க பாஷையிலே கோபம், வெறுப்பு, இளப்பம், ஒதுக்கித் தள்ளறது இந்த மாதிரி உணர்ச்சிகளைக் குறிக்கிற வார்த்தைகள் இருக்கு. அர்த்தம் புரியாத வார்த்தைகள் இருக்கு. முதல்லே நீ அந்த வார்த்தை களை மறந்துடு. அப்புறம்.'

லீலா சாலையைக் கடக்கவில்லை. அவள் இடப்பக்கம் திரும்பிச் சற்றுத்தூரம் நடந்து சட்டென்று ஒரு கட்டிடத்தின் திறந்த வாயிலுக்கு முன்னால் நின்றாள். சுற்றுமுற்றும் ஒரு பார்வை பார்த்துவிட்டு அந்தக் கட்டிடத்துக்குள் நுழைந்தாள்.

சியாமும் அந்த வாயிலுக்கு முன் வந்து நின்றான். உள்ளே ஒரு குறுகலான மாடிப்படி வரிசை மட்டும் காணப்பட்டது. ஸ்டீமரில் உள்ள படிகளைப்போல் அழகான படிகள். அவற்றில் உலோகத்தகடுகள் பதிக்கப்பட்டிருந்தன. வழவழப்பான கைப்பிடிச் சுவர். படிகளுக்கு மேலே பிரகாசமான விளக்கு எரிகிறது. படிகளில் லீலாவைக் காணோம். புதிதாக அடிக்கப்பட்ட பெயின்ட்டின் மணம் வீசுகிறது. கூடவே பவுடரின் மணம்.

இது ரெஸ்டாரென்ட்டா? சியாம் சற்றுப் பின்னால் வந்து கதவுக்கு மேலிருந்த பெயர்ப்பலகையை வாசித்தான். ஆமாம், ரெஸ்டாரென்ட்தான்!

லீலா யாரையோ சந்திப்பதற்காக இங்கே வந்திருக்கிறாள். அவன் யார்? அவன் யாரென்று சியாமுக்குத் தெரிய வேண்டும். சியாம் இங்குமங்கும் திரும்பி ஏதாவது மோட்டார் சைக்கிள் பக்கத்தில் நிறுத்தி வைக்கப்பட்டிருக்கிறதா என்று பார்த்தான். ஒன்றையும் காணோம்.

கொஞ்சமும் தயங்காமல் அவன் மாடிப்படிகளின் மேல் ஏறிச் சென்றான்.

விசாலமான ஒரு ஹால். அதில் எரிந்து கொண்டிருக்கும் பிரகாசமான விளக்குகள் சியாமின் கண்களைச் சுவச் செய்தன. கப்சாசர், ஸ்பூன், மேஜையில் போட்டிருந்த கண்ணாடிப் பலகை எல்லாவற்றிலும் பிரதிபலித்த வெளிச்சம் அவனுடைய கண்களைத் குத்தியது. சற்றுநேரம் வரை அவனால் லீலாவைக் காண முடியவில்லை. அவனுடைய அலங்கோலமான உடைகளும் தோற்றமும் அந்த நாகரிக அலங்கார அறைக்குப் பொருத்தமில்லாமல் இருந்தன. அவன் சற்று நேரம் நின்று கொண்டே இருந்தான்.

பிறகு அவன் அவளைக் கவனித்தான். ரெஸ்டாரென்ட் அநேகமாகக் காலியாகத்தான் இருந்தது. ஒரு சில விருந்தினரே அங்கு இருந்தார்கள். தூரத்திலிருந்த ஒரு மேஜைக்கு முன் லீலா உட்கார்ந்திருந்தாள். சற்றுக் குனிந்த தோள்கள். மேஜையின் மேலிருந்த கண்ணாடியில் தன் முகத்தின் நிழலைப் பார்ப்பவள் போல் தலையைக் குனிந்து கொண்டிருந்தாள்.

லீலா தனியாக இல்லை. அவளுக்கு நேர் எதிரே உட்கார்ந்திருந்தான் ஓர் அழகன்.

அருணா அவன்? ஆமாம்! சியாம் புருவத்தைச் சுளித்துக் கொண்டு பார்த்தான். பிறகு சிரித்துக் கொண்டான்.

அருண் சியாமைப் பார்த்துவிட்டான். பார்த்ததும் திகைப்பில் அவன் கண்கள் உயர்ந்தன. நெற்றியில் சுருக்கம் விழுந்தது. வாய் சற்றுத் திறந்துகொண்டது.

சியாமுக்கு அருணுடைய இந்த மாற்றத்தின் காரணம் புரியவில்லை. அவன் புன்சிரிப்புடன் அருணைப் பார்த்தவாறு நின்றான்.

அருண் மெல்லிய குரலில், "சியாம்!" என்று கூப்பிட்டான், வெகு நேரங்கழித்து, "வா" என்றான்.

என்ன ஆச்சரியம்? லீலா அவன் பக்கம் திரும்பிக்கூடப் பார்க்கவில்லை.

சியாம், அருணின் அழைப்பை லட்சியம் செய்யவில்லை. அவன் அவர்களிடமிருந்து மூன்று வரிசைகள் தள்ளி ஒரு நாற்காலியில் உட்கார்ந்தான், தனியாக. கிழட்டு சர்வரிடம் ஒரு கப் டீக்கு ஆர்டர் கொடுத்தான். பிறகு எல்லாவற்றையும் ஓரக்கண்ணால் கவனித்தான். அருணின் முகம் சற்றுச் சிவந்திருக்கிறது. அவன் பயந்தவனாக, கூச்சப்படுபவனாகத் தோன்றுகிறான். ஏன் இப்படி? சியாமுக்கு ஆச்சரியமாக இருந்தது. நடத்தையில் அருணும் தன்னைப்போன்றவன்தான் என்று சியாமுக்குத் தெரியும். அருணைப் பார்த்தால் சியாமுக்கு எப்போதுமே ஆறுதல் ஏற்படும். அவனிருக்கும்வரை லீலா அருணிடம் பயப்படவேண்டியதில்லை என்றும் சியாமுக்குத் தெரியும். பெண்கள் சம்பந்தப்பட்ட விஷயங்களில் சியாம் அருணைவிட எவ்வளவோ கெட்டிக்காரன்.

சியாம் கவனித்தான். அருண் லீலாவுடன் ஒன்றும் பேசவில்லை. ஒரு துண்டு உருளைக்கிழங்கு போண்டாவை ஸ்பூனால் எடுத்து வாயில் போட்டுக்கொண்டு அசை போட்டுக் கொண்டிருந்தான். ஸ்பூன் பிளேட்டுடன் மோதும் ஓசை 'டணார், டணார்' என்று கேட்டது. அருண் காரணமில்லாமல் முகத்தைத் துடைத்துக் கொண்டான். அவனுடைய பார்வை லீலாவின் குனிந்த தலைக்கு மேலே எதிரிலிருந்த சுவரின் மேல் பதிந்தது. அவனுடைய முகம் அழகாக இருந்தது, உடையும் அலங்காரமாக இருந்தது. இருந்தாலும் அவன் நடந்துகொண்ட விதம் அவற்றுக்குப் பொருத்தமாக இல்லை.

லீலா சற்றும் பரபரப்படையாமல் இயற்கையாக உட்கார்ந்திருந்தாள். குனிந்த தலையை நிமிர்த்தி அருணைப் பார்த்தாள். வேடிக்கை பார்க்கும் பாவம் அவள் பார்வையில் தொனித்தது. திடீரென்று அவள் பறவையின் குரலைப் போன்ற தன் சன்னமான இனிய குரலில் வழக்கத்தைவிடச் சற்று உரக்கக் கேட்டாள்.

"நீங்க என்னைக் கூப்பிட்டீங்களா?"

அருண் சற்று நிலை குலைந்தவனாகச் சங்கடத்துடன் சிரித்தான். "ஆமாம்."

"நான் வந்திருக்கேன்."

மிக மெல்லிய குரலில் அருண் என்னவோ சொன்னான். அவன் சொன்னது சியாமுக்குக் கேட்கவில்லை. அருண் கேட்டதற்குப் பதிலாக லீலா 'இல்லை' அல்லது 'மாட்டேன்' என்று தலையை ஆட்டுவது மட்டும் சியாமுக்குத் தெரிந்தது.

அருண் லீலாவை அங்கே எதற்கு அழைத்திருக்கிறான் என்று சியாமுக்குப் புரிந்தது. லீலா அமைதியாகவும் உறுதியாகவும் இருந்தாள். தனக்கு ஏதாவது ஆபத்து நேர்ந்தால் தன்னைக் காப்பாற்ற ஒரு சக்தி வாய்ந்த மனிதன் அருகில் இருக்கிறான் என்பதை உணர்ந்தவள்போல் காணப்பட்டாள். அத்தகைய நம்பிக்கை அவளுடைய முகத்தில் தெரிந்தது. அருண் தன் உலர்ந்த உதடுகளை நக்கிக் கொண்டான். சியாமின் பார்வையைத் தவிர்க்கச் சிரமப்பட்டான் அவன்.

சியாம் சிரித்துக் கொண்டான். அவனுக்காகக் கொண்டு வந்து வைத்த டீ ஆறிக் கொண்டிருந்தது.

அருண், லீலா இருவருமே மௌனமாக இருந்தார்கள். லீலாவுக்கு முன்னால் பிளேட்டில் இருந்த உணவை அவள் தொடவேயில்லை. சியாமுக்கு ஆச்சரியம், தான் இவ்வளவு அருகில் உட்கார்ந்திருப்பது லீலாவுக்குத் தெரியாதா?

லீலாவுக்குத் தெரியும் என்பதைச் சற்று நேரத்திலேயே சியாம் ஊகித்துக் கொண்டான்.

லீலா இடக்கையில் தண்ணீர் டம்ளரை எடுத்துக் கொண்டு வலக்கையால் தன் பின்னலை முன்பக்கம் தள்ளினாள். அந்தச் சாக்கில் சாமர்த்தியமாகக் கழுத்தைப் பக்கவாட்டில் திருப்பி அருணுக்குத் தெரியாமல் சட்டென்று சியாமைப் பார்த்தாள். சியாம் எங்கே உட்கார்ந்திருக்கிறான் என்பதை அவள் முன்பே தெரிந்து வைத்துக் கொண்டிருந்தாள் போலும். இருவருடைய கண்களும் சந்தித்தன. அவளுடைய உதட்டோரத்தில் ஒரு புன்சிரிப்பு. அவளுடைய பார்வை சியாமுக்கு அருணைச் சுட்டிக்காட்டியது. சில விநாடிகளில் இந்த அற்புத நிகழ்ச்சிகள் நடந்துவிட்டன. இதன் பிறகு அவள் சகஜமாக முகத்தைத் திருப்பிக் கொண்டாள்.

கொஞ்சங் கொஞ்சமாகச் சியாமுக்கு எல்லாம் புரிந்தது. அன்று லீலா வேண்டுமென்றே தனியாக இவ்வளவு தூரம் மெதுவாக நடந்திருக்கிறாள். சியாம் தன்னைப் பின் தொடர்ந்து வருவான் என்று அவளுக்குத் தெரியும். அதனால்

சாமர்த்தியமாக அவனை இங்கு அழைத்து வந்திருக்கிறாள். அவன் தனக்கு அருகிலேயே உட்கார்ந்திருக்கிறாள் என்பதையும் அவள் தன் கழுத்தைத் திருப்பாமலேயே ஊகித்துக் கொண்டிருக்கிறாள். தனக்கு ஏதாவது ஆபத்து ஏற்பட்டால் சியாம் தன்னைக் காப்பாற்றுவான் என்பதும் அவளுக்குத் தெரியும். ஆகையால் அவள் அருணிடமிருந்து தன்னைக் காப்பாற்றும்படி சியாமுக்கு ஜாடை காட்டி யிருக்கிறாள்.

சியாம் தன்னுள்ளே ஒரு கடுமையை உணர்ந்தான். முஷ்டியாக மூடிக்கொண்ட கைகள்போல் அவனுடைய தாடை இறுகிக் கொண்டது. அவன் அருணைப் பார்த்துக் கொண்டே இருந்தான். அவனுடைய ரத்தத்தில் மின்னல் பாய்ந்தோடியது. அவளிடமிருந்து இன்னொரு ஜாடைக்காக அவனது உடல் முழுதும் தயாராக இருந்தது.

மெல்லிய குரலில் அருண் ஏதோ சொன்னான். லீலா அவன் பேச்சுக்கு இணங்காததுபோல் தலையைப் பலமாக ஆட்டினாள். இப்படியே சற்றுநேரம் தொடர்ந்து நடந்தது. சியாம் அமைதியாகக் காத்துக் கொண்டிருந்தான். அவன் மூளைக்குள் எல்லா உணர்வுகளும் கொஞ்சங் கொஞ்சமாக அடங்கி விட்டன. கோபம் மட்டும் மூடு பனி போல் அடர்ந்து கொண்டு வந்தது.

அருண் பில்லுக்குப் பணம் கொடுத்தான். லீலா மேஜை யிலிருந்து தன் வெள்ளைக் கைப்பையை எடுத்துக் கொண்டாள். அவர்கள் எழுந்து நடந்து வந்தார்கள். லீலா முன்னே, அருண் பின்னே. ஒரு தடவை அது சியாமின் தவறான அனுமானமாக இருக்கலாம். லீலாவின் பார்வை சியாம் உட்கார்ந்திருந்த மேஜையோரத்தில் பதிந்துவிட்டுப் போனதாக அவனுக்குத் தோன்றியது.

அருண் அவனைப் பார்ததுப் புன்சிரிப்புச் சிரித்தான். அந்தச் சிரிப்பில் ஆர்வமில்லை. உயிரில்லை. மெதுவாகச் "சியாம்!" என்று கூப்பிட்டான். சற்றுத் தயங்கி நின்றான். பிறகு சொன்னான், "சரி, அப்புறம் பார்த்துப் பேசலாம்!" என்று.

லீலா திரும்பிப் பார்க்கக்கூட இல்லை. அதற்கு அவசியம் இல்லை என்று சியாமுக்குத் தெரியும்.

அவர்கள் படிகளில் இறங்க ஆரம்பித்த பிறகு சியாமும் எழுந்தான். கிழட்டு ஸர்வர் கையில் தட்டுடன் ஓடிவந்து

சியாமுக்கு எரிச்சலூட்டும் வகையில் அவனுடைய வழியில் நின்றான். சியாம் பையில் கையைவிட்டு, கிடைத்த சில்லறை எல்லாவற்றையும் அவனுடைய தட்டில் அள்ளிப்போட்டு விட்டு நடந்தான். அதன் பிறகு அவன் திரும்பிக்கூடப் பார்க்கவில்லை.

அவன் கீழே வந்தபோது அங்கே யாரும் இல்லை. சியாம் பரபரப்புடன் அவர்களைத் தேடவில்லை. சலனமற்ற மனத்துடன் நிதானமாக நடந்துபோய் பஸ்ஸைப் பிடித்தான்.

ஹோட்டலில் நுழைந்ததும் பிசாசைப் பார்த்துப் பயந்து விட்டான் சியாம். சுபோத் மித்ரா!

நெடுங்கால நண்பன்போல் சிரித்துக் கொண்டே சியாமை வரவேற்றான் மித்ரா.

"நேத்து நீங்க வரல்லியே?" என்று சியாம் கேட்டான்.

"இல்லே, நேத்து ஒரு கல்யாணத்துக்கு மாப்பிள்ளைக் கோஷ்டியோட போயிருந்தேன்."

இருவரும் எதிரெதிரே உட்கார்ந்து கொண்டார்கள்.

மித்ரா பேசத் தொடங்கினான். "நேத்திக்கு ஆச்சரியமான ஒரு விஷயம் தெரிஞ்சுக்கிட்டேன். கல்யாணத்துக்குப் போன இடத்துக்குப் பேரு 'மேற்குப் புடியாரி'யோ, 'தெற்குப் புடியாரி'யோ தெரியலை. டாலிகஞ்ச் வாய்க்காலைத் தாண்டிப் போகணும். கொஞ்ச காலத்துக்கு முன்னால்கூட அந்த இடமெல்லாம் கிராமமாகத்தான் இருந்தது. இப்போ அங்கே போனபோது சொல்றாங்க, அதுவும் கல்கத்தாவாம்! ஹா ஹா ஹா! இன்னும் கொஞ்ச நாள் கழிச்சுப் பாருங்க; நீங்க எந்தப் பக்கம் போனாலும் எவ்வளவு தூரம்போனாலும் கல்கத்தா வாத்தான் இருக்கும். கல்கத்தாவுக்கு முடிவே இருக்காது! கல்கத்தா தாவிக் குதிச்சு ஓடறது. வழியிலே இருக்கற இடத்துக்கெல்லாம் 'கல்கத்தா', 'கல்கத்தா'ன்னு முத்திரை வச்சுடறது. ஹா ஹா! இப்படிப் பரவிக்கிட்டே போய் ஒருநாள் உலகம் பூராவுமே கல்கத்தாவா ஆயிடும். ஹா ஹா! இவ்வளவு நாள் கல்கத்தாவுக்கு நடுவிலே இருக்கேன். அப்படியும் அது நாளுக்கு நாள் விரிஞ்சுக்கிட்டே போறது எனக்குத் தெரியலே. அப்புறம் பாருங்க, கல்கத்தாவுக்கு வெளியே போகணும்னாலும் போக முடியாது. ரொம்ப விசித்திரமா இருக்கும். மலைக்குப் போவீங்க, அதுவும் கல்கத்தாதான். சமுத்திரத்துக்குப் போவீங்க, அதுவும் கல்கத்தாதான். அப்போ எல்லாரும் கல்கத்தா

விலேயே பிறந்து கல்கத்தாவிலேயே சாக வேண்டியதுதான்! ஹா ஹா ஹா!"

சாப்பாட்டை முடித்துக்கொண்டு இருவரும் வெளியே வந்தார்கள். வாசலிலிருந்த நாய்ளைச் சியாம் எண்ணிப் பார்த்தான்; பதினைந்து! அவன் சொன்னான். "நாய்கள் ஜாஸ்தியாப் போச்சு. பார்த்தீங்களா?"

"ஆமாம்" என்றான் மித்ரா. "நம்ம ஹோட்டல் மானேஜர் ரொம்ப நாய் பக்தர்." சற்றுக் குரலைத் தாழ்த்திக்கொண்டு அவன் சொன்னான். "தினம் மகா பாரதம் படிக்கிறார்போல இருக்கு! ஹா ஹா!"

மித்ராவைக் கரியாஹாட்டில் விட்டுவிட்டுச் சியாம் வீடு திரும்பினான். தன் வீட்டு வாசலில் சாலையில் அருண் நிற்பது தொலைவிலிருந்தே சியாமுக்குத் தெரிந்தது. அருணின் 'டை' முடிச்சு அவிழ்ந்திருந்தது. சாலையின் மங்கிய வெளிச்சத்தில் அவனுடைய முகம் சிவந்திருந்தது. கண்கள் பிரமை பிடித்தவை போலிருந்தன.

"ஏ சியாம்!" அருண் தள்ளாடிக்கொண்டே வந்தான். அசட்டுச் சிரிப்பு சிரித்துக் கொண்டே கையை நீட்டினான். "உன்கிட்டே ஒரு விஷயம் பேசணும்."

சியாம் அருன் நீட்டிய கையைத் தொடாமல் அவனை உற்றுப் பார்த்துக்கொண்டு நின்றான். அவன் தனக்குள் ஒரு கடுமையை உணர்ந்தான். உணர்ச்சிக் கலப்பற்ற குரலில், "வா" என்றான்.

அருணிடமிருந்து விஸ்கியின் நாற்றம் வந்தது. அவன் தள்ளாடிக் கொண்டே சியாமுக்குப் பின்னால் நடந்து வந்தான். நடந்து கொண்டே குமுறினான். "சியாம், எனக்கு ரொம்பக் கஷ்டம்பா! என்னாலே இனிமே தாங்க முடியாது!"

விஸ்கியின் நெடி சியாமுக்குப் பழக்கமானதுதான். கடந்த காலத்தின் தொலைவிலிருந்து அது அவனிடம் வருகிறது. அதன் ருசியை அநேகமாக மறந்தே போய்விட்டான் அவன்.

சியாம் மாடிக்கு ஏறினான், அருண் பின் தொடர. அறையில் நுழைந்தபோது மூச்சுத் திணறியது. அவன் படுக்கையில் உட்கார்ந்து கொண்டான். பிறகு ஒரு தலை யணையை இழுத்து அதன்மேல் சாய்ந்து கொண்டான். தன்

சூட்டின் மடிப்புக் கலைவதை அவன் பொருட்படுத்தவில்லை. அவன் சொன்னான். "நீ எல்லாத்தையும் பார்த்துட்டே, ராஸ்கல்! உன்னை நான்..."

சொல்லிக்கொண்டிருக்கும்போதே அவனுடைய பார்வை சூனியத்தை வெறித்துப் பார்க்கத் தொடங்கியது. பேச்சை முடிக்காமல் அவன் பிரமை பிடித்தவன்போல் விழித்தான்.

சியாம் ஜன்னலுக்கருகில் தன் நாற்காலியை இழுத்துக் கொண்டு வந்தான். அதன்மேல் ஒரு காலை வைத்துக்கொண்டு நின்றவாறு அருணைப் பார்த்தான்.

அருண் தான் பேசிக் கொண்டிருந்த விஷயத்தை மறந்து விட்டுச் சொல்லத் தொடங்கினான். "உன்னை என்னோட மாமனார்கிட்டே கூட்டிட்டு போறதாச் சொல்லியிருந்தேன், இல்லையா? உனக்கு வேலை கிடைச்சுடும், சியாம். அதைப் பத்திக் கொஞ்சங்கூடச் கவலைப்படாதே. நான் கல்கத்தாவை விட்டுக் கிளம்பறதுக்கு முன்னாலே உன்னை வேலையிலே உட்கார வச்சுட்டுப் போறேன்." அசடு மாதிரி அர்த்தமில்லாமல் சிரித்தான் அருண். "என்னாலே பல காரியங்களைச் சாதிக்க முடியும், தெரியுமா? பல காரியங்களை நான்..." அவனுடைய கண்கள் மெதுவாக மூடிக்கொண்டன. வாந்தியெடுக்கப் போவதுபோல் அவன் உடல் முழுவதும் நடுங்கியதும் கண்கள் பிதுங்கிக் கொண்டு வந்தன. முகம் சிவந்தது. தன்னை எப்படியோ சமாளித்துக் கொண்டு மூச்சிறைக்க, மீண்டும் பேசத் தொடங்கினான். "இருந்தாலும் எனக்கு அந்தக் கிழவன்கிட்ட ரொம்பப் பயமா இருக்கு. அவன் என்னை தன்னோட கைப் பிடியிலே அடக்கி வச்சுட்டிருக்கான். அவன் நினைச்சால் என்னைக் குரங்காட்டம் ஆட்டி வைக்கலாம். அயோக்கிய ராஸ்கல்." அவனுக்கு வாந்தி வரும் போலிருந்தது. தன்னை ம-றுபடியும் சமாளித்துக்கொண்டு அவன் சொன்னான். "அந்த ராஸ்கல் என்னைப் பின்தொடர்ந்து உளவு பார்க்க ஆள் வச்சிருக்கான். அவசியம் ஏற்பட்டால் குண்டர்களை விட்டு என்னை உதைக்கச் சொல்வானாம்!"

"யாரு?" சியாம் மிக நிதானமாகக் கேட்டான்.

"என் பெண்டாட்டியின் அப்பன்தான்! ராஸ்கல், ஒரு அழகான பொண்ணைப் பெத்துத் தரத் தெரியலே, எனக்கு மாமனாரா வந்துட்டான். என் பெண்டாட்டி எவ்வளவு அவ லட்சணம்னு நீ நினைச்சுக்கூடப் பார்க்க முடியாது, சியாம்!

அவ வந்தா வீடே இருட்டாயிடும்! இருந்தாலும் நான் டயத்திலே வீடு திரும்பிடணுமாம். இல்லாட்டா நான் ஒழுக்கங் கெட்டவனாம்! அவளைப் பார்த்தாத் தெரியும் உனக்கு. ஓநாய்கூட அவளை நெருங்காது...”

பேசிக்கொண்டே அருண் தலையைப் படுக்கையிலிருந்து வெளியே நீட்டினான். விக்கல் எடுத்தாற்போல் அவனுடைய உடம்பு முழுதும் நடுங்கியது. குழாயிலிருந்து தண்ணீர் கொட்டுவது போல் அவனுடைய வாயிலிருந்து வாந்தி தரையில் கொட்டியது. அடுத்த நிமிஷமே புளித்த வாந்தியின் நாற்றமும் விஸ்கியின் நெடியும் அறையில் பரவின.

சியாம் அப்போதும் அசையவில்லை. பாறாங்கல்லைப் போல் சலனம் இல்லாமல் நின்றவாறு அருணைக் கவனித்துக் கொண்டிருந்தான்.

மெதுவாக அருண் தலையை உயர்த்தினான். கொஞ்சமும் தயக்கமின்றிச் சியாமின் தலையணை மேலிருந்த துண்டை எடுத்து வாயைத் துடைத்துக் கொண்டான். பிறகு அதை தலையணையின் மேல் போட்டான். அப்போதும் சோர்வுடன் கையை நீட்டிக் கேட்டான், “சிகரெட்!” என்று.

சியாம் தன்னிடமிருந்த மலிவான சிகரெட் பெட்டியையும் தீப்பெட்டியையும் படுக்கைமேல் எறிந்தான். மிகவும் கஷ்டப் பட்டுச் சிகரெட் பற்ற வைத்துக் கொண்டான் அருண். தீப்பொறிகள் படுக்கையின் மேல் சிதறின.

“என் உடம்பிலே சிறுத்தைப் புலி மாதிரி உணர்ச்சி பாய்ஞ்சிட்டிருக்கு. ஆனா நான் டயத்திலே வீடு திரும்பணு மாம்! அப்புறம் அந்த அவலட்சணப் பெண்டாட்டி, தரித்திரம்! கொஞ்சமும் அழகே இல்லே. டயட் கன்ட்ரோல் பண்ணாமயே ஒடிஞ்சு விழற மாதிரி உடம்பு. ஆகா, அமெரிக்கா...!”

அருண் தலையணையில் முகத்தைப் புதைத்துக் கொண்டான். கனவு காண்பவன்போல் சிரித்தான். பிறகு மெதுவாகத் தலையை உயர்த்தினான். யாரோ ஒரு புதிய மனிதனைப் பார்ப்பதுபோல் புருவத்தைச் சுளித்துக் கொண்டு சியாமை உற்றுப் பார்த்தான். “சியாம்!”

பிறகு தான் பேச வந்த விஷயத்தை மறந்து பிரமை பிடித்தவன்போல் சியாமைப் பார்த்துக் கொண்டே இருந்தான்.

“உனக்குத் தெரியாது. சியாம்; என்னை உளவு பார்க்கறான் யாரோ. ஆனா அந்த ஆளைப் பிடிக்க முடியலே. என்னைப்

பத்தி எல்லா விஷயத்தையும் அவன் என் மாமனார் கிழவன் கிட்டே சொல்லிடறான். நான் அடிக்கடி ஹோட்டலை மாத்திக்கிறேன். யாராவது குட்டியை இழுத்துக்கொண்டு ஏதாவது சந்துபொந்துக்குள்ளே நுழைஞ்சுடறேன். புதுப் புது இடங்களிலே நடமாடறேன். ஆனால் அந்த உளவு பார்க்கறவன் கிட்டேயிருந்து தப்பிக்க முடியல்லே, ஒளிஞ்சுக்க முடியலே! கிழவன் என்னை நிறுத்திவச்சு, நாள் பூரா என்னென்ன பண்ணினேங்கறதை எங்கிட்டேயே ஒப்பிக்கறான். என்னை வேலைக்காரன் மாதிரி நடத்தறான்; சின்னக் குழந்தையை அதட்டற மாதிரி அதட்டறான். எப்படித்தான் அவனுக்கு எல்லாச் சமாசாரமும் தெரியறதோ? இருக்கட்டும், ராஸ்கல்! நான் ஓடிப்போயிடறேன்! விசா கிடைச்சுட்டாப் போதும். அப்புறம் 'கெட் யுவர் வே டு அமெரிக்கா!' போம்...ம்...ம்!"

அருண் ஏரோப்ளேன் மாதிரி கையை விரித்துக்கொண்டு ஆட்டினான். பிறகு அதே கையை முஷ்டியாக மடக்கிக் கொண்டு அடங்கிய குரலில் சொன்னான். "யாரு அந்தக் கிழவனுக்குச் சொல்லிக் கொடுக்கறான்? யாருன்னு என்னாலே கண்டுபிடிக்க முடியல்லியே. ரோடிலே நடக்கிறேன், ரெஸ்டாரெண்ட்டுக்குப் போறேன், 'பார்'லே உட்கார்ந்திருக்கேன். நான் எங்கே போனாலும் என் கழுத்துக்குப் பின்னாலே ஒரு குறுகுறுப்பு, யாரோ என்னைக் கவனிச்சிக்கிட்டு இருக்கற மாதிரி! எப்போப் பார்த்தாலும் எனக்குப் பயம், கவலை, ஓர் இறுக்கம். யாரு சொல்லிக் கொடுக்கறான்?"

வெட்ட வெளியில் வெறித்துப் பார்த்துக்கொண்டு அவன் கேட்டான். "யாரு?" பிறகு தடுமாறித் தடுமாறிப் பேசினான். "உனக்குத் தெரியாது, சியாம். நான் அமெரிக்கா போற வழியிலே பாதியைக் கடந்தப்புறம்கூட என்னைத் திருப்பிக் கொண்டுவர முடியும் அந்தக் கிழவனாலே! என்னோட வாழ்க்கையையே நாசமாக்க முடியும் அவனாலே. என்னைப் பயமுறுத்த முடியும். அந்த ராஸ்கல் பொண்ணுக்கு மூணு வீடும் ரெண்டு லட்ச ரூபாயும் கொடுத்திருக்கான். நான் இப்போ ஒரு பெரிய மனுஷன். ஆனால் எங்கிட்டே இருக்கறது எல்லாத்தையும் அவனால் ஒரே நிமிஷத்திலே பிடுங்கிக்க முடியும். அவன் நினைச்சான்னா என்னைப் பஞ்சா ஊதித் தள்ளிவிட முடியும். என் உடம்பிலே உணர்ச்சி சிறுத்தைப் புலி மாதிரி எப்பவும் பாய்ஞ்சிண்டிருக்கு,

அழகான பொண் ணுக்காக! அழகான ஒண்ணுக்காக! நான்... நான்...”

அருணின் கண்களிலிருந்து நீர் வழிந்தது. அவனிடமிருந்து ஒலி எதுவும் எழவில்லை. உதடுகள் மட்டும் துடித்தன. சியாம் அவனைப் பார்த்துக்கொண்டு அசையாமல் நின்றான். அருண் மெதுவாகச் சியாமின் பக்கம் திரும்பிப் பார்த்தான். குமுறும் குரலில் கேட்டான். “இன்னிக்கு என்னைப் பார்த்தியா?”

“ஆமாம்.”

“உன்னைப் பார்த்து நான் பயந்து போயிட்டேன்” என்று சொல்லிவிட்டு அருண் சற்றுச் சங்கடத்துடன் சிரித்தான். “உன்னைப் பார்த்து ரொம்ப நாளாச்ச. நீ இப்போ என்ன பண்றேன்னு தெரியலே. அன்னிக்கு உன்னைப் பார்த்தப்போ ரொம்ப விஷயம் பேசினேன். இன்னிக்கு உன்னைத் திடீர்னு பார்த்ததும் எனக்கு என்ன தோணிச்சு, தெரியுமா? நீதான் என் மாமனாருக்காக உளவு பார்க்கிறவன்னு! உன்னைப் பார்த்தாப் பக்காப் போக்கிரி மாதிரிதான் இருக்கு.”

சியாம் பதில் எதுவும் சொல்லாமல் அருணைப் பார்த்துக் கொண்டே நின்றான்.

கொஞ்சங் கொஞ்சமாக அருணின் முகத்திலிருந்து புன்சிரிப்பு மறைந்தது. அவன் பிச்சைக்காரன்போல் கெஞ்சும் குரலில் சொன்னான். “நான் என்ன வேணும்னாலும் செய்றேன். சியாம். என்னாலே எவ்வளவோ முடியும். இந்த ஊரைவிட்டு, இந்தத் தேசத்தை விட்டு ஓடிப்போயிடணும். அது தான் என் ஆசை. ஒரு தடவை போயிட்டேன்னா அப்பறம் திரும்பி வரவே மாட்டேன். அவலட்சணப் பெண்டாட்டி. அயோக்கிய மாமனார், இந்தப் பிச்சைக்கார தேசம், எல்லாத்தையும் விட்டுட்டு ஓடிப்போயிடணும். அப்புறம் நான் மறுபடி பெரிய மனுஷனா ஆயிடுவேன்.”

அருண் பரிதாபமாக நாற்புறமும் பார்த்துக் கொண்டான். உதடுகளை நாக்கால் நக்கிக் கொண்டான். ‘நான் அதுக்குள்ளே முடிஞ்சு போயிடலே. எனக்கு வயசு இன்னும் இருக்கு. ஆனா, சியாம், நீ வந்து இன்னிக்கு லீலாவோடே பார்த்ததாக் கிழவன் கிட்டே சொல்லிட்டா என் காரியம் கெட்டுப் போயிடும்.’

திடீரென்று மறுபடியும் சியாமின் நெஞ்சுக்குள் மேகங்களின் கர்ஜனை கேட்டது. மின்னல் மின்னியது,

மான்கள் ஓடின. ஒரு கறுப்பு ரெயில் வண்டி ஒரு நீண்ட ரெயில் பாலத்தைக் கடந்து கொண்டிருந்தது.

அவன் நிதானமான குரலில் அருணைக் கேட்டான். "நீ லீலாவை எப்பவாவது தொட்டியா?"

"என்ன?" என்று கேட்டு விட்டுக் கொஞ்ச நேரம் ஒன்றும் புரியாமல் விழித்தான் அருண். பிறகு வருத்தத்துடன் தலையை ஆட்டினான். "இல்லை." பிறகு சிரித்தான். "ஷி இஸ் இன் லவ்! அவளுக்கு உன்னை அறிமுகப்படுத்தி வைக்கவா?"

சியாம் கேட்டான். "இன்னிக்குச் சாயங்காலம் என்ன நடந்தது?"

அருண் சிரித்தான். "ஒண்ணுமே நடக்கலே. நாங்க அண்ணன் தங்கை மாதிரி இருந்தோம்." அவன் ஒரு பெருமூச்சு விட்டுவிட்டுத் தொடர்ந்து பேசினான். "இன்னிக்குத்தான் முதமுதல்லே அவளை ஆபீசுக்கு வெளியே சந்திச்சேன். 'கூட்டத்தை விட்டுட்டு எங்கேயாவது தனியான இடத்துக்குப் போவோம்'ன்னேன். 'வேண்டாம்'னு சொன்னா. 'டாக்சியிலே ஒரு சுத்துச் சுத்திட்டு வரலாம்'னேன். அதுக்கும் அவ ஒத்துக்கலே. 'ராத்திரியிலே தனியா, துணையில்லாமே இருக்கக் கஷ்டமா இல்லையா?'ன்னு கேட்டேன். ரொம்பக் கோபம் வந்துடுச்சு அவளுக்கு." அருணுக்கு விக்கல் வந்தது. பிறகு சிரித்துக் கொண்டே தொடர்ந்தான். "உண்மையிலே லீலா இன்னும் பச்சைக் குழந்தைதான். இன்னும் 'புதுசு'தான். தவிர, 'எங்கேஜ்டு' போல் இருக்கு. இருந்தாலும் நான் அம்பிகா ஹால்தாரோட மாப்பிள்ளைங்கறதுக்காக நான் ஹோட்டலுக்கு வரச் சொல்லி அழைச்சபோது தட்ட முடியாமே வந்தா." இப்படிச் சொல்லிக்கொண்டு வரும்போது அருணுடைய முகத்தில் சற்றுக் கர்வம் தோன்றியது. "போனாப் போறா, போ! மிஸ் தத்தா இருந்தாளே, இவளுக்கு முன்னாலே, அவ இவளைவிட ஜோரா இருப்பா. அவளோடே இடை என்னமா இருக்கும், தெரியுமா! ஆகா!"

அருண் மெதுவாக எழுந்து தரையில் தன் வாந்தியின் மேலேயே கால்வைத்துக் கொண்டு நின்றான். "சியாம், என்மேல் ஆணையாச் சொல்றேன், கிழவனுக்கு இந்தச் சமாச்சாரம் தெரிஞ்சுதோ? உனக்குக் கழுகுக் கண்ணுதான்! நீ எப்படித்தான் அந்த ரெஸ்டாரெண்ட்டுக்கு வந்து என்னைக் கண்டுபிடிச்சியோ? நாள் முழுதும் என் பின்னாலேயே வந்துகிட்டிருந்தியா?"

சியாம் ஒன்றும் செய்யவில்லை. சியாம் ஒன்றுமே செய்ய வேண்டிய தேவையில்லை. தன்னைக் கஷ்டப்படுத்திக் கொள் கிற பொறுப்பை அருண் தானே ஏற்றுக் கொண்டிருக்கிறான்.

அருணுடைய கால் வாந்தியில் வழுக்கியது. அவன் எப்படியோ சமாளித்துக் கொண்டு கதவுப் பக்கம் போனான். கையை உயர்த்தினான். சிரித்துக் கொண்டு சொன்னான். "அமெரிக்காவுக்கு...!"

அவன் போய்விட்டான். வாந்தியில் நனைந்த அவனுடைய கால்களின் தடம் கதவு வரையில் வரிசையாகப் பதிந்திருந்தது.

சியாம் ஜன்னல் வழியே வெளியே பார்த்தான். அருண் நடைபாதையில் நின்றுகொண்டு கண்ணுக்குத் தெரியாத டாக்சியை நிறுத்தக் கையைத் தூக்கிக் கொண்டு நின்றான்.

சியாம் முகத்தைத் திருப்பிக் கொண்டான். எப்படியும் அருண் தன் வீடு போய்ச் சேர்ந்து விடுவானென்று சியாமுக்குத் தெரியும். இன்றைய சம்பவம் எதுவும் நாளைக் காலையில் அருணுக்கு ஞாபகம் இருக்காது. அருண் ஒவ்வொரு நாளும் முந்தைய நாள் சம்பவங்களை மறந்து மறந்து, தான் போக வேண்டிய இடத்துக்குப் போய்க்கொண்டுதான் இருக்கிறான்.

தரையில் கொட்டியிருந்த வாந்தியைப் பார்த்துக் காரணமின்றிச் சிரித்துக் கொண்டான் சியாம்.

வெகு நாட்களுக்குப் பிறகு இன்று தன் அறையைச் சுத்தமாக்க வேண்டுமென்று தோன்றியது அவனுக்கு.

## 13

ஆமாம், இன்றையப் பேப்பரில் அந்தச் செய்தி வந்திருக்கிறது. நிச்சயமாகச் சொல்ல முடியாது. ஆனால் இது அந்த விஷயமாக இருக்கலாம்.

முதலில் சற்றுநேரம் சியாமுக்குத் தன் கண்களையோ, புரிந்து கொள்ளும் திறனையோ நம்ப முடியவில்லை. பிறகு கொஞ்சம் கொஞ்சமாக அவனுக்குப் புரிந்தது, அந்தச்

சம்பவம் நடந்து விட்டது உண்மைதான் என்று. 'சில நாட்களுக்கு முன்னால் தென்கல்கத்தாவில் ஒரு மோட்டார் சைக்கிள் விபத்தில் காயம் பட்ட ஸ்ரீகௌர் பௌமிக் (வயது 32) நேற்று நடுப்பகலில் சுக்லால் கர்னானி மருத்துவமனையில் இறந்துவிட்டார். விபத்து நிகழ்ந்ததிலிருந்து இறக்கும்வரை அவருக்குத் தன்னினைவு இல்லை. இரண்டு வருடங்களுக்கு முன்தான் அவருக்குத் திருமணமாகியது. அவருக்கு ஒரு பெண் குழந்தை இருக்கிறது. தாய் தந்தையரும் மூன்று சகோதர சகோதரிகளும் இருக்கிறார்கள். இறந்த ஸ்ரீ பௌமிக் ஓரளவு பிரபலமானவர். அவர் ரேடியோவில் பாடியிருக் கிறார். அவருடைய பாடல்களைக் கொண்ட இரண்டு இசைத்தட்டுக்கள் வெளிவந்துள்ளன.'

சியாம் அவனுடைய பாட்டையும் கேட்டதில்லை, பெயரயும் கேட்டதில்லை.

இந்த ஆள் 'அந்த' ஆள்தானா? யாருக்குத் தெரியும்? சியாமுக்குத் தெரியாது.

அவன் மெதுவாக நியூஸ் பேப்பரைத் தரையில் வைத்தான். ஜன்னல் பக்கம் போய் ஒரு சிகரெட்டைப் பற்றவைத்துக் கொண்டான். டிசம்பர் இருபத்து மூன்றாம் தேதி இருந்த மாதிரி வெயில்தான் இன்றும். அதோ இருக்கிறது மூன்று சாலைகள் கூடுமிடம். அந்த ஆள், வலப் பக்கம் திரும்பப்போனவன், சரக்கொன்றை மரத்துக்கடியில் வந்து விழுந்தான். கௌர் பௌமிக்! பாட்டுப் பாடுவான்! அவனுக்கு ஒரு பெண் இருக்கிறாள்! இளம் மனைவியும் இருக்கிறாள்! அப்பா அம்மா, சகோதர சகோதரிகள் இருக்கிறார்கள்! ஆச்சரியம்! அந்த ஆளுக்கு இவ்வளவு பந்தங்கள் இருந்திருக்கின்றன. எதையுமே சியாமால் ஊகிக்க முடியவில்லை. அவன் பார்த்ததெல்லாம் ஒரு மோட்டார் சைக்கிளின் கறுப்பான, தட்டையான முகம், அவனுக்கு அறிமுகமில்லாத ஒரு மனிதனின் முன்னேறும் உடல், அவ்வளவுதான்! அந்த ஆளுக்கு இவ்வளவு அறிமுகங்கள் உண்டு என்பது அவனுக்கு எப்படித் தெரியும்?

ஆனால் இறந்து போனவன் அந்த ஆள்தான் என்று யாருக்குத் தெரியும்? சியாமுக்குத் தெரியாது. அந்த ஆள்தான் என்றால் சியாம் இந்த ஜன்மத்தில் அவனிடமிருந்து தப்பி விட்டான். காரணம் இல்லாமல் கண்ணாடி ஒளியைப்

பாய்ச்சியதற்காக யாரும் அவனைத் தாக்க வரமாட்டார்கள். அந்த மனிதன் இறந்து போனதன் காரணம் ரகசியமாகவே தங்கி விட்டது. சியாமுக்கு விரோதமான சாட்சியம் மறைந்துவிட்டது. அந்த ஆள் இறந்துபோய்விட்டான் என்பது தவிர வேறு எந்த விவரமும் யாருக்கும் தெரியாது.

சியாம் கண்ணாடியில் தன்னைப் பார்த்துக் கொண்டு பல நாட்களாயிற்று. அவன் ஷெல்ஃபிலிருந்து கண்ணாடியை எடுத்தான். அதன்மேல் தூசி படர்ந்திருந்தது. அவன் அதில் தன்னுடைய மங்கிய, பொய் போலத் தோற்றமளித்த முக அழகைப் பார்த்துக் கொண்டே இருந்தான் சற்றுநேரம். சொல்லிக் கொண்டான். 'நான் இல்லை.' பிறகு தலையை ஆட்டிக்கொண்டு தன்னுடைய பிரதிபிம்பத்தைக் கேட்டான், 'நீ! நீயா செஞ்சே?' என்று. பிறகு சிரித்தான்.

'ஊஹூம்! உன்னை எனக்குத் தெரியாது!' அவன் சொல்லிக் கொண்டான்.

தன்னுடைய அழுக்குச் சால்வையை உடம்பின் மேல் இறுகப் போர்த்திக் கொண்டான். நிதானமாக அறையைப் பூட்டிக் கொண்டு வெளிக் கிளம்பினான்.

அந்தப் பழைய டீக்கடையில் போய் உட்கார்ந்தான். ஒரு கப் டீயைத் தன்முன் வைத்துக்கொண்டு வெகுநேரம் உட்கார்ந்திருந்தான். சிகரெட் பற்ற வைத்துக் கொண்டான். பிறகு ஏதோ ஞாபகம் வந்தவனாக சர்வர் பையனைக் கூப்பிட்டு இன்னொரு கப் டீ கொண்டுவரச் சொன்னான். அது வந்ததும் அதைத் தனக்கு எதிரிலிருந்த காலி நாற் காலிக்கு முன்னால் மேஜை மேல் வைத்தான். அதற்கருகில் ஆஷ் டிரேயை வைத்தான். ஒரு சிகரெட்டைப் பற்றவைத்து ஆஷ் டிரேயின் மேல் வைத்தான். சர்வர் பையன் வியப்பால் கண்களை அகல விரித்துக் கொண்டு இந்தக் காட்சியைப் பார்த்தான். டீக்கடையின் கிழட்டுச் சொந்தக்காரன் அவனைக் கவனித்தான். டீ குடிக்க வந்த இரண்டு பையன்கள் தங்கள் பேச்சை நிறுத்திவிட்டு அவனையே பார்த்தார்கள். சியாம் அவர்களை லட்சியம் செய்யவில்லை. காலி நாற்காலிக்கு முன்னால், மேஜையின் மேல் ஒரு முழு சிகரெட் ஓசையின்றிப் புகைந்து கொண்டிருந்தது. ஆறிக் கொண்டிருந்த டீயிலிருந்து ஆவி வந்து கொண்டிருந்தது.

மானசீகமாக வணங்கிக் கொண்டு சியாம் சொன்னான்.

"கௌர் பௌமிக், முடிஞ்சா இன்னொரு ஜன்மம் எடுத்துக்கோ! மறுபடியும் ஜன்மம் எடுக்கறது சுலபமில்லே அப்படீன்னு எனக்குத் தெரியும். சூனியத்திலேருந்து, தண்ணீரிலிருந்து, காத்திலேருந்து, மண்ணிலேருந்து மறுபடி தேகத்தைத் திரும்பிச் சேர்த்துவந்து, அதுக்கப்புறம் தப்பும் தவறுமாக வாழ்க்கை நடத்தறது சுலபமில்லை. இருந்தாலும் இன்னும் ஒரு தடவை, மறுபடி ஒரு தடவை ஜன்மம் எடுத்துக்க ஆசையா இருக்கு, இல்லையா கௌர் பௌமிக்? முடிஞ்சா இன்னொரு தடவை ஜன்மம் எடுத்துக்கோ! அதுக்குள்ளே நான் உலகத்தை அழகாக்கிடுவேன். நீ ஆபத்தே இல்லாமே மோட்டார் சைக்கிள் விடலாம். புயல் வேகத்திலே சாலை முனையிலே திரும்பலாம். நீ லீலாவோட மடியில் குழந்தையா வா. நான் உன்னை வளர்த்து ஆளாக்கறேன்."

சியாம் எழுந்து இரண்டு கப் டீயின் விலையைக் கொடுத்துவிட்டு வெளியே வந்தான்.

"நீ பையனா இருந்தே, புருஷனா இருந்தே, தகப்பனா இருந்தே. நீ இவ்வளவு விதமாக இருந்தது யாருக்கும் தெரியாது. நீ ஓடிப்பாய்கிற ஒரு மோட்டார் சைக்கிளில் உட்கார்ந்திருக்கும், எல்லாவற்றிலிருந்தும் பிரிக்கப்பட்ட ஒரு தனிமனிதன். நீ உலகத்துக்குச் சொந்தமான எவனுமே இல்லை, கௌர் பௌமிக்! என் மேலதிகாரி என்னை 'வேசி மகன்'னு திட்டாட்டா நான் வேலையை விட்டிருப்பேனா? பாரு, இதெல்லாமே ஒரு மர்மமான காரிய காரணச் சங்கிலியிலே பிணைஞ்சிருக்கு. நீ இதுக்கு யாரைப் பொறுப்பாளியாக்க முடியும்? நான் ரெண்டு கையையும் சூனியத்திலே நீட்டிக்கிட்டு சொல்றேன். 'நான் பொறுப்பாளி இல்லே!' அப்பறம் நானே தலையைக் குனிஞ்சுகிட்டு ஒப்புக் கொள்றேன், 'நான்தான் பொறுப்பு!' என்று. நீ யாரைப் பொறுப்பாளியாக்குவே? நடுவிலே ராத்திரி தூக்க மயக்கத்திலே நான் கூப்பிடறேன் 'சியாம்!' என்று; பிறகு நானே அதுக்குப் பதில் சொல்றேன் 'இதோ வரேன்' என்று. என்னை நான் புரிஞ்சிக்கிற காரியம் இன்னும் முடியலே. இன்னும் எனக்குள்ளே எனக்குத் தெரியாத ஒரு சியாம் இருக்கான். இல்லே, இன்னும் உலகம் அவ்வளவு அழகாக ஆகலே. ஆனா நான் அதுக்காகக் காத்துக்கிட்டிருக்கேன். இன்னொரு ஜன்மம் எடுத்துக்கோ. எடுத்து எங்கிட்டே வா."

வெகுநேரம் பல புதிய புதிய தெருக்களில் மெதுவாக நடந்து கொண்டே போனான் சியாம். சில சமயம் அவனுடைய தலைக்குள்ளும் சில சமயம் அவனுடைய நெஞ்சுக்குள்ளிருந்தும் வண்டின் ரீங்காரம்போல் ஆழ்ந்து, இன்னும் ஆழ்ந்து ஒலித்தது ஒருமோட்டார் சைக்கிள் ஓடும் சப்தம். இடையிடையில் சியாம் திடுக்கிட்டான். தன்னையே கூப்பிட்டுச் சொல்லிக் கொண்டான்.

"நீயும் பாய்ந்தோடற ஒரு மோட்டார் சைக்கிளிலே போகிற எல்லாவற்றிலிருந்தும் பிரிக்கப்பட்ட ஒரு மனிதன். நீ உலகத்துக்குச் சொந்தமான எவனும் இல்லே!"

இல்லை, அப்படி இல்லை. சியாமுக்கு அது தெரியும். அவன் சியாம் சக்ரவர்த்தி, அவன் தந்தை கமலாக்ஷ சக்ரவர்த்தி. அவர்களுடைய ஊர் விக்ரம்பூரைச் சேர்ந்த பானிக்காடா கிராமம். அவன் செயின்ட் அண்ட் மில்லரில் பெரிய வேலை பார்த்தவன். இந்த அறிமுகங்களுக்கிடையில் அவன் அடைபட்டுக் கிடக்கிறான். அப்படியும் அவனுக்குத் தான் யாரென்று தெரியவில்லை, தான் எப்படிப்பட்டவன் என்பதும் புரியவில்லை.

## 14

மேலண்ணம் உலர்ந்து போய்விட்டது. சற்றுத் தலைவலியும் தாகமுமாக இருந்தது சியாமுக்கு. அவனுக்கு ஜுரம் கண்டிருந்தது. அவன் நடுப்பகலில் ஸ்நானம் செய்யும்போது உடலில் நடுக்கம் கண்டது. அப்படியும் அவனுக்குச் சூடு குறைந்ததாகத் தோன்றவில்லை. உடம்பிலும் நிறைய அழுக்குச் சேர்ந்துவிட்டது. சியாம் துண்டால் உடம்பை அழுத்தி அழுத்தித் தேய்த்து அழுக்கைப் போக்க முயற்சி செய்தான். மறுபடியும் நிறையத் தண்ணீர் ஊற்றிக் கொண்டான். எண்ணெய் படாமல் உலர்ந்திருந்தால், குளிரில் தோல் பல இடங்களில் வெடித்திருந்தது. அந்த இடங்களில் குளிர்ந்த நீர் படும்போது அவனுக்கு நடுக்கம் ஏற்பட்டது. காதுகளில் ஒரு குறுகுறுப்பு. குளிரில் தலை வலித்தது. பல் வலியும்

ஏற்பட்டது. அப்படியும் அவன் வெகுநேரம்வரை குளித்தான். அழுக்குச் சால்வையை மேலே போர்த்திக் கொண்டு அவன் ஹோட்டலுக்குப் புறப்பட்டபோது உடம்பு வெடவெட வென்று நடுங்கியது. கண்களில் எரிச்சல் கண்டது. தான் போதிய அளவு சுத்தமாக ஆகவில்லை என்ற உணர்வு அவனுக்கு ஏற்பட்டது.

ஆமாம், இன்னும் நிறைய அழுக்கு இருக்கிறது. அவன் இன்னும் நிறையத் தடவை, நிறைய நேரம் ஸ்நானம் செய்தால்தான் அந்த அழுக்குப்போகும்.

ஒருவாய் சாதம் எடுத்துப் போட்டுக்கொண்டதுமே அவன் தன் வயிற்றுக்குள்ளிருந்து சுழற்காற்றைப்போல் வாந்தி வெளிக் கிளம்புவதை உணர்ந்தான். மேஜையில் கையை வைத்துக் கொண்டு பிளேட்டுக்கு மேலே தலையைக் குனிந்து கொண்டு வெகுநேரம் அவன் உட்கார்ந்திருந்தான். அவனுடைய கடைவாய் வழியே உமிழ்நீர் வழிந்து வந்து பிளேட்டில் விழுந்தது. யாரும் பார்ப்பதற்கு முன் அவன் கைக்குட்டையால் வாயை மூடிக் கொண்டான். பிறகு வாயைக் கழுவிக்கொண்டு வந்தான். அரைத் தூக்கத்திலிருந்த மானேஜரிடம் தெளிவற்ற குரலில் சொன்னான். “என் சாப்பாட்டை நாய்க்குப் போட்டுடுங்க!”

“ஏன்? என்ன ஆச்சு?”

“உடம்பு சரியில்லே.”

வெளியே வந்தவன் வெற்றிலை பாக்குக் கடையில் உப்பு, மசாலா, எலுமிச்ச பழச்சாறு கலந்த சோடா வாங்கிக் குடித்தான். இரண்டு தலைவலி மாத்திரைகளும் சாப்பிட்டான். நாக்கில் ருசியே இல்லை. அவனுக்கு ஜுரம். வியாதி ஏதாவது ஏற்படத்தான் போகிறது அவனுக்கு. அவன் பல நாட்களாகத் தன் உடம்பைக் கவனித்துக் கொள்ளவில்லை. அவன் இப்படிக் கவனக் குறைவாக இருந்த தருணம் பார்த்து அவனுடைய உடமபு வியாதிக்கு இடம் கொடுத்தருக்கிறது. இந்தத் தடவை ரொம்ப நாள் அவன் வீட்டிலோ ஆஸ்பத்திரியிலோ படுத்துக்கிடக்க நேருமோ என்னவோ, யார் கண்டார்கள்?

சியாம் மெதுவாக நடந்தான். நோய்ப் படுக்கையில் விழுவதற்கு முன்னால் தான் செய்து முடிக்க வேண்டிய ஏதோ ஒரு காரியம் இருப்பதாக அவனுக்குத் தோன்றிக்

கொண்டே இருந்தது. அவன் உடல் நடுங்கியது. மனத்தில் ஒரு அவசரம், ஒரு பரபரப்பு. மழை வருகிறது; அதற்குள் வெயிலில் காயப் போட்டிருந்த துணிமணிகளையோ, வடகத்தையோ எடுத்துவிட வேண்டுமென்ற அவசரம்போல. அல்லது ரெயில் கிளம்புவதற்கான மணி அடித்துவிட்டது, நேரமில்லை, ஆகவே ரெயில் புறப்படுவதற்குள் வழியனுப்ப வந்தவர்களிடம் சில முக்கிய விஷயங்களைச் சொல்லிவிட வேண்டும் என்று பரபரப்பதைப் போல. 'என் வீடு வாசலை ஜாக்கிரதையாப் பார்த்துக்கோ. நான் வளர்க்கிற பறவைக்கு ஒழுங்காத் தீனிபோடு. திருட்டுப் போகாமே பார்த்துக்கோ. நான் வரதுக்கு முன்னாலே எனக்கு வேண்டியவங்க இங்கே இருந்து போயிடாமே கவனிச்சுக்கோ. என் அழகான தோட்டத்துலே ஆடு மாடு புகுந்துடாமே, என் கையாலே வச்ச மரமெல்லாம் புயல்லே விழுந்துடாமே பார்த்துக்கோ!'

இந்த மாதிரி அவன் அர்த்தமில்லாத வார்த்தைகளை முணுமுணுத்துக் கொண்டான். இது போன்ற சிலமுக்கியமான விஷயங்களை அவன் யாருக்கோ சொல்ல வேண்டுமென்று தோன்றியது. யாருக்கு? யாருக்கு என்பதைத்தான் அவனால் தீர்மானிக்க முடியவில்லை. வெட்ட வெளியில் பறக்கும் பலூன்களைப் போல் அவனுக்கு நாற்புறமும் மனிதர்கள் சூனியத்தில் நடந்து கொண்டிருக்கிறார்கள். அவனுக்குச் சற்றும் அறிமுகம் இல்லாதவர்கள் அவர்கள். அவர்களில் யாருக்காவது அவன் ஏதாவது சொல்ல வேண்டுமா?

வேண்டாம். சியாம் தலையை ஆட்டிக் கொண்டான், சொல்ல வேண்டியதில்லை.

பிற்பகல், வெயில் முதிர்ந்த தானியம்போல் பழுத்திருந்தது. அவன் தனக்கு வழக்கமான கம்பத்தின் மேல் சாய்ந்து கொண்டு கண்ணாடிக் கதவுக்கு எதிரே நின்றான். அவனுக்கு மூச்சுத் திணறியது. திடீரென்று கதவின் கண்ணாடி மங்கி விட்டது. உள்ளே நடப்பது ஒன்றும் சரியாகத் தெரியவில்லை. அவனுக்கு எரிச்சலாக இருந்தது. 'இந்த வேலைக்காரங்க வேலையை ஒழுங்காச் செய்யறதில்லே. கண்ணாடியைத் தினம் நல்லாத் துடைக்கறதுகூட இல்லே!'

ஆபீசுக்குள்ளே போய் மானேஜரிடம் சொல்லிவிட்டு

வரலாமா என்றுகூடத் தோன்றியது அவனுக்கு. 'உங்க ஆபீஸ் கண்ணாடிக் கதவெல்லாம் அழுக்கா இருக்கு. நல்லாத் தொடைக்கச் சொல்லுங்க!'

ஆனால் அவன் நகரவில்லை. கண்ணாடியின் அழுக்கை ஊடுருவிக் கொண்டு உள்ளே பார்ப்பதில் தன் மனம் முழுவதையும் ஈடுபடுத்தினான்.

நாற்புறமும் நிழல்போலப் பொய் மனிதர்கள் நடந்து போய்க் கொண்டிருக்கிறார்கள். அவர்களுக்குப் பழக்கமான இந்தச் சாலைகளையும் வீடுகளையும் ஊடுருவிக்கொண்டு மாயமான்கள் ஒவ்வொன்றாக நடந்து வருவது அவர்களுக்குத் தெரியவில்லை. அந்த மான்களுடைய மெல்லிய குளம்பொலி ஒலித்துக் கொண்டே இருக்கிறது. அவனுடைய உடம்புக்குள்ளே மேகங்கள் கர்ஜிக்கின்றன. மழை பெய்கிறது. மழைநீர்போல் அன்பு அவனுடைய நெஞ்சை நிறைக்கிறது. வெகு தூரததில் அவனுக்குத் தெரியாத ரெயில் பாலத்தைக் கடந்து செல்கிறது ஒரு ரெயில் வண்டி.

அவனால் நன்றாகப் பார்க்க முடியவில்லை. உரயமான, கறுப்பு நிற ஆசாமி ஒருவன் கூட்டத்திலிருந்து வெளிவந்து தன் முன் நிற்பதாகச் சியாமுக்குத் தோன்றியது. அந்த முகம் கொடுமை நிறைந்த ஈவிரக்கமற்ற முகம்.

சியாம் சற்றுத் திடுக்கிட்டான். மினுவா அது?

அவன் சியாமைக் கூர்ந்து பார்க்கிறான். அவனுடைய உதடுகள் அசைகின்றன. அவன் ஏதோ பேசுகிறான். சியாமுக்குத் தெளிவாகப் புரியவில்லை. ஆனால் மினு தன்னைக் கேட்பதாகத் தோன்றுகிறது அவனுக்கு. 'நீயா? உனக்கு என்ன வேணும்?'

"நானா!" சியாம் உயிரைப் பிடித்துக் கொண்டு பதில் சொல்கிறான். "மினு! நான் சியாம்! சியாம் சக்ரவர்த்தி! பானிக் காடா கிராமத்தைச் சேர்ந்த கமலாக்ஷ சக்ரவர்ததி என்னோட அப்பா. நீ மினு, நாராயண் கஞ்சைச் சேர்ந்த மினு! இல்லையா?"

அந்த ஆள் கண்ணாடிக் கதவை மறைத்துக் கொண்டு நின்றான். அவனுடைய முகம் பிரம்மாண்டமாகத் தெரிந்தது. அவனுடைய உதடுகள் அசைந்தன. 'உன்னை எனக்குத் தெரியாது' என்று மினு சொல்வது அவனுக்குப் புரிந்தது. அடுத்த நிமிஷம் அந்த ஆளின் வலக்கையில் ஏதோ

பளபளத்தது. நீளமான ஓர் இரும்புக் குறடு! மின்னல் வேகத்தில் அந்தக் கை அவனை நோக்கிப் பாய்ந்தது. சியாம் அதைத் தடுக்க ஒரு முயற்சியும் செய்யவில்லை. தனக்கு எங்கே அடிபட்டது என்றுகூட அவனுக்குத் தெரியவில்லை. அவனுடைய உடல் தன் வசமிழந்து வழுவழுப்பான கம்பத்தில் சரிந்துகொண்டு நடைபாதையில் விழுவது மட்டும் அவனுக்குத் தெரிந்தது. அவன் எழுந்து உட்கார்ந்து கொள்ள முயற்சி செய்தான். அந்த ஆள் மரக்கட்டை போன்ற கால்களைத் தரையில் பதிததுக் கொண்டு அவன் முன்னால் நின்றான். சியாம் உட்கார்ந்துகொண்டபோது அந்த ஆளுடைய ஹாக்கி பூட்ஸால் ஓர் உதை அவனுடைய வயிற்றில் விழுந்தது. அடுத்த கணம் அவனுக்கு வாந்தி எடுத்தது. புளிப்பும் கசப்புமான வாந்தி நீர் களகளவென்று பெருகி அவனுடைய நாக்கைத் தாண்டி வந்து கொட்டியது. அவனுடைய மார்பு நனைந்தது. இப்போது அவனுடைய நெஞ்சின் பளு குறைந்து விட்டாற்போலிருந்தது. வெகு நாட்களாக இந்த வாந்தி அவனுக்குள்ளே தேங்கிக் கிடந்திருக்கிறது.

சியாம் மறுபடி எழுந்திருக்க முயற்சி செய்தான். ஆனால் அந்த முயற்சிக்குத் தேவையில்லாமல் போயிற்று. அந்த ஆள் தன் இடக்கையால் சியாமின் கழுத்துப் பக்கத்திலிருந்த சால்வையைச் சுருட்டி அவனைத் தூக்கி நிறுத்தினான். மறுபடியும் குறடு பளபளத்த வலக்கை சியாமை நோக்கிப் பாய்ந்தது.

சியாம் சிரித்துக் கொண்டான். தன் மேல் விழும் அடியைத் தடுக்க முயற்சி செய்யவில்லை. அடியின் வேகத்தில் அவனுடைய தலை ஆடியது. பின்னாலிருந்த கம்பத்தில் 'ணங்' என்று இடித்துக் கொண்டது.

என்ன ஆச்சரியம்! சியாமுக்கு இது நன்றாகத்தான் இருந்தது. அந்த ஆளின் கை, கீழே தள்ளாடி விழவிருந்த அவனைத் தடுத்து நிறுத்தியது அவன் முணுமுணுத்தான். "ஏன் என்னை அடிக்கறே மினு? ஏன் அடிக்கறே? நான் இங்கே லீலாவுக்கு முன்னாலே நின்னுக்கிட்டு இருக்கேன்னா? இல்லே, நான் ரொம்ப நாளைக்கு முன்னாலே ஒரு ஆளோட முகத்தில் கண்ணாடி வெளிச்சத்தை அடிச்சேன்னா? காரணம் என்னவாயிருந்தாலும் சரி. நீ நிறுத்தாதே! சபாஷ்!"

மினு சொல்வது அவனுக்குக் கேட்டது. "பன்றிக்குப் பொறந்தவனே; வேசி மகனே!"

"இல்லை இல்லே!" சியாம் தலையை ஆட்டினான். "நான் சியாம் சக்ரவர்த்தி, என்னோட அப்பா கமலாக்ஷ சக்ரவர்த்தி, விக்ரம்பூரைச் சேர்ந்த பானிக்காடா எங்க ஊர்."

அவன் கண்ணுக்குத் தெரிகிறது. பாசி பிடித்த குளம், ஆற்றங்கரைப் படித்துறைக்குப் போகும் வழி, காம் ராங்கா மரம். கிணற்றையொட்டியுள்ள சீதா மரங்களில் மின்மினிப் பூச்சி பளபளக்கிறது. பிரம்மாண்டமான இருட்டுக்கு நடுவில் திண்ணையில் ஒரு சிறிய அரிக்கேன் விளக்கை வைத்துக் கொண்டு அவனுடைய அம்மா தான் ஜபம் செய்து கொண் டிருக்கும் மந்திரத்தை மறந்துவிட்டு, அவனை மெல்லிய குரலில் கூப்பிடுகிறாள். 'மனு! ஏ மனுஊஊ. . .!'

நாலா பக்கத்திலிருந்தும் ஜனங்கள் ஓடி வந்தார்கள். உயரமான, கறுப்பான மினு அவனை அதட்டினான். அவன் என்ன சொல்கிறானென்று சியாமுக்குப் புரியவில்லை. இருந்தாலும் அவன் தலையை அசைத்துக் கொண்டு பதில சொல்ல முயற்சி செய்தான். 'சரி! ரொம்பச் சரி!'

மினு யாரிடமும் தன் காரியத்துக்கு விளக்கம் சொல்ல வில்லை. மௌனமாக, கடைசித் தடவையாகச் சியாமைப் பார்த்துவிட்டுக் கூட்டத்தை விலக்கிக் கொண்டு கிடுகிடு வென்று வெளியே போய்விட்டான்.

மினுவின் கையிலிருந்த விடுபட்ட அவனுடைய உடல் மெதுவாகத் தரையை நோக்கிச் சரிந்துகொண்டு வந்தது. மினு தன்னை ஏன் தாக்கினான் என்று சியாமுக்குப் புரியவில்லை. புரிய வேண்டிய தேவையும் இல்லை. அவனுடைய உடம்பு ஜுரத்தில் தகிக்கிறது. வலியையோ, வேதனையையோ அவன் உணரவில்லை. அவனுக்குத் தூங்க வேண்டும்போல் இருக்கிறது.

அவன் கண்களைத் திறந்து பார்க்கிறான். அவனுக்கு அறிமுகமில்லாத, பொய்யான, நிழல்போன்ற மனிதர்கள் அவனைச் சூழ்ந்து கொள்கிறார்கள். அவன் முணுமுணுக் கிறான். 'எல்லோரும் நகர்ந்து போங்க! அந்தக் கண்ணாடிக் கதவை மறைக்காதீங்க!'

என்ன ஆச்சரியம்! அவனால் கூட்டத்தைப் பிளந்து கொண்டு கண்ணாடிக் கதவைப் பார்க்க முடிகிறது. லீலா

வந்து நிழல்போல் கண்ணாடியில் முகத்தைப் பதித்துக் கொண்டு நிற்கிறாள். இன்று அவள் அவனை எதிர்பார்த்துக் கொண்டிருந்திருக்கிறாள் என்று சியாமுக்குப் புரிகிறது. சற்றே வெளிறிய நிறம் சியாமுக்கு மிகவும் பிடித்தனமானது. அந்த நிறத்திலேயே புடைவை அணிந்திருக்கிறாள் லீலா. அவளுடைய கண்களில் சோகமும் அமைதியும் குடி கொண்டிருக்கின்றன. அவளது உடல் முழுதும் தாயாகப் போகும் ஒரு பெண்ணின் அடக்கம் பிரதிபலிக்கிறது. அடக்கி வைத்துக் கொள்ளப்பட்ட அழுகையில் அவளுடைய உதடுகள் துடிக்கின்றன. "நீங்க ஏன் இவ்வளவு கொடூரமா இருக்கீங்க? அந்த ஆள் எனக்கு ஒரு நாளும் ஒரு கெடுதியும் செய்யலியே!"

திடீரென்று மறுபடியும் சியாமின் நெஞ்சுக்குள்ளே மேகங்கள் கர்ஜிக்கின்றன. மான் கூட்டங்கள் பரபரப்புடன் ஓடிக்கொண்டே இருக்கின்றன. அப்புறம் எங்கே பார்த்தாலும் மான்கள்தாம். எளிய, அழகிய கண்களையுடைய மான்கள் ஓடி வருகின்றன. மேகங்கள் சூழ்ந்த நண்பகலில் ஏதோ ரெயில் பாலத்தைக் கடந்து கொண்டிருக்கிறது ஒரு கறுப்பு ரெயில் வண்டி. மழைத் தண்ணீர் நெஞ்சை நிறைக்கிறது.

ஒளி மங்கிய கண்களால் அந்தக் கூட்டத்தில் தனக்குப் பரிச்சயமான ஓரிரு முகங்களைத் தேடுகிறான் சியாம். "ஆ... ஸோனா சித்தப்பா! ராஸ்கா அத்தை! மனு மாமா! நான்தான் மனு! உங்களோட மனு! ஜன்மம் எடுக்கறது ரொம்பக் கஷ்டமான காரியம். இருந்தாலும் உங்களுக்காக நான் மறுபடியும் ஜன்மம் எடுக்கிறேன். அன்பு எவ்வளவு கஷ்டத்தைக் கொடுக்கும்னு என்னோட அம்மாவுக்குத் தெரியும். அப்படியும் நான் அந்தக் கஷ்டத்தை என் நெஞ்சிலே ஏத்துக்கிட்டிருக்கேன். நான் சீக்கிரமே உலகத்துக்கு நல்ல காலத்தைக் கொண்டுவரேன். நீங்க காத்திருங்க!"

மிகுந்த பரிவுடன், நிறைந்த அன்புடன், மண்ணில் தன் முகத்தைப் புதைத்துக் கொண்டான் சியாம்.

முற்றும்

Printed at: Chandu Press, Delhi-110092